మంటో

జీవిత చరిత్ర

జన్మ   : 11.05.1912
మృత్యువు : 18.01.1955

ఛాయా ఏమంటుందంటే...

అవును! ఎప్పుడో రావలసిన పుస్తకం. అనేక కారణాల వల్ల ఆలస్యం అయిపోయింది. పుస్తకం మొత్తంగా చేస్తే తెలుగు వాళ్లకి ఎక్కుతుందో లేదో అనే అనుమానం. అందుకే పరేష్ దోసిగారి సహాయం తీసుకుని కొంత తగ్గించాం. ముఖచిత్రం హిందీ మూలంలో ఏది ఉన్నదో అదే తీసుకున్నాం. అది ఇమ్రోజ్ అనబడే ఇంద్రజిత్ వేసిన అద్భుతమైన చిత్రం. పుస్తకాన్ని స్వేచ్ఛగా అచ్చేసుకోవడానికి అనుమతించిన ప్రసిద్ధ రచయిత డా. నరేంద్ర మోహన్‌గారికి, దాన్ని ఎంతో ఓపిగ్గా తెలుగు చేసిన డా. టి.సి.వసంతగార్కి ఎన్ని కృతజ్ఞతలు చెప్పినా తక్కువే. దీని కూర్పులో సహాయ సహకారాలందించిన పరేష్ జీకి, బంగారు బ్రహ్మం, శేషు కొర్లపాటి, జ్యోతిలతో పాటు పరోక్షంగా చేతులందించిన ఆ పదిమందికి కూడా మా హృదయపూర్వక ధన్యవాదాలు.

Manto Jeevita Charitra
Dr. Narendra Mohan

Translated by Dr. T. C. Vasanta

©Author

First Edition: August, 2020
Copies: 500

Published By:
Chaaya Resources Centre
A-3, D.No.8-3-222/C/13 & 14,
103, Haritha Apartments,
Madhuranagar,
HYDERABAD-500038
Ph: (040)-23742711
Mobile: +91-70931 65151
email: chaayaresourcescenter@gmail.com

Publication No.: CRC-13

ISBN No. 978-81-944318-1-7

Book Design:
Brahmam, Bhavana Grafix
Hyderabad @ 98482 54745

Printed at:
Trinity Academy for Corporate Training Pvt. Ltd
Bangalore

For Copies:
All leading Book Shops
www.amazon.in

Rs.170/-

అంకితం

స్నేహితులు
దేవేంద్ర ఇస్సర్
డా. సాదిక్

−నరేంద్ర మోహన్

కీ.శే. మంటో, వారి కుటుంబం
కీ.శే. గీత్ వసంత్ మహాకవి 'నీరజ్'
మా శ్రీవారు
కీ.శే. తంగిరాల కామేశ్వర సోమయాజి

— డా. తంగిరాల చింతలపాటి వసంత

లోపలి పేజీల్లో...

జీవితం-కళలు కలిసే ఉంటాయి...

మంటో జీవిత చరిత్ర ('మంటో జిందా హై'-'మంటో బతికే ఉన్నాడు')కి చిత్రకారులు, ఫొటోగ్రాఫర్లు, చిత్రాలు, ఫొటోలు, ఎచింగ్స్‌లకు మధ్య విడతీయరాని బంధం ఉంది. ఎ. రామచంద్రన్ లాంటి చిత్రకారులు కళలని పదాలని విశిష్ఠమైన పద్ధతిలో కలిపినప్పుడు ఒక గొప్ప సౌందర్యం వస్తుంది. రామచంద్రన్ మంటో ఆలోచనలను, ఉద్వేగాలను ఎచింగ్స్ ద్వారా 'ధువాం' (పొగ) 'ఖోల్‌దో' (విప్పేయి) 'కాలీసల్‌వార్ (నల్లటి సల్‌వార్) 'ఠండాగోష్త్' (చల్లటి మాంసం) 'నీచే ఊపర్ ఔర్ దర్మియాన్' (కింద-మీద-మధ్య) 'బూ' (కంపు వాసన) కథలలో లోపలి ప్రపంచాన్ని చూశాడు. కథలలోని స్థితిగతులకు పాత్రలకు కళద్వారా జీవంపోశాడు. మూర్త-అమూర్త రేఖలను కళాత్మకంగా చిత్రకారుడు మెటాఫర్, ప్రతీకల ద్వారా చిత్రీకరించాడు. దీనివలన కథలను మనం ఒక కొత్త దృష్టితో చూడవచ్చు. ఇమ్‌రోజ్ కవల్‌ధారీవాల్‌ల చిత్రాలలో రోషం, కోపం, సుడిగాలులు, తుఫాన్లు, ఆవేశకావేశాలు వ్యక్తం అవుతాయి. మంటోలోని అశాంతిని, కచ్చని, విభజనకు వ్యతిరేకంగా అతడి పోరాటం అర్థలయలతో పాటు ఎచింగ్స్ పెయింటింగ్స్‌లని మేళవించి చూస్తే ఎన్నోరకాల మెటాఫర్‌లు, లయతో కూడిన సంగీతం, ధ్వనులు, కథలతో పూర్తిగా మమేకం అయిపోయి పాఠకులలో, దర్శకులలో చైతన్యాన్ని కలిగిస్తాయి. మనస్సులోని పొరలను కదిలించి ఉద్వేగాన్నిస్తాయి.

'మంటో జిందా హై' జీవిత చరిత్రతో పాటు ఉన్న ఈ చిత్రాలు, ఈ ఫొటోలు, ఎచింగ్స్ కేవలం అలంకరణ కాదు, రెండింటి మధ్య ఉన్న అవినాభావ సంబంధాన్ని వ్యక్తపరుస్తాయి. సాహిత్యాన్ని, కళలను ఒక సూత్రంలో గుచ్చి బతుకులోనే కాదు, సాహిత్యం, కళలలో కూడా జీవం పోస్తాయి. ఈ కళాకారులందరికి నా కృతజ్ఞతలు.

- నరేంద్ర మోహన్

ముందుమాట

మంటో బతికే ఉన్నాడు

(సాదత్ హసన్ మంటో జీవితచరిత్ర)

ఆ మధ్య నేను జీవిత చరిత్ర రాస్తూ ఉంటే ఒక స్నేహితుడు హఠాత్తుగా నా గదిలోకి గబగబా అడుగులు వేసుకుంటూ వచ్చాడు.

"ఏం చేస్తున్నావు?"

"మంటో బయోగ్రఫీ - జీవిత చరిత్ర రాస్తున్నాను."

"ఉర్దూలో అశ్లీలమైన రాతలు రాసేవాడు. తాగుబోతు. ఆయన జీవిత చరిత్రా? "నీకేమైనా మతిపోయిందా?"

"ఏమో! నాకెందుకో తెలియదు కాని అతడికి నాకు మధ్య ఏదో అవినాభావ సంబంధం ఉందని నాకు అనిపిస్తుంది."

"అవును సంబంధం ఎందుకు ఉండదు. నువ్వు అమృత్‌సర్‌కి చెందినవాడివి, ఆయన అంతే. నువ్వు లాహోరు వాడివి. ఆయన అంతే..." అంటూ వ్యంగ్యంగా కిలకిలా నవ్వాడు.

"నువ్వు అనవసరంగా ఏవేవో ఊహిస్తున్నావు. నేను ఒక రచయితను. ఆయన ఒక రచయితే. రచయితకి రచయితకి మధ్య ఉండే బంధం మాది."

"వాహ్! రచయితకి రచయితకి మధ్య ఉండే బంధమా? అంటే?"

నేను మాటను మార్చాను. "గాలిబ్ గురించి తెలుసా?"

"ఆ... కవేగా? తెలుసు."

"గాలిబ్‌కి మంటోకి మధ్య ఎన్నో సమానతలు ఉన్నాయి తెలుసా?"

"ఏం మాట్లాడుతున్నావు? మతి ఉండే మాట్లాడుతున్నావా?"

"గాలిబ్ ఒక షేర్ చెప్పనా?"

"వినిపించు."

"విను..."

యహ లాష్ బేకఫన్, అసద్-ఎ-ఖస్తా జాన్‌హై

హక్ మగఫిరత్ కరే, అజబ్ ఆజాద్ మర్ద్ థా"

"సరే.. షేర్... వీర్.. కాని ఈ మంటో మధ్యలో ఎక్కడ నుంచి ఊడిపడ్డాడు."

"షేర్ విన్నావుగా... గాలిబ్ వింతైన స్వేచ్ఛగల మొగాడు."

"అయితే..."

"మంటో కూడా అట్లాగే ఉండేవాడు."

"నీకేమైనా పిచ్చి పట్టిందా? గాలిబ్ ఎక్కడ మంటో ఎక్కడ?"

"ఒప్పుకుంటాను. ఇద్దరి మధ్య చాలా బేధం ఉంది. కాని ఇందులో ఏమాత్రం సందేహం లేదు. గాలిబ్ ఎంత వింతగా ఉండేవాడో, ఎంత స్వేచ్ఛగా ఉండేవాడో అంతకంటే మంటో ఏమాత్రం తక్కువ కాదు. ఇద్దరు చనిపోయారు అయినా ఈ నాటికీ ఇద్దరూ ఇంకా బతికే ఉన్నారనిపిస్తుంది. ఇద్దరిలో ఏఏ విశేషాలు ఉన్నాయో చెప్పనా?"

"సరే.. ఇక చాలు ఆపు... మహానుభావా... ఈ ప్రపంచం ఎంతగా మారిపోయింది. నువ్వు ఇంకా గాలిబ్, మంటో అంటూ ఎక్కడ వేసిన గొంగళి అక్కడే అన్నట్లుగా ప్రవర్తిస్తున్నావు ఎంతైనా రచయితవి కదా? అంతేలే ఎంతైనా మీ జాతివాళ్లు బతికి ఉండాలని నీ కోరిక. ఇంకా ఎక్కడి రచయితలయ్యా! కాలం మారింది. రచయితలు చచ్చిపోయారని ఎందుకు ఒప్పుకోవు?"

"నేను ఎట్లా ఒప్పుకుంటాను. కాలం ఏదైనా సరే. పదాల లాగా రచయితలు ఎప్పటికీ అమరులే. అసలు మాటలకు ఎప్పుడైనా చావడం అంటూ ఉంటుందా? శబ్దాలకి మృత్యువు ఉండదు. ప్రేమ కరుణలతో నిండిన ఆ గళం, మానవత్వాన్ని ఎలిగెత్తి చాటే ఆ కంఠం..."

"ఈ పాత చింతకాయ పచ్చడి మాటలు మానేయి. ప్రేమ కరుణలు, మానవత్వం... వాటి చిరునామా ఇక లేదు. జ్ఞాపకాల పంకిలంలో నీవు.. ఈ బూడిదలో నుండి బయటకి రా!" అంటూ నా వైపు హేళనగా చూస్తూ వెళ్లిపోయాడు.

ఆ జ్ఞాపకాల సెగ నుండి నేను బయట పడ్డాను. కాని ఏ పదాలతో పాటు రచయిత అనుక్షణం ఉంటాడో, చస్తూ బతుకుతూ ఉంటాడో, కలలు కంటాడో, ఎందులో అయితే సత్యం ఉందో, సంస్కృతి ఉందో, ఆ పదానికి చావు ఉంటుందా? అవి చస్తూ ఉంటే మనం ఊరుకోగలుగుతామా? వ్యాసుడు, వాల్మీకి, గురునానక్, కబీర్, తుకారామ్, గాలిబ్, రవీంద్రనాథ్ టాగూర్, ప్రేమ్‌చంద్, ఫైజ్ అహమ్మద్ ఫైజ్, మంటో లాంటి రచయితలను ప్రజలు గుర్తు చేసుకోరా? వాళ్ల జ్ఞాపకాల నదిలో వీళ్లు నీళ్లంత స్వచ్ఛంగా తాజాగా లేరా?

మంటో ఒకసారి స్వయంగా చెప్పారు –"సాదత్ హసన్ చచ్చిపోవచ్చు. అయినా మంటో మాత్రం బతికే ఉంటాడు. ఏం ఇట్లాకాకూడదా?" నిజానికి ఆయన అన్న ఈ మాటలలో ఎంత సత్యం ఉంది. సాదత్ హసన్ జనవరి 18, 1955న చనిపోయారు. కాని మంటో ఈ 21 శతాబ్దంలో కూడా బతికే ఉన్నారు. ఈనాడే కాదు, రాబోయే కాలంలో కూడా బతికే ఉంటారు. నిజానికి ప్రతి వర్గం వాళ్లలోనూ అన్ని భాషల పాఠకుల ఆత్మలలో ఆయన సజీవంగా ఉన్నారు. వాళ్లల్లో ఒక భాగం అయిపోయారు ఆయన. అసలు మీరే చెప్పండి ఇటువంటి రచయితలను 'హిందూస్తానీ' అంటూ బోనులో నిల్చోపెట్టడం సబబేనా? అసలు ఆయన ఇటువంటి కాటగిరీలను ఏనాడూ ఒప్పుకోలేదు. జీవితం-రచనల మధ్య క్షణక్షణం చస్తూ బతికారు. ఫినిక్స్ పక్షిలాగా తను బూడిదైపోతూ మళ్లీ అందులోనే పుట్టారు, ఉవ్వెత్తున ఊయలలో ఊగారు, పైపైకి ఎగిరిపోయారు. భారతీయ ఉపమహాద్వీపవాసుల మనస్సులలో స్థానం సంపాదించుకున్నారు. నిజానికి ఈనాడు మనం ఘోరమైన పరిస్థితులలో జీవిస్తున్నాం. ఎటుచూసినా రక్తపాతం, అన్యాయాలు, అత్యాచారాలు, అంతటా శోషణ, వీటి నుండి బయటపడే ధైర్యం మనకి ఆయన రచనలు, కథలు, డ్రామాలు, వ్యాసాలు (నిజానికి వీటన్నింటిలో ఆయన వ్యక్తిత్వం నిబిడీకృతం అయి ఉంది) మొదలైన వాటి వల్ల కలుగుతుంది. బాధలు, కష్టాలు, కన్నీళ్లను అధిగమించి ముందడుగు వేసే ఆత్మబలం వారి రచనల నుండి కలుగుతుంది.

మంటోలో పరస్పర విరుద్ధమైన భావాలు ఉన్నాయి. వీటితో పాటు జ్ఞానం, సంవేదనలు కూడా ఉన్నాయి. నిజానికి ఆయన తనకున్న జ్ఞానాన్ని అందరి ముందు ప్రదర్శించరు. సంవేదనని భావుకత అనే పాకంలో ముంచారు. ఆయనలో సత్యాన్ని బల్లగుద్ది చెప్పే ధైర్యం ఉంది. దీనినే ఆయన తన రచనలలో వ్యక్తం చేశారు. కథలకి మానవత్వమే పునాది అయింది. అందుకే బహుశ ఆయన ఏ సిద్ధాంతాల వెనుక పరుగెత్త లేదు. వాటి పక్షాన వాదించలేదు. అసలు ఏ ఉద్యమాన్ని నడపలేదు. కాని ఆయనే ఒక ఉద్యమం. ఒక పోరాటం. అందువల్లనే ఆయన మీదే ఎన్నో విమర్శలు, చర్చలు. ఆయన నడిచిన బాట ముళ్లబాట. అసలు ఈ బాటలో ఇంతకుముందు

ఎవరు నడవలేదు. ఆయన స్వయంగా ఒక బాటను వేసుకున్నారు. ఈ కథాబాట మంటో బాట అయింది. అసలు ఈ బాటలో నడవడం చాలా కష్టం. కాని స్ఫటికంలాంటి నిజాలని అసలు ఎటువంటి కల్తీ లేకుండా రచనల ద్వారా వ్యక్తం చేయడం వల్ల ఎన్నో కష్టాలను-నష్టాలను ఎదుర్కోవాల్సి వచ్చింది. ఎన్నో అపవాదులకు గురికావాల్సి వచ్చింది. కబీర్‌లా నిర్భయంగా చెప్పేదేదో చెప్పేవారు. దేనికీ జంకేవారు కాదు. దీనివల్ల ఆయనకు అడుగు అడుగునా అగ్నిగుండాలే ఎదురయ్యాయి. అయినా ఆయన ఎప్పుడు వెనుకంజ వేయలేదు. పైగా ఎంతో విలువైన కథలురాశారు. ఆయన చూసింది రాశారు. అనుభవజ్ఞానం అక్షరరూపం దాల్చింది. కథలు అనుభవాలు తుఫానుల నుండి పుట్టినవే. అనుభవాలు కేవలం ఆయనవే కాదు. వీటిల్లో సమాజం కూడా ఉంది. కబీర్‌లా అందరి మనస్సుల పొరలలో ఆయన జీవించే ఉన్నారు. జీవించే ఉంటారు. ఇది నిస్సందేహం.

మంటోకి పాఠకులకి మధ్య అవినాభావ సంబంధం ఉంది. ఆనాటి పాఠకులే కాదు ఈనాటి పాఠకులు కూడా మంటో కథలతో మమేకం అయిపోతారు. అసలు ఏ విమర్శకుడి సహాయం లేకుండానే కొత్త పరిస్థితులలో, కొత్త దృష్టికోణంతో మంటో గురించి, ఆయన రచనల గురించి విమర్శ చేస్తారు. మంటో కథలలోని అనుభవాలు వారివే అయినా పాఠకుల మనస్సుల్లో అవి చొచ్చుకుపోతాయి. పాఠకుల్లో ఎన్నో స్థాయిలు ఉండటం సహజం. వీరందరు ఆయనతో మమేకం అయినవారే. కావాలని చరిత్ర వేటినైతే చిన్నచూపు చూసిందో, తన పుటలలో వాటికి స్థానం ఇవ్వలేదో అటువంటి వాటినన్నింటిని మంటో తన కలంతో స్పర్శించారు. ఎక్కడైతే లోపల బయట గాఢాంధకారం ఉందో మంటో పాఠకులను అక్కడిదాకా తీసుకువెళ్లారు. ఆయన కథలలో చోటు చేసుకున్న ఆనాటి సంఘటనలు, స్మృతులు, ఆయా వ్యక్తుల జీవితాలు చరిత్రని కొత్త కోణంలో చూడగల శక్తిని ఇచ్చాయి.

జీవితచరిత్ర ఒక సృజనాత్మకమైన కృతి. కళామాధ్యమం. దాంట్లో కథనానికి ఎంతో విలువ ఉంటుంది. అది నిస్సారమైనది ఎంతమాత్రం కాదు. జీవితచరిత్రలో అనుభవాలకి ప్రత్యేకమైన స్థానం ఉంది. నిజాలకి, సంఘటనలకి స్పందన కలుగుతుంది. నేను మంటోలోని, మంటో కథలలోని అడుగు పొరలలోకి వెళ్లే ప్రయత్నం చేశాను.

మంటో జీవిత చరిత్ర రాసేటప్పుడు ఆయన జీవితం రచనలని సమగ్రంగా పరిశీలించాలి అని అనుకున్నాను. కాని అప్పుడప్పుడు ఎప్పుడైనా ఆయనికి నాకు మధ్య దూరం పెరిగితే ఆయన వెంటనే నా కళ్ల ఎదురుగా కనిపించేవారు. అసలు ఆయన దృష్టి నుంచి తప్పించుకోవడం నా వల్ల అయ్యేది కాదు. నేను ఏ మాత్రం అయినా అటు ఇటు రాస్తుంటే ఆయన కళ్లు ఎర్ర చేసేవారు. దీనివల్ల నాకు లాభం

కలిగిందో, నష్టం కలిగిందో నేను చెప్పలేను. కోలాజ్ పెయింటింగ్ రంగులు పరస్పరం ఒకదాని కంటే మరొకటి బాగా కనిపించాలని అనుకుంటాయి. ఇట్లాగే ఆయనలో పరస్పర విరుద్ధమైన భావాలు ఉన్నాయి. ఆ రంగుల అట్టడుగు పొరలలో ప్రవేశించాను. నాకు వింతైన అనుభవం కలిగింది.

దాదాపు 40, 50 సం॥ల నుండి మంటోతో నాకు సంబంధం ఉంది. ఇన్ని సంవత్సరాల నుండి నేను మంటోను ముక్కలు ముక్కలుగా మాత్రమే తెలుసుకున్నాను. విడివిడి భాగాలు. కాని చరిత్ర రాసేటప్పుడు అన్ని విడివిడిభాగాలు ఒక దగ్గరిగా వచ్చాయి అని అనిపించింది. ఇది ఒక కళాత్మకమైన అనుభవం. ఆయనతో నా సంబంధం ఎంతో గాఢంగా మారింది. చేయిచాచి ఆయన స్పర్శని అందుకున్నాను.

మంటో జీవితంలో ఎత్తు-పల్లాలు, రాళ్లు-రప్పలు, కష్టాలు-కన్నీళ్లు, ముళ్లు-అపనిందలు కోకొల్లలు. కాని అంతర్లీనంగా ఏదో ఒక లయ ఉంది అని నాకనిపించింది. అసలు ఆయనని అర్థం చేసుకోవడమే కాదు నన్ను నేను అర్థం చేసుకున్నాను. ఎవరో నాకు ఆయన గురంచి రాయి... రాయి అని చెప్పినట్లుగా అనిపించింది. నేను రాశాను. నిజానికి నేను నిమిత్తమాత్రుడిని మాత్రమే. ఈ జీవిత చరిత్ర రాస్తున్నప్పుడు హిందీ-ఉర్దూ పాఠకులందరు నాతో పాటే ఉన్నారనిపించింది.

శరద్‌దత్, నాసిరా శర్మ, డా.గురుచరణ్‌సింహ్ నాకు విలువైన సలహాలు ఇచ్చారు. ఇంట్లో మంటో అంటే ఎంతో ఇష్టపడే నా కూతురు సుమన్ ప్రతి అక్షరం చదివింది. చదవడమే కాదు ఇందులో పూర్తిగా లీనం అయిపోయింది. ఆమె నాకెంతో ప్రోత్సాహాన్ని ఇచ్చింది. రాతప్రతిని తయారు చేయడంలో డా. వీరూ వర్మ ఎంతో సహాయపడ్డారు. వీళ్లందరికి కృతజ్ఞతలు అని చెబుదామన్నా ఈ మాట చాలదేమో అని అనిపిస్తుంది.

ఉర్దూ పుస్తకాలను హిందీలో అనువాదం చేయడానికి నాకు సహాయపడ్డ డా. సజ్జద్ మెహందీ హుసైన్, హఫీజ్ అనీస్ ఉర్ రెహమాన్ గార్లకు కృతజ్ఞతలు వెల్లడి చేస్తున్నాను.

పాఠకుల అభిప్రాయాలల కోసం ఎదురుచూస్తూ ఉంటాను.

-నరేంద్ర మోహన్

239-డి.ఎమ్.ఐ.జీ, ఫ్లాట్స్
రాజౌరి గార్డెన్, నయీ దిల్లీ - 110027
ఫోన్.నం. 011-25446902
మొ.నం. 09818749321
nmohan1935@gmail.com

మంటో జీవిత చరిత్ర

సాహిత్యకారుల కలాలు ఎండిపోవు. రచనలు సమసిపోవు. ఆనాటి ప్రాచీన గ్రంథాల నుండి ఈనాటి ఆధునిక గ్రంథాల వరకు ఎండి బీటలు వారుతున్న సమాజానికి శిశిరంలో కూడా సాహిత్య వసంతం కొత్త చిగుళ్లనిస్తోంది. ఇది పదహారణాల సత్యం. విశ్వ భాషా సాహిత్యాలను పరిశీలిస్తే మనం ఒక నిజాన్ని తెలుసుకోగలుగుతాము. రచయితలు తమ కాలంలో జరుగుతున్న అరాచకీయాలు, అవైజ్ఞానిక ఆచారాలు, మూఢనమ్మకాలు, సమాజంలో బీద బిక్కి పడుతున్న ఈతి బాధలు, ధనవంతులు చేసే దోపిడీ, పెట్టుబడిదారీ వ్యవస్థ వలన, కుల వ్యవస్థ వలన కలిగిన నష్టాలు, స్త్రీల పట్ల జరుగుతున్న అన్యాయాలు, అత్యాచారాలు, పురుషుల అరాచక రాజనీతికి వ్యతిరేకంగా కలాలలో ఎర్ర సిరా నింపి కళ్లెర్ర చేసారు. వేళ్లను కదిలించి కళ్లు తెరిపించే ప్రయత్నం చేసారు.

సాదత్ హసన్ మంటో అంటే ఒక ఉద్యమం, ఒక పోరాటం. ఆయనలో సత్యాన్ని బల్ల గుద్ది చెప్పే ధైర్యం ఉంది. అడుగడుగునా అగ్నిగుండాలే. కబీర్‌లా అనుభవజ్ఞానం అక్షర రూపం దాల్చింది.

మంటో సఫియాల దాంపత్య జీవితం ఈనాడు యువతరానికి ఆదర్శం. ఎన్ని కష్టాలు వచ్చినా, నోట్లోకి ఒక ముద్ద రాకపోయినా, భర్తపై కేసులు నడుస్తున్నా లెక్క చేయకుండా మంటోకి వెన్నెముక అయి ముగ్గురు ఆడపిల్లలతో జీవితాంతం ఆయనతోనే ఆవిడ ఉన్నారు.

మంటో రచయితగానే కాదు అనువాదకుడిగా కూడా ప్రసిద్ధి పొందారు. రష్యా రచనలను ఎన్నో ఆయన అనువాదం చేసారు.

మన తెలుగు వారికి గర్వకారణం అయిన గుడిపాటి వెంకటాచలం గారు దాదాపు 70సం॥లు తన రచనల ద్వారా హెచ్చరికలు చేస్తూ సమాజంలో పేరుకుపోయిన బురదపై తన సిరాని చల్లారు. ఆనాడే అగ్నిజ్వాలలు రేగాయి. ఆనాడు చలం సృష్టించిన రాజేశ్వరి అక్షరాల ఈనాటి ప్రసిద్ధ పంజాబీ రచయిత్రి శ్రీమతి అమృతా ప్రీతమ్‌లో కనిపిస్తుంది. చలం-మంటోల వ్యక్తిత్వ కృతిత్వాల మధ్య ఎన్నో పోలికలు ఉన్నాయి. ఇద్దరు వర్జిత విషయాలపైన రాసారు. జరుగుతున్న అన్యాయాలు, అత్యాచారాలు, స్త్రీలపై పురుషాధిక్య సమాజ పెత్తనం, పురుషుల అరాచక రాజనీతిపై ధ్వజం ఎత్తారు. ప్రాణంలేని స్త్రీ-పురుషుల సంబంధాలలో ప్రాణం పోసే ప్రయత్నం చేశారు. మన శ్రీశ్రీ గారు ఇది కుళ్లిన సంఘం, వయసు మళ్లిన సంఘం... వేళ్లతో... అంటూ కొత్త క్రాంతి స్వరాన్ని వినిపించారు. ఇట్లాగే అన్ని భాషలలో సాహిత్యకారులు తమ పాళీకి పదును పెట్టారు. వీరందరు ఒకరికొకరు తెలియకుండానే ఒకరితో ఒకరు నడిచారు. నడుం బిగించారు.

డా. నరేంద్ర మోహన్‌గారు లాహోరులో 1935లో పుట్టారు. బాలుడిగా ఉన్నప్పుడు విభజన వల్ల జరిగిన అరాచకత్వాన్ని కళ్లారా చూశారు. తరువాత హిందుస్తాన్‌కి వచ్చారు. కవిగా నాటకకారుడిగా, జీవిత చరిత్రకారుడిగా, ఆయన పేరు పొందారు. 'మంటో పైన ఎంతోకాలం రీసెర్చ్ చేశారు. మంటో కథల నాటకాల సంకలాను ప్రచురించారు. ఆయన జీవితచరిత్ర రాసి నేడు మంటో ప్రసాంగికత ఎంతగా ఉందో ఘంటాపథంగా చెప్పారు. మా శ్రీవారికి నరేంద్ర మోహన్ గార్ల మధ్య స్నేహం ఉంది. మేం ఔరంగాబాద్‌లో ఉన్నప్పుడు వారు తరుచూ మా ఇంటికి వస్తూ ఉండేవారు. మా ఇంట్లో ఉన్న లైబ్రరీ చూసి ఆశ్చర్యపడ్డారు. బ్యాంక్‌లో పనిచేసే వ్యక్తికి సాహిత్యం పట్ల ఉన్న అభిరుచిని ఆయన ఎంతో ప్రశంసించారు. నేను మావారు చలంగారి గురించి చెబుతుండేవాళ్లం. మోహన్‌గారు తన డైరీలో చలం గురించి రాశారు.

'మంటో' పట్ల మా శ్రీవారికి ఎంతో అభిమానం ఉండేది. వారికి కొంత ఉర్దూ రావడం వలన దాదాపు 40 సం॥ల క్రితమే మంటో పుస్తకాలని చదువుతూ ఉండేవారు. బద్‌నామ్ కహానియాం' అన్న సంకలాన్ని నాకిచ్చి చదపమన్నారు. తరువాత కూడా అప్పుడప్పుడు మంటో గురించి చదువుతూ ఉండేదాన్ని. నా మనస్సు పొరలలో ఎక్కడో మంటో పట్ల అభిమానం నాటుకుపోయింది.

'మంటో జిందాహై'ని తెలుగులోకి అనువదించగలగడం నాకెంతో గర్వకారణంగా ఉంది. అనువాదం చేయడం అంటే ఒక యజ్ఞం చేసినట్లు. ఉర్దూలో పదాల సంపద చాలా ఉంది. ప్రతి ఉద్వేగాన్ని వ్యక్తం చేయగల మాటలు ఉన్నాయి. అసలు ఆ భాషలో ఉండే లయ వేరు. వీలున్నంత వరకు మూలంలోని భావాలను తెలుగులో ప్రతిబింబింప చేయడానికి నా సాయశక్తులా ప్రయత్నం చేశాను. మంటో గారికి మొత్తం సమాజం ఋణపడి ఉంది. ముఖ్యంగా ఆడవాళ్లు మరీ ఋణపడి ఉన్నారు. నేను కొంచెం ఈ అనువాదం ద్వారా ఋణాన్ని తీర్చుకున్నానని భావిస్తున్నాను. మంటో కథల తెలుగు అనువాదాలు వచ్చాయి. ఈ అనువాదం చదివితే తెలుగు పాఠకులకు మంటో గురించిన విలువైన విషయాలు తెలుస్తాయి.

బెంగాలీలో శ్రీ రవిశంకర్ బల్ రాసిన నవల హిందీ అనువాదం 'దోజఖ్‌నామా' (అమృత్ బేరా)ను ఈ మధ్య చదివాను. గాలిబ్ మంటోల గురించిన ఎన్నో విషయాలు ఇందులో ఉన్నాయి. ఈ నాటికీ మంటో గారిపై విశేష సంచికలు వస్తూనే ఉన్నాయి.

డా. రాజేంద్ర టోకీ గారు తన రచన 'మంటో నయే పహలూ'లో (2017) మంటో తన పుస్తకాలకు రాసిన కొన్ని 'భూమిక'లను 'ఉత్తరా'లను ప్రచురించారు. మంటో గురించి ఇంకా రావలిసిన వివరాల గురించి కూడా చర్చించారు.

సుశ్రీ గరిమా శ్రీవాస్తవ్ 'దేహ్ హీ దేష్ హై'లో (క్రో యేషియా ప్రవాస్ డైరీ) యుద్ధం తరువాత వచ్చే ఘోరాతి ఘోరమైన పరిణామాల గురించి రాశారు. సైనికులు ఎంత నీచాతినీచంగా ఆడపిల్లలని, చిన్నపిల్లలని హింసించారో బలాత్కార బాధితురాళు ఇప్పటికీ జీవశ్చవాల్లా బతుకుతున్న వారిని ఇంటర్వ్యూలు తీసుకుని ఆథెంటిక్‌గా రాశారు. స్త్రీల దేహాలపైనే యుద్ధాలు జరుగుతాయని ఆమె అభిప్రాయం. మంటో విభజన సమయంలో ఇదంతా చూశారు. చనిపోక ముందు కిందటి రోజు హమీద్ జలాల్ ఇంకా మరికొందరు గుజరాత్ రోడ్డు పక్కన పడి ఉన్న నగ్నమైన స్త్రీ గురించి మాట్లాడుకున్నారు. వార్తా పత్రికలలో ఈ వార్త ప్రచురితమైది. ఒక అమ్మాయిని, ఆమె చిన్నపిల్లని బస్ అడ్డా నుంచి ఎవరో ఎత్తుకుపోయారు. దాదాపు అరడజను మంది మగాళ్లు ఆమెను చెరిచారు. ఎముకలు కొరికే చలి. తల్లి పిల్ల చనిపోయారు. మంటోలో అగ్నిపర్వతం బద్దలైంది. ముందే వేయబడిన బాటలపై ఆయన నడవలేదు. చట్రాలను పగులగొట్టి, మూసలను విరుగగొట్టి, గోడలను కూలగొట్టి, నిజం చెప్పాలంటే ఆయన నిప్పుల బాటలో నడిచారు. ఆ పాత్రలు నాడు అందరి మనస్సులను కదిలించాయి. నేడు ఈ అరాచక సమాజం గురించి ఆలోచించమని మనలని ప్రేరేపిస్తున్నాయి. రేపు సూర్య చంద్రులై ప్రకాశిస్తూనే ఉంటాయి.

అనువాదం గురించి చర్చించిన శ్రీ కొత్తపల్లి రవిబాబు గారు, శ్రీహరి (ప్రజాసాహితి), శ్రీమతి లక్ష్మి (స్త్రీ సంఘటన)లకు కృతజ్ఞతలు.

కవి శ్రీ పరేష్ 'దోషి' గారు అనువాదం చదివి శీర్షికల విషయంలో కొన్ని మార్పులు చేర్పులు చేయమని, పునరావృతమైన కొన్ని విషయాలను గమనింపవలసినదిగా తమ అమూల్యమైన అభిప్రాయాన్ని వెలిబుచ్చారు. ధన్యవాదాలు.

వయోవృద్ధులు మహాకవి కీ॥శే॥ గోపాల్ దాస్ సక్సెనా, 'నీరజ్'గారు 'వసంతా జీ! ఆప్‌కీ కలమ్ కభీ నహీం సూఖనీ చాహియే' అంటూ ఫోనులో అలీఘర్ నుండి మాట్లాడుతూ నాకు ఒక తండ్రిలా ఆశీర్వాదాలు ఇచ్చేవారు. పై నుండి వారు నన్ను దీవిస్తూనే ఉంటారు.

శ్రీ మామిడి హరికృష్ణగారు మంటో అభిమానులు. వారు ఈ మధ్య 'దర్పణ్' అనే సంస్థతో కలిసి 'ఠండాగోష్త్', 'ఖోల్‌దో', 'సడక్ కేకినారే'... 'హతక్', 'ఊపర్ నీచే ఔర్ దరిమియన్' మొదలైన నాటకాలు వేయించారని ఇటీవల నాకు తెలియపరిచారు. ఈనాటికీ మంటో రచనల విలువ ఎంత ఉందో వారు సమాజానికి తెలియజేయడానికి కష్టనష్టాలకు ఓర్చి నడుం బిగించారు. చాలా సంతోషం.

'మంటో జిందా హై' పుస్తకావిష్కరణని మంటో ముగ్గురి కుమార్తెలు పాకిస్తాన్ నుండి ఢిల్లీకి వచ్చి చేశారు. నరేంద్ర మోహన్‌గారు ఇట్లా చేసి పుస్తకావిష్కరణ సభకు కొత్త సుగంధాన్ని ఇచ్చారు. పుస్తక జన్మ ధన్యం అయింది.

వయోవృద్ధులు శ్రీ నరేంద్ర మోహన్ గారు ఇప్పటికీ ఫోనులో నా క్షేమసమాచారాలను అడుగుతూ ఉంటారు. ఇంకా ఇంకా రచనలు చేయమని ప్రోత్సహిస్తూ ఉంటారు. అనువాదానికి అనుమతి ఇచ్చిన వారికి ధన్యవాదాలు తెలుపుతున్నాను.

అనువాదాన్ని ప్రచురిస్తున్న శ్రీ కృష్ణమోహన్, శ్రీమతి లక్ష్మీగార్లకు కృతజ్ఞతలు.

మా నాన్నగారు కీ॥శే॥ చింతలపాటి అప్పారావుగారు 'వేర్ దేరీ జె విల్ దేర్‌జ్ వే' అని బోధించేవారు. ఇప్పటికీ ఈ సామెతను దృష్టిలో పెట్టుకుని జీవితంలో ఎన్ని ఎత్తు పల్లాలు, ఆటు పోట్లు వచ్చినా ముందుకు నడుస్తూనే ఉన్నాను. అమ్మ కీ॥ శే॥ అనసూయమ్మగారు ఇది ఆఘమేఘాల మీద తిరుగుతూ ఉంటుంది, కాలు నేల మీద నిలవదు' అని నా చిన్నప్పుడు అంటూ ఉండేది. నేల, గూడు, పక్షుల పయనం' గురించి ఎంతో తెలుసుకున్నాను.

మా మామగారు డా.టి.నారాయణశాస్త్రిగారు, అత్తగారు శ్రీమతి శ్రీలక్ష్మి గారు పై నుండి నన్ను దీవిస్తూనే ఉంటారు.

వయోవృద్ధులు మామయ్యగారు డా.ఏటుకూరు ప్రసాద్‌గారు, అక్కయ్య కుసుమల ప్రభావం నాపై చాలా ఉంది. ఇప్పటికీ వాళ్లు ఎన్నో విషయాల గురించి చర్చిస్తూ ఉంటారు.

మా శ్రీవారు కీ॥ శే॥ కామేశ్వర సోమయాజిగారి ఆశీర్వాదం నాకు ఎప్పుడూ ఉంటాయని నా నమ్మకం. ఈ సమయంలో నా స్నేహితులని, అత్తింటివారిని, పుట్టింటి వారిని గుర్తు చేసుకుంటున్నాను.

భవదీయురాలు

టి. సి. వసంత

మంటో
జీవిత చరిత్ర

1

'నేనూ కాశ్మీరు వాడినే! హాతూనే!'

'హా తూ!'

సాదత్ హాసన్ అటు-ఇటు చూసాడు. ముందుకు నడిచాడు. మళ్లీ అదే పిలుపు.

'హా తూ!'

సాదత్‌హాసన్ కళ్లు మెరిసాయి. ఎవరు, ఎవరు తనని 'హా తూ' అని పిలుస్తున్నారు. అటు... ఇటు తిరిగి చూసాడు. దృష్టిని నలువైపులా ప్రసరింప చేసాడు. ఎదురుకుండా గురుముఖ్‌సింహ్... ఆశ్చర్యపోయాడు.

'గురుముఖ్‌సింహ్... నువ్వా!' ఒక ఉదుటున ఆయన దగ్గరికి వెళ్లాడు. సాదత్ హాసన్‌ని ఇంత దగ్గరిగా చూసి గురుముఖ్‌సింహ్ భావుకుడయై పోయాడు.

"క్షమించు మిత్రమా! ఇంట్లో అందరు నిన్ను హాతూ! లేకపోతే 'హాతో' అని పిలుస్తున్నారు. నన్ను హాతూకి స్నేహితుడా అంటూ ఆట పట్టిస్తూ ఉంటారు.'

'అయితే ఏమైంది? నేను హాతూనే' అంటూ గురుముఖ్ సింహ్ వీపుని గట్టిగా చరిచాడు. 'జమీందారీ హోదాలో ఉన్నాం అన్న మనస్తత్వం కల కార్మికులు కాని వారందరి దృష్టిలో ప్రతీ కాశ్మీరు వాడు 'హాతూ'యే. గురుముఖ్

సింహ ముఖంలో రంగు మారడం చూసి సాదత్ నవ్వుతూ అన్నాడు. 'స్నేహితుడా! అట్టహాసం చేయవయ్యా... చెయ్యి... నేను కాశ్మీరువాడినే హాతూనే అయితే?"

ఈ సంఘటన మంటో బాల్యంలో జరిగింది. అతడు పుట్టింది జిల్లా లుథియానాలోని సమరాలాలో. తన కుటుంబంతో సమరాలని వదిలేసి అమృత్‌సర్‌కి వచ్చాడు. ప్రశ్నలకి జవాబులు చెప్పడంలో ఆయన దిట్ట. మాటకారి. ఎవరైనా ఎప్పుడైనా సరే తనని హాతూ! అంటూ నీచంగా చూసినా, హేళన చేసినా అతడు ఏమాత్రం బాధ పడేవాడు కాదు. పైగా అన్నవాళ్లనే ఆటపట్టించేవాడు. తనను తను ఎప్పుడు హీనంగా చూసుకునే వాడుకాదు. అతడిలో ఎప్పుడు న్యూనతాభావం ఉండేది కాదు. తనని హాతూ అని పిలిచే వాళ్లందరికి చెంపపెట్టుపెట్టేలా అవును నేను హాతూనే ఇది నాకెంతో గర్వకారణం అని కుండబద్దలు కొట్టినట్లుగా చెప్పేవాడు.

'మంటో' అనే సంబోధన స్నేహితులందరికి ఎంతో వింతగా విడ్డూరంగా ఉండేది. చిన్నప్పటి స్నేహితుడు హసన్ అబ్బాస్ మంటో అన్న సంబోధన వినగానే ఆశ్చర్యంగా అతడి వంక చూసేవాడు. 'నీకు తెలియదులే అందుకే నీవు ఇట్లా నావంక చూస్తున్నావు. ఒకసారి నేను శేరున్నర మనవటీ అన్నాన్ని లాగించి పందెంలో గెలిచాను. అప్పటి నుండి నా పేరు మంటోగా ప్రచలితం అయింది' అని మంటో నవ్వాడు.

'మంటో' అంటే 'ఒకటిన్నర శేరు" వాహ్ అంటూ పకపక నవ్వాడు. హసన్ అబ్బాస్. 'నవ్వు... ఇంకా నవ్వు... ఎంత నవ్వాలో అంతగా నవ్వు... కాని ఒకటి గుర్తు పెట్టుకో... ఈ పేరు ఒక మాగ్నెట్. మంటో అని ఎవరన్నా పిలిచినా విన్నా నేను సరాసరి కాశ్మీర్‌వాడిగా ఫీల్ అవుతాను.

మంటో ఒక చోట ఇట్లా రాశాడు. "కాశీరు లోయలలో ఎన్నో జాతులు ఉన్నాయి. వాటిని 'ఆల్' (సంతానం, కుటుంబం) అని అంటారు. నెహ్రూ, సప్రూ, కిచ్‌లూ ఇంట్లాంటి జాతులవారే. కాశ్మీర్ భాషలో మంటో అంటే కొలిచే 'తూనిక రాయి' అని అర్థం. మా పూర్వజులు ధనవంతులు, వెండి బంగారాలని తాసులో తూనికరాళ్లతో తూచేవారు. మంటో పూర్వజులు, ధనవంతులని వెండి బంగారాలను తూనికరాళ్లతో తూచేవారో లేదో చెప్పడం కష్టం. దీనికి ప్రమాణం ఎక్కడా లభించలేదు. మంటో సరదాగా ఈ మాట అని ఉండవచ్చని అనిపిస్తుంది.

ఎందుకంటే పండిత్ నెహ్రూకి రాసిన ఉత్తరంలో మంటో పదానికి అర్థం ఏమిటి అని సాదత్ అడిగాడు.

'కాశ్మీర్ భాష తెలిసిన నా స్నేహితులు మంటో శబ్దానికి 'మంట్' అంటే 'శేరున్నర' అని చెప్పారు. మీకు కాశ్మీరు భాష తెలుసు అని నా నమ్మకం. మీరు శ్రమ అనుకోకపోతే, ఉత్తరం రాస్తే మంటో అన్న పదం ఎక్కడి నుండి పుట్టిందో దయచేసి రాయండి.' మంటో పదం పూర్వాపరాలు ఆయనకి తెలిసి ఉండవు అని స్పష్టం అవుతోంది. సరే ఏమైతే నేం కాశ్వీరుకి చెందిన మంటో అన్న పదం ఆయనకి ఎంతో ఇష్టం అయినది. ఈ మాట పట్ల ఆయన ఎంతో ఆకర్షితుడయ్యాడు. దీనివల్ల ఆయనకు మంచి పేరు వచ్చింది. అందువల్లనే ఆయన ఒకసారి ఇట్లా అన్నాడు.

'బహుశ సాదత్ హసన్ చనిపోవచ్చు కాని మంటో మాత్రం బతికే ఉంటాడు.'

మంటో అంతరంగంలో కాశ్మీరీ, హోతూ, పంజాబీ అన్న మాటలు కొంత అలజడిని సృష్టిస్తూనే ఉండేవి. ఒక ధ్వని వినిపిస్తుంది. "నీవు సమరాలో పుట్టావు, పెరిగావు. అందువల్ల నీవు పంజాబీ వాడివి మాత్రమే. అసలు హోతూ ఎట్లా అవుతావు? మరో కంఠం అతడిని సవాల్ చేస్తూ అతడి ఎదురుగుండా సాక్షాత్కరిస్తుంది. మీ తాత ముత్తాతలు కాశ్మీరు వాళ్లే అందుకే నీవు కచ్చితంగా కాశ్మీరువాడివే."

కాశ్మీరీ - పంజాబీ... పంజాబీ-కాశ్మీరీ ఈ మాటలు అతడిలో అలజడి - ఆందోళన కలిగిస్తూనే ఉంటాయి. అందుకే అతడు ఇట్లా ఆలోచిస్తూనే ఉండేవాడు. "అసలు తనెవరు? ఎక్కడ పుట్టాడు? తన వంశవృక్షం ఎక్కడిది? అసలు తన మజిలీ ఎక్కడుంది? ఎండ-నీడల రంగులతో నిండిన గాఢమైన చీకటిలోకి అతడి మనస్సు వెళ్లిపోయింది. అంతరంగంలోని పొరలలో అతడి ప్రయాణం... భూతకాలంలోకి ఒకటి రెండు శతాబ్దాల పూర్వకాలంలోకి... మొట్టమొదట ఏమీ కనిపించలేదు. అంతా చీకటిమయం. కాని కొన్ని క్షణాల తరువాత చీకటే వెలుగుగా ఒకదాని తరువాత ఒకటి బొమ్మలు మాట్లాడుతున్నట్లుగా అనిపించింది. ఎన్నో అస్పష్టమైన ముఖాలు కనిపిస్తున్నాయి. వాటితో మమేకమైన అతడి అంతరాత్మ ధ్వని వినిపించసాగింది. "నీవు కాశ్మీరు వాడివే కాదు, కాశ్మీరు పండిత్‌వి." కాశ్మీరీ పండింట్ వినగానే తడబడ్డాడు. మళ్లీ ప్రతిధ్వని...

ఈ ముఖాలని సరిగ్గా చూడు కాశ్మీరీ పండితులలో సారస్వత్ బ్రాహ్మణుల శాఖకి చెందినవాడివి నీవు. ఆ కాలంలో బ్రాహ్మణులు సరస్వతీ నదీ తీరంలో నివసించేవారు. అందువల్లనే సారస్వత్ అని పిలువబడ్డారు. నీకు తెలియదు కాని ఇప్పుడు తెలుసుకో మంటో, మనవటీలు కిస్తీ బాషీ పండితులకు చెందిన శాఖలు. ఈ కిస్తీ బాషీ పండితులు ప్రాచీన కాలంలో కాశ్మీరు ప్రభుత్వంలో ఉద్యోగాలు చేసేవారు. వీళ్లు చేతిపనులు చేసేవాళ్ల దగ్గర పన్నులు వసూలు చేసేవాళ్లు. కిస్తీ భాషీలలో ఇస్లాం మతాన్ని తీసుకున్న వాళ్లు మంటోలయ్యారు. హిందువులుగా ఉండిపోయిన వాళ్లు మనవటీలయ్యారు. సాదత్ హాసన్‌కి నమ్మశక్యం కాలేదు. ఆలోచనలో పడిపోయాడు. అసలు తను ఎక్కడున్నాడు? ఏ శతాబ్దంలో ఉన్నాడు? మళ్లీ ధ్వని వినిపించింది. “కళ్లు తెరిచి చూడు నీవు పూర్వజులైన ఆ పండితుల సంతానమే. మంటో, మనవటీ జాతుల వాళ్లు ఈనాటికి కాశ్మీరులో ఉన్నారు. శ్రీనగర్ లోయలలో ఎన్నో చోట్ల రెండు జాతుల వాళ్లు ఉన్నారు. హిందువులలో మంటో జాతి వాళ్లు ఉన్నారు. దృశ్యం, శ్రవ్యం, భూతకాలం, వర్తమానాలని కలుపుతున్న గారడీకి వశీభూతుడైనాడు సాదత్ హాసన్. మనస్సులోని అట్టడుగు పొరలలో నిండి బయటకి వస్తున్న ధ్వనిని విన్నాడు. “నీ జన్మస్థానం పంజాబ్ కాబట్టి నువ్వు నిస్సందేహంగా పంజాబీయే. కాని నీ పూర్వజుల వారసత్వం వల్ల నీవు కాశ్మీర్‌వాడివే. కాశ్మీరు పండిత్‌వే. అందుకే నీవు ఏ కాశ్మీరువాడైనా కలిస్తే గర్వంగా చెప్పుకుంటావు. “నేను కాశ్మీర్ వాడినే కాని అమృతసర్‌కి చెందినవాడిని” భావుకతలో తన్మయత్వంలో అతడు ఉన్నాడు. ఇంతలో చీకట్లో ఎన్నో ముఖాలు కనిపించసాగాయి. ఒక ముఖాన్ని చూడగానే సాదత్ హాసన్ ఒక్కసారిగా పెద్దగా కేకవేశాడు. ‘ఈయన ఎవడు?” నాకు, ఇతనికి ఎందుకు చాలా పోలికలు కనిపిస్తున్నాయి? ధ్వని వినిపిస్తోంది. పోలికలు ఎందుకు ఉండవు? ఖాజా రహమత్ ఉల్లా - 19 శతాబ్దం మొదట్లో కాశ్మీరులో మహారాజా రణ్‌జిత్ సింహ్ ఆధిపత్యం (1819) చేసేవాడు. కాని అతడికి ముందే ఆఫ్ఘన్ల పాలకుల అత్యాచారాలు, అన్యాయాలను సహించలేక కాశ్మీరు నుండి పంజాబ్ (లాహోరు)కి వచ్చేశారు. కాశ్మీరు శాలువాలను ఇంతకుముందు వాళ్లవాళ్లు తయారు చేసేవాళ్లు. ఈ వ్యాపారం వాళ్లకు వారసత్వంగా లభించింది. ఈ వ్యాపారాన్ని వాళ్లు బాగా వృద్ధిలోకి తెచ్చుకున్నారు.

ఇంతలో ఆ ధ్వని తగ్గిపోయింది. రహమతుల్లా ముఖాన్ని తోసేసి మరో ముఖం కనిపించింది. సాదత్ హాసన్‌కి. చీకటిలోంచి వెలుగు ప్రసరించింది. ఆ ముఖాన్ని చూడగానే ఒళ్లు పుకలరించింది. భావుకుడైపోయాడు. ఆ వ్యక్తిలో తన తండ్రి పోలికలు ఎందుకు కనిపిస్తున్నాయి. మళ్లీ ధ్వని వినిపించింది. - ఈయన రహమతుల్లా మనవడు. ఖ్వాజా జమాలుద్దీన్. ఆయనే తన తాత వ్యాపారాన్ని అమృతసర్ నుండి లాహోరు బొంబాయి దాకా వృద్ధి పరిచాడు. కాని అప్పటికే మహారాజా రంజిత్ సింహ్ (1801-1839) సింహాసనం నుండి దిగిపోయాడు. ఇక ఆంగ్లేయులు విజృంభించారు. హిందూస్తానీ చేతిపనుల వాళ్లను, అందులో పష్మినే వ్యాపారంకి కూడా ఒక్కసారిగా దెబ్బ తగిలింది. ఒక్క క్షణం ధ్వని తగ్గిపోయింది. మళ్లీ తరువాత క్షణం అదే కంఠం -"ఈ దెబ్బను సహించడం, వారసత్వ వ్యాపారాన్ని మానేయడం మంటో వంశస్తులపై పిడుగు పడ్డట్లయింది. బ్రతుకు తెరుగు కోసం ఏ వ్యాపారం చేయాలి? పెద్ద సమస్య ఎదురైంది. అన్నిదారులకంటే వకీలుగా బతకడమే నయం అని అనిపించింది.

ఒక్కసారిగా స్వరం మారింది. 'సాదత్, ఎదురుకుండా చూడు. వీళ్లని నీవు గుర్తు పట్టగలుగుతావా? సాదత్ గాబరాగా చూశాడు. చీకటిని చీల్చుకుంటూ - నాలుగు ముఖాలు ఒకదాని తరువాత ఒకటి వేగంగా కదులుతున్నాయి. ముగ్గురి ముఖాలలో చాలా పోలికలు ఉన్నాయి. ముగ్గురు లాయర్ల దుస్తులలో ఉన్నారు. నాలుగో ముఖం? స్వరం వినిపించింది - ఆశ్చర్యపడకు మీ తాతయ్య ఖాజ్వి జమాలుద్దీన్ కొడుకులు, అబ్దుల్‌గనీ, అసదుల్లాహ్, హబీబుల్లాహ్. ఈ ముగ్గురూ పష్మినే వ్యాపారం వదిలేసి లాయర్లయ్యారు. నాలుగోవాడు మౌలానా గులామ్ నబీ ఇస్లాం భక్తుడిగానే బతికాడు. అతడి ఉద్దేశ్యంలో ఇస్లాం మానవత్వానికి ప్రతీక. అసదుల్లా పెద్ద లాయర్ అయినా మంచి టీచర్ కూడా. అందరు ఆయనని ఉస్తాద్‌జీ అని పిలిచేవారు. ఆయన అమృత్‌సర్‌లో 'అంజుమన్ ఎ ఇస్లామీయా'ని స్థాపించారు. ఎమ్.ఓ. హైస్కూల్‌కి పునాది వేశారు. ఈ స్కూల్లోనే నువ్వు చదువుతున్నావు. ఆయన ఎంతో ప్రసిద్ధి చెందారు. అమృత్‌సర్‌లోని కటడా జమైల్ సింగ్‌కి కూచామియా అసదుల్లా వకీల్ అని, హాల్ బజారులోని ఒక రోడ్డుకి అసదుల్లా రోడ్ అని పేరు పెట్టారు.

'ఈయన ఎవరు?" పరిచయం ఉన్న ఆ ముఖాన్ని చూస్తూ తడబడుతూ అడిగాడు.

"ఈయనని నీవు గుర్తు పట్టలేదా? మీ నాన్న అబ్బాగులామ్ హసన్..." స్వరం పలికింది.

'ఓహ్! నాన్నగారా?' సాదత్ హసన్ ఆనందంతో ఒక గెంతు వేశాడు. 'మా నాన్నగారు, మా అబ్బాహుజూర్... అమృత్‌సర్‌లో తన గదిలో గోడమీద ఉన్న ఫొటో గుర్తుకు వచ్చింది. కాలర్ పైదాకా ఉన్న కోటు, తలపైన కాశ్మీర్ పద్ధతిలో కట్టబడ్డ తలపాగా, గడ్డం, పెద్ద పెద్ద కళ్ళు, ఆకళ్ళల్లో ఎంతో గర్వం కనిపిస్తుంది. తాము చేస్తున్న పనులన్నింటిని ఇష్టం లేకుండానే ఆయన గమనిస్తున్నాడా అని హసన్‌కి అనిపించింది.

రంగస్థలంలో ఉన్న తెరని దాటుకుంటూ స్టేజి వెనుకకి వచ్చినట్లుగా అతడికి అనిపించింది. ఇంట్లో అమ్మ-నాన్న, అన్నదమ్ములు, అక్క-చెల్లెళ్ళు. ఆయన మొట్టమొదట్లో మున్షీగా పనిచేసేవారు, తరువాత సబ్‌జడ్జీ అయ్యారు. ఒక చోట ఆయన ఇట్లా రాశారు.

"మా నాన్నగారికి కాశ్మీరులంటే ఎంతో ఇష్టం. నాకింకా బాగా గుర్తు. ఈ ప్రేమ వల్ల ఎవరైనా 'హాతూ' (కూలీ) కనిపిస్తే ప్రేమగా అతడిని డ్రాయింగ్ రూమ్‌లో కూర్చోపెట్టేవారు. తినుబండారాలు పెట్టేవారు. 'నేనూ కాషూర్ (కాశ్మీరు వాడినే)నే' అని గర్వంగా చెప్పుకునేవారు.

'నేనూ కాషూర్ నే' అన్న పదం ఆయనని జీవితం అంతా వెంటాడుతూనే ఉంది. కాశ్మీర్ కోసం తపన, కాశ్మీర్‌కు వెళ్ళలేకపోయానే అన్న బాధ (తన ఊరి నుండి వెనక్కి రావాల్సి వచ్చింది) ఆయన కథలలో, పండిత నెహ్రూకి రాసిన ఉత్తరాలలో ఎన్నోసార్లు ఈ బాధ ఏదో ఒక రూపంలో వ్యక్తం అవుతూనే ఉండేది. ఆయన మనస్సుని జీవితాంతం ఈ దుఃఖం తొలుస్తూనే ఉంది.

అబ్బాహజూర్‌లో 'నేను కాషూర్‌నే' అన్న మాట ప్రతిధ్వనిస్తూనే ఉండేది. సాదత్ హసన్‌కి ఈ మాట ఎంతో ప్రీతికరం అయింది. నేపథ్యం నుండి రంగస్థలం ముందు భాగానికి తను వచ్చాడు అని ఆయనకి అనిపించింది. ఇంటి నుండి వాడ వరకు. ఆ వాడలో ఎక్కువగా లాయర్లు ఉండటం వల్ల దానికి 'కూచా-యే- వకీలన్' అన్న పేరు వచ్చింది. తన కుంటుంబం వాళ్లంతా ఉండే

ఒక పెద్ద మొహల్లా (వాడ) ఆలోచనల నుండి బయటపడ్డాడు. ముఖాలన్నీ మాయం అయ్యాయి. నలువైపులుగా చీకటి వ్యాపించింది. ఆ చీకట్లోనే ఇంతకు ముందు బయోస్కోప్‌లో చూసిన అమృత్‌సర్‌లోని వాడవాడలు, కాశ్మీరులోని దృశ్యాలు కళ్ల ఎదుట కదలాడసాగాయి.

ఆయన మనస్సులో అమృత్‌సర్, కాశ్మీర్ ఎల్లవేళలా పెనవేసుకునే ఉంటాయి. ఆయన మాటిమాటికి రెండింటినీ విడదీయాలని ప్రయత్నించేవాడు. కాని ఒకసారి అమృత్‌సర్ మరోసారి కళ్ల ఎదుట కాశ్మీర్. ఒకసారి కళ్ల ఎదుట కాశ్మీర్ కదిలితే మరోసారి అమృత్‌సర్ మొట్టమొదటిది ఆయన జన్మస్థానం. రెండోది ఆయన పూర్వజులది. ఎప్పుడు మనస్సులో తరంగాలు లేస్తూనే ఉండేవి. ఒక్కొక్కసారి మానస సముద్రం అల్లకల్లోలం అయ్యేది. అసలు తమ పూర్వజులు తమ ఇళ్లు, వాకిళ్లు వదులుకుని లాహెూరు, అమృత్‌సర్ వైపు ఎందుకు వచ్చారు? పరిస్థితులు ఘోరంగా ఉండి ఉండవచ్చు కాని వాటిని ఎదిరించి అక్కడే నిలబడితే ఎంత బాగుండేది. తను ఏదో పోగొట్టుకున్న వాడిలా ఉండేవాడు సాదత్‌హసన్. కాశ్మీరులో మహజుర్ ప్రసిద్ధి చెందిన కవి. ఆయన విపత్కరమైన పరిస్థితులన్నింటిని ఎదరించి, అత్యాచారాలు, అన్యాయాలను మట్టుపెట్టే ప్రయత్నం చేసి అక్కడే ఉన్నాడు. తన తాత–ముత్తాతలు పారిపోయి వచ్చారు అన్న ఆలోచన రాగానే అతడికి ఎంతో సిగ్గుగా అనిపించేది. పంజాబ్ వైపుకి ఎందుకు వచ్చారు? ఈ ప్రశ్నకి జవాబు దొరకలేదు. అయినా నేను కాశ్మీరువాడిని హతూని అని గర్వంగా చెప్పుకుంటాడు. ఆయనకు కాశ్మీరు అంటే ఎంత ప్రీతి అంటే ఏదో ఒక సందర్భంలో గుర్తుచేసుకునేవాడు. 'మంటో మేరా దోస్త్' (నా స్నేహితుడు మంటో) పుస్తకంలో ముహమ్మద్ అసదుల్లాహ్' అమృత్‌సర్ వాడైనా, కాశ్మీర్ వాడైనా, ఎవరైనా సరే కనిపిస్తే భావుకుడైపోయేవాడు. నేను కాశ్మీరు వాడినే, అమృత్‌సర్ వాడినే అని మాటి మాటికి చెబుతూనే ఉండేవాడు. మాటి మాటికి ముక్కు చీదుకుంటూ, సిగరెట్టు మీద సిగరెట్టు తాగుతూ, మధ్యమధ్యలో ఒకటి రెండు పెగ్‌లు వేసుకుంటూ అమృత్‌సర్ గురించి, కాశ్మీరు గురించి మాట్లాడుతూ ఉండేవాడు అని రాశాడు. ఆయన తనని తను ఎప్పుడు కాశ్మీర్ వాడినని, అమృత్‌సర్ వాడినని అనుకుంటూనే ఉండేవాడని 'కాశ్మీర్ పండిత్"నని గర్వపడుతూ ఉండేవాడని నిస్సందేహంగా చెప్పవచ్చు.

2

గాలిపటాలు ఎగరేసిన కాలం

రండి! మిమ్మల్ని సమరాలా (లుధియానా జిల్లా, పంజాబ్) తీసుకువెళ్తాను. 1912 మే 11 సాదత్ హాసన్ మంటో జన్మించాడు. సమరాల చిన్న పల్లెటూరు. అక్కడ ఆయన బాల్యం ఎట్లా గడిచిందో తెలియదు. దీని గురించిన ఇన్‌ఫర్‌మేషన్ ఎక్కువగా లభించలేదు. పంజాబ్‌లోని పల్లె ప్రజల జీవితం, జానపదగీతాలు, సామెతలు బహుశ ఆయనకి ఇక్కడే వంటబట్టి ఉంటాయి. ఆ తరువాత ఆయన రచనలలో వీటి ప్రతిబింబం స్పష్టంగా కనిపిస్తుంది. ఆ భాషే ప్రతిధ్వనించింది. సమరాలలో వాళ్ల వాళ్లు ఎన్నాళ్లు ఉన్నారో తెలియదు. బహుశ మంటో జన్మించాక రెండు మూడు సంవత్సరాలలో కుటుంబం అమృత్‌సర్‌కి వెళ్లిపోయి ఉంటుంది. మంటో తండ్రి అయిన గులామ్ హాసన్ జడ్జిగా అమృత్‌సర్‌కి ట్రాన్స్‌ఫర్ అయింది. బహుశ ఈ కారణం వలనే అమృత్‌సర్‌కి వెళ్లి ఉండవచ్చు.

ముఖంలో పోలికలే కాదు వస్త్రధారణ, జీవన విధానం అంతా కాశ్మీలలాగే ఉండేవి. ఆయన రెండు పెళ్లిళ్లు చేసుకున్నాడు. మొదటి భార్య జాన్ బీబీ ఆమే బడీ బేగమ్. ఆవిడకి తొమ్మిదిమంది సంతానం. వాళ్లల్లో ముగ్గురు మొగ పిల్లలు. అల్‌హాజ్ ముహమ్మద్ హసన్, సయిద్ హసన్, సలీమ్ హసన్, ముహమ్మద్ హసన్, సయిద్ హసన్‌లు బాగా చదువుకున్నారు. బారిస్టర్‌లు

అయ్యారు. ప్రారంభంలో ముహమ్మద్ హసన్ లాజనరల్ పత్రికకి సంపాదకుడిగా ఉండేవాడు. సయీద్ హసన్ లాహోరులో ఒక కాలేజీకి వైస్ ప్రిన్సిపాల్‌గా పని చేశారు. ఇద్దరు కేసులని గెలిపించడంలో ప్రసిద్ధి చెందారు. ఇద్దరు తూర్పు ఆఫ్రికాకి వెళ్లిపోయారు. మధ్యలో కొన్నాళ్లు బొంబాయిలో లా ప్రాక్టీసు చేశారు. తరువాత ఫిజీకి వెళ్లిపోయారు. ఈ ఇద్దరికి ఎంతో జ్ఞానం ఉంది అన్న సంగతి మంటోకు తెలుసు కాని మంటో జీవన పద్ధతి వీళ్లిద్దరి ఆలోచనలకి వ్యతిరేకం. అందరికన్నా చిన్న తమ్ముడు సలీమ్ హసన్ బాల్యంలో చాలా కాలం మంటోతో కలిసే ఉన్నాడు. కాని మంటోకి ఆయనతో అంతగా సయోధ్య కుదరలేదు. ఇద్దరి స్వభావాలు తూర్పు-పడమరలు. సలీమ్ హసన్ ఎక్కువగా ఇంట్లోనే గడిపేవారు. మంటో ఎప్పుడు గడప బయటే. అతడు సంచారి. ప్రతి దానికి పిర్యాదు చేసే స్వభావం ఆయనది. దేనిని లెక్కచేయని స్వభావం మంటోది. ఇద్దరి మధ్య ఎప్పుడు కోపతాపాలు. మాటకి మాట అనుకోవడం. తండ్రి ఎప్పుడు మంటోనే కోప్పడేవారు. మంటో అట్లాగే నిల్చుండి పోయేవాడు. మొదటి నుండి నియమ నిబంధనలను దాటేవాడు మంటో. చుట్టు గిరిగీసి ఉండటం ఆయన సహించేవాడు కాదు. కొత్త కొత్త ప్రయోగాలు, కొత్త కొత్త దృష్టికోణాలతో జీవితాన్ని చూడాలని, అనుభవించాలని అతడి కోరిక.

గులామ్ హాసన్ రెండో భార్య సర్దార్ బేగం ఇంటి వాళ్లు కాబూల్‌కి చెందిన వాళ్లు. తరువాత లాహోరులో స్థిరపడ్డారు. బాల్యంలోనే సరదార్ బేగం తల్లి-తండ్రులు చనిపోయారు. మొదటి పెళ్లి అసఫలం కావడంతో గులామ్ హసన్‌తో నికాహ్ అయింది. గులామ్ హసన్ వలన ఆమెకి ముగ్గురు పిల్లలు పుట్టారు. వాళ్లల్లో సాదత్ హసన్ చిన్నవాడు. అక్కయ్య నాసిరా ఇక్బాల్ అతడి కన్నా వయస్సులో చాలా పెద్దది. సర్దార్ బేగమ్ ఎంతో సహృదయురాలు. నైతికత కలది. మెత్తటి స్వభావం ఆమెది. సాదత్ హసన్‌కి తల్లి అంటే అమితమైన ప్రేమ. ఎంతో గౌరవం. తల్లీ అంతే కొడుకంటే ప్రాణం. తండ్రితో సాదత్ హాసన్ దూరం-దూరంగా ఉండేవాడు. తండ్రి ధార్మికమైన వ్యక్తి. నమాజు చేసేవారు. రోజాలు నిష్ఠగా చేసేవారు. తండ్రి తనపై వీటన్నింటిని రుద్దడం కొడుక్కి ఎంతమాత్రం ఇష్టం లేదు. కొడుకు ఏదో విధంగా వీటిన్నింటిని తప్పించుకుని తిరిగేవాడు. అయినా మనస్సులో బాధ. తన పెద్ద అక్కయ్య నాసిరా ఇక్బాల్ అంటే అతడికి భయం ఉండేది. అయినా ఎంతో గౌరవంగా కూడా ఉండేది.

ఆ కుటుంబం మధ్యమ వర్గానికి చెందింది. తిండికి బట్టకీ ఏ లోటూ లేదు. కాని గులామ్ హసన్ రిటైర్ కాగానే అక్కయ్య నాసిరా ఇంక గడప దాటలేదు. మొట్టమొదట ఉన్న హంగులన్నీ కొంత తగ్గిపోయాయి. ఇద్దరికి ఆలనా పాలనలో కొంత బేధం వచ్చింది. ఇద్దరు చదువులో కూడా కొంత వెనుక బడ్డారు. అతడి పసి మనస్సుపై రకరకాల ప్రభావాలు పడ్డాయి. తండ్రి కోపిష్టి స్వభావం కలవాడు. కొడుకు పై అన్నీ ఆంక్షలే. ఇది చేయకూడదు, అది చేయకూడదు అని ఒక చట్రంలో బిగించాలన్న స్వభావం తండ్రిది. ఈ చట్రాన్ని విరగగొట్టాలన్న స్వభావం కొడుకుది. అందువల్ల అతడిలో ద్వంధ ప్రవృత్తులు చోటు చేసుకున్నాయి. అతడి సుప్తచేతన మనస్సుపై వీటి ప్రభావం పడటం వలన న్యూనతా భావం కూడా పెంపొందింది. 'ఏక్ ఖత్' (ఒక ఉత్తరం) కథలో మంటో తన మనస్సు పొరలలో నిబిడీకృతమై ఉన్న భావాలను వ్యక్తపరిచాడు. బాల్యంలో నేను ఏది కోరుకుంటే ఆ కోరిక నెరవేరకుండా చేశారు. ఒకవేళ ఏవైనా కోరికలు తీరినా కన్నీళ్లు కార్చి బాధపడితే తప్ప తీరలేదు. నేను మొదటి నుండి భావుకుడిని. నాకు తొందర ఎక్కువ. నా కోరిక అప్పటికప్పుడే నెరవేరాలి అని అనిపించేది. ఒకవేళ నాకు ఏదైనా తీపి తినాలని అనిపిస్తే వెంటనే ఆ సమయంలో నా నోటిదాకా అది రాకపోతే, ఆ తరువాత అది లభించినా నాకు తీపి రుచి ఏమాత్రం కనిపించేది కాదు. వీటన్నింటి వల్ల నాలో చేదు చోటు చేసుకుంది. నేను ఎవరినైనా ప్రేమించినా వాళ్లు నాలో ఉన్న ఈ బలహీనతను తమ స్వార్థానికి ఉపయోగించుకునేవాళ్లు. మోసం చేసేవాళ్లు. ముఖాలు తిప్పేసుకునేవాళ్లు. ఇవన్నీ తెలిసి కూడా నేను వాళ్లను ప్రేమించేవాడిని. ఏనాడూ వాళ్ల నుండి దూరంగా పోలేకపోయాను. బహుశా నాలో ఉన్న ఆర్ద్రతే దీనికి కారణం ఏమో. వాళ్లందరు నన్ను మోసం, దగా చేశారు కదా అని కాలర్ ఎత్తుకునే వాళ్లు నాకు బాగా తెలుసు. అన్నీ తెలిసి కూడా వాళ్ల చేష్టలను సహించేవాడిని. నేను బయటపడకూడదని ఎంతో ప్రయత్నించేవాడిని. ఒక్కొక్కసారి సఫలీకృతుడయ్యే వాడిని. కాని ఒక్కొక్కసారి నా స్వభావానికి విరుద్ధంగా ప్రవర్తించినా, నా గురించి చెడుగా మాట్లాడినా నా మనస్సులో ఉన్నదంతా బయటకి కక్కేసేవాడిని. ఇటువంటి సమయాలలో నేను కఠోరంగా మాట్లాడుతాను. అందువల్ల వీలున్నంత వరకు మిత్రత్వానికి ఏ దెబ్బ రానీయకుండా చూసుకుంటాను. వీలున్నంత వరకు నేను ఎవరినీ

బాధపెట్టను. అయినా ఒకవేళ నేను ఏ స్నేహితుడితోనైనా గొడవ పడితే అది నా తప్పు కాదు. నేను పిచ్చివాడినై ప్రవర్తించే ఆ క్షణాలే కారణం".

మంటో రాసిన ఈ మాటలు కథ చాటుగా, కొంత అసలు విషయం గురించి చెబుతాయి. కొంత రహస్యంగా కూడా ఉంచుతాయి. ద్వంద్వ ప్రవృత్తులు, విరోధాభాసం కారణంగా అప్పుడప్పుడు తను నీరు – నిప్పులకి యజమాని అని అనిపించేది. చాలామందికి ఆయన ఒక్కొక్కసారి దేవదూతగా కనిపిస్తే మరికొందరికి సైతానుగా అనిపిస్తాడు. నా ఉద్దేశ్యంలో ఆయనికి సైతాను అని అనడంకన్నా పిచ్చివాడిగా భావిస్తే బాగుంటుంది. అప్పుడు అతడి మనస్తత్వాన్ని సరిగ్గా అర్థం చేసుకోగలుగుతాము. బాల్యంలో కోరికలు తీరకపోవడం, ఒకవేళ తీరినా తన్నులు తిన్నాకో, ఏడ్చాకో. అందువల్ల కోరిక తీరినా ఆతడిలో అసంతృప్తే ఉండేది. ఆయనలో ఆ కఠోరత్వం అందుకే వచ్చి ఉంటుంది. తొందరపాటుతనం, భావుకత, చీటికిమాటికి చికాకుపడే తత్వం ఆయనలో రావడానికి కారణం బాల్యంలోని అసంతృప్తి వలనే. కథలలో వ్యక్తం చేయడం వల్ల కొంతవరకు ఆ జ్ఞాపకాలు అతడికి శాంతినిచ్చాయి. కాని దీనివల్ల ఆయన అప్పుడప్పుడు బూతులు తిట్టేవాడు. ఇతరులను ఫ్రాడ్ అని దూషించేవాడు. తరువాత కొంతవరకు ఇట్లా మాట్లాడటం తగ్గించుకోడానికి ప్రయత్నం చేశాడు. తనలో ఉన్న భావుకతను, సంపాదనను బలపరచుకునే ప్రయత్నం చేశాడు.

తండ్రి కఠోరత్వం, తల్లి కారుణ్యం రెండు అతడికి వచ్చాయి. అందువల్ల ఈ ద్వంద్వ ప్రవృత్తి అతడిలోని గందరగోళానికి కారణం అయింది. అప్పుడప్పుడు కఠోరంగానూ ప్రవర్తించేవాడు. అప్పుడప్పుడు కారుణ్యమూర్తిగాను ప్రవర్తించేవాడు. ఒకచోట ఆయన ఇట్లా రాసుకున్నాడు – 'మంటో రాసే కథలు రెండు విరోధాభాస సంఘర్షణ ఫలితం. ఖుదా క్షమించు, తండ్రి కఠోరుడు. తల్లి దయామయురాలు. ఈ రెండు ఇరుసుల మధ్య నలిగి నలిగి లోపలి భావోద్రేకం ఏ విధంగా బయట పడిందో మీ అందరికి తెలిసిన విషయమే'!

నాటకాలు, రంగస్థలం పట్ల మంటోకి మొదటి నుండి ఇష్టం ఉండేది. చిన్నప్పుడు ఆగా హశ్ర్ కాశ్మీరీ రచించిన నాటకాలు చదివేవాడు. తనవాళ్లతో కలిసి ఒక డ్రమెటిక్ క్లబ్ పెట్టాడు. తండ్రికి ఏమాత్రం ఇష్టం లేదు. ఆగా హశ్ర్ కాశ్మీర్ సంస్మరణ రాసే సమయంలో మంటో దీని గురించి ప్రస్తావించాడు – "ఒకసారి మా నాన్నగారు హార్మోనియం, తబలాలని ఎత్తికొట్టి ముక్కలు ముక్కలు

చేశారు. ఈ పనికి మాలిన పనులు నాకు చస్తే ఇష్టం లేదు అని అన్నారు". తండ్రి ఒద్దనడం వల్ల ఆ సమయంలో మంటో ఆగా హష్ర్ రాసిన ఏ నాటకం వేయలేదు. నాటకం చూడటం కలలో మాట ఎందుకంటే రాత్రికి బయటికి వెళ్లడానికి అనుమతి అసలే లేదు.

అమృత్‌సర్‌లో అయినా లాహోర్‌లో అయినా అసలు గాలిపటాలు ఎగరేయడం ఆట అంటే ఇష్టం లేని వాళ్లంటూ ఉంటారా? మంటోకి గాలిపటాలు అంటే ఎంతో ఇష్టం. రంగురంగుల చిన్న పెద్ద గాలిపటాలు ఆకాశంలో అవి తెగిపోతుంటే, కాస్సేపు ఆకాశంలోనే అటు ఇటు తిరుగుతూ నేలకి దిగుతుంటే చూస్తూ వాళ్లందరు ఆనందంతో ఎగిరి గంతులు వేస్తూ ఉండేవారు. దారాన్ని మాంజాని లాక్కునేవాళ్లు. తెగిన గాలిపటాలని పట్టుకునేవాళ్లు.

ఎత్తైన భవనం పై నుండి గాలిపటం ఎగరేయడం అంటే ఆకాశానికి దగ్గరిగా వెళ్లడం అనే అర్థం. ఆకాశం అంత ఎగరాలనే మంటో కోరిక, ఉవ్వెత్తున ఊగే ఉయ్యాల గురించే అతడి ఆలోచన తండ్రికి పతంగ్ బాజీ అంటే చచ్చేటంత కోపం. అందుకే తండ్రి ఇంట్లోంచి ఎప్పుడు బయటికి పోతాడా, తనెప్పుడు గాలిపటాల ఆట ఆడతాడా అని ఊహలలో తేలిపోయేవాడు. ఇరవైనాలుగు గంటలు ఇదే ధ్యాస. గాలిపటాల పట్ల ఉన్న ఈ ఇష్టం, తండ్రి అంటే ఇతడికి ఉన్న భయం గురించి మంటో అక్కయ్య నాదిరా ఇక్‌బాల్ ఇట్లా రాసింది – "తండ్రి అంటే చచ్చేటంత భయం, గాలిపటాల ఆట అంటే అమితమైన ఇష్టం. ఒకరోజు మంటో గాలిపటం ఎగరేస్తున్నాడు. ఇంతలో నాన్న వచ్చారు. వెంటనే పై కప్పు నుండి మంటో కిందికి దూకాడు. దెబ్బ తగిలింది. కాని అమ్మా! అయ్యో అని అనేంత ధైర్యం కూడా లేదు." తన ఇష్టమైనా దానికోసం గాయం వల్ల వచ్చే బాధను సహించడం, గాయాన్ని దాచడం అతడికి ఇష్టం కాని దయాభిక్ష కోసం కాళ్లను పట్టుకోవడం అతడికి ఏమాత్రం ఇష్టంలేదు. అసలు అది అతడి స్వభావమే కాదు.

అబూసయీద్ కురైషీ గాలిపటాల ఆట పట్ల అతడికి ఉన్న మోహాన్ని, జీవితం, సాహిత్యం సందర్భంలో మెటాఫర్‌లాగా ఉపయోగిస్తూ ఇట్లా చెప్పారు. "అతను జీవితం అంతా గాలిపటాలు ఎగురవేస్తూనే ఉన్నాడు. ఎగురుతూనే ఉన్నాడు. పడుతూనే ఉన్నాడు. ఆకాశంలో గిరికలు కొడుతూనే ఉన్నాడు. ఆట

సమయంలో అతడు అప్పుడప్పుడు మనుషుల తలల మీద కూడా పడ్డాడు. ప్రజలు అరిచారు, బూతులు తిట్టారు. చట్టాన్ని సహాయం అడిగారు కాని మంటో అన్నాడు - నాకు గాలిపటాలు ఎగరేసే హక్కు ఉంది. ఆకాశంపై అందరికి హక్కు ఉంది. ఎవరైతే నన్ను కిందపడేయడానికి చూస్తాడో నేను వాడి తలపైకెక్కి నాట్యం చేస్తాను. ఎవరైతే నా గాలిపటంపై ముళ్లకర్రను విసురుతాడో వాడి బుర్రను పగలకొడతాను". తన కొత్త దారులకు అడ్డుపడుతూ, తనను తక్కువ అంచనా ఎవడైనా వేస్తే వాడిని ఏమాత్రం వదిలేవాడు కాదు. తాడో పేడో తేల్చేసేవాడు. తన ఇష్టప్రకారం జీవించాలి, ఇష్టప్రకారం రాయాలి అన్న పట్టుదలతో ఆయన ఎన్నో దెబ్బలు తిన్నాడు. అవమానాలు సహించాడు. కాని తన గాలిపటాన్ని ఆకాశం దాకా ఎగురవేయడంలో, కథలను ఆకాశం అంత ఎత్తుకు చేర్చడంలో ఏమాత్రం వెనుకంజ వేయలేదు.

తల్లిని ఆయన బీబీజాన్ అని పిలిచేవాడు. తల్లికి కొడుకంటే అమితమైన ప్రేమ. కాని తండ్రి ప్రేమ కించిత్‌కూడా దొరకలేదు. తండ్రి కొడుకులకు పడేదికాదు. సవతి అన్నయ్యలు మంటో కన్నా వయస్సులో చాలా పెద్దవాళ్లు. మంటో స్వేచ్ఛాప్రియత్వాన్ని జీవన పద్ధతులను వాళ్లు సహించేవాళ్లు కాదు. సవతి తల్లి అన్నయ్యలు ఏ సహాయం చేసినా మంటోని తాము ఉద్ధరిస్తున్నట్లుగా అనుకునేవారు. లాయర్ల వంశంలో ఇటువంటి వాడు పుట్టడం చూసినవాళ్లకి ఎంతో ఆశ్చర్యం కలిగేది. వాళ్లు సహాయం చేసినా మంటోకి అంతగా ఇష్టం ఉండేది కాదు. లోలోపల బాధ పడేవాడు. కాని ఏం చేయలేకపోయేవాడు. నెమ్మది నెమ్మదిగా అతడిలో స్వేచ్ఛాప్రియత్వం పెరిగింది. ఎదిరించడం మొదలుపెట్టాడు. అసలు మంటో ఇట్లా తయారు కావడానికి కారణం తండ్రి కొడుకు పట్ల ప్రవర్తించిన తీరే అని చెప్పవచ్చును. మంటో అందరిలా కాకుండా వివిధ రచనలు చేస్తూ తనదైన ముద్రను సంపాదించుకున్నాడు. తన కొత్త దృష్టికోణానికి పదును పెట్టుకున్నాడు.

ఎంత వెతికినా మంటో బాల్యంలోని మొట్టమొదటి రెండు మూడేళ్ల జీవితం గురించి పెద్ద అంతగా తెలియలేదు కానీ అంతా సేకరించాక అతడు జానపదగీతాల వైపు ఆకర్షితుడయాడన్న సంగతి తెలుస్తుంది. వాటిలో ఉన్న తాజాతనం, ఆకుపచ్చటితనం, ప్రవాహం మనస్సు పొరలలో ఉండిపోయాయి. అందువలననే తరువాత ఆయన పల్లెటూరి మాండలీకాలు సేకరించడం మొదలు

పెట్టాడు. ఆయన ఎప్పుడూ ఇట్లా అంటూ ఉండేవాడు – "ఛందస్సులతో నిండిన బరువైన కావ్యాలకన్నా సహజంగా తేలికగా ఉండే జానపద గీతాలు అంటే నాకు ఎంతో ఇష్టం. జానపద గీతాలు ఆయనకి నోటికి వచ్చేవి. ఎప్పుడూ పాడుతూ ఉండేవాడు. జానపద సంస్కృతిని ప్రేమించేవాళ్ల గుండె చప్పుళ్లను వినేవాడు.

"గోరా రంగ్ తే షర్ బతీ అఖియాం
నీ మై ఘుండ్ విచ్ డక్‌డక్ రఖియాం"

కళ్లను ఇంత అందంగా వర్ణించే గీతం మరొకటి లేదని ఆయన ఉద్దేశ్యం. ఆయన కళ్లల్లో కూడా ఇదే వాసంతీరంగు ఉండేది. సౌందర్యం శోభిల్లేది. సిగరెట్టు పొగలో పొగమంచుతో నిండిన సరస్సులు కనిపించేవి. వాటి అట్టడుగున ఎన్నెన్ని జ్ఞాపకాల కాగితాలు పూడ్చి పెట్టబడ్డాయో, ఎన్నెన్ని కోరికలు ఉండిపోయాయో బాల్యంలో లభించని ప్రేమ – మమతలను ఆయన కళ్లు ఎప్పుడు ఆరాధిస్తూ ఉండేవి. మంటో రూపురేఖలు ఎట్లా ఉండేవో, వ్యక్తిత్వంలో ఎట్లాంటి విశిష్టతలుండేవో ఆయనకు దగ్గర స్నేహితుడు కిషన్ చందర్ ఇట్లా రాశారు –

'పొడుగ్గా ఉంటాడు. ఎర్రటి రంగు. చేతి మీద నరాలు ఉబికి ఉండేవి. కంఠపేటిక ఉబికి ఉండేది. కాళ్లు సన్నగా ఉండేవి. పాదాలు పెద్దవి. కాని చూడ దగ్గవిగా ఉండేవి కావు. ముఖం మీద ఆందోళన. కంఠంలో అశాంతి. రాయాలి అన్న తపన. వ్యవహారంలో కఠోరత్వం, నడకలో వేగం, మొట్టమొదటి సారి చూస్తే మంటో ఇట్లానే అనిపిస్తాడు. నుదురు అతడి మస్తిష్కంలానే విశాలమైనది. నిజానికి కొంత వింతగా అనిపిస్తుంది. బహుశ మేధావుల నుదురులు విశాలంగానే ఉంటాయి. విదేశీయులు వేసే చిత్రాలలా ఉంటాయి. వాళ్లు రాక్షసులకు ఇట్లాగే వెడల్పైన నుదురులు వేస్తారు. జుట్టు తిన్నగా ఉంటుంది. చెవుల వెనకాల జుట్టు ఉంటుంది. జుట్టు పొడుగ్గా ఒత్తుగా కనిపిస్తుంది. కళ్లలో మెరుపు, ఆ మెరుపులో అంతో ఇంతో ఆదిమక్రౌర్యం కనిపిస్తుంది. ఆయన ముఖంలో కోపం వ్యక్తం అవుతూ ఉంటుంది. మంటో మృత్యువు ఇంట్లోకి ఒకసారి తొంగి చూసి వచ్చాడా అనిపిస్తుంది. ఈ వాక్యాలు చదివాక ఎరుపురంగు, కోమలత్వంతో పాటు కఠోరత్వం, కళ్లల్లో వెలుగుల గురించి మనకు తెలుస్తుంది. ఆయన వ్యక్తిత్వంలో విరోధాభాస సృజనాత్మక

అశాంతి, ఆందోళన ఎన్నో రూపాలలో వ్యక్తం అవుతూ ఉంటాయి. పాదరసంలాంటి గుణం ఆయనని ఎల్లవేళలా అశాంతిగా ఉంచేది. అసలు ఈ రెండు గుణాలు ఆయన నరనరాలలో జీర్ణించుకుని పోయాయి. అతడి కంఠం సన్నగా ఉండేది. కాని ఖంగున మోగేది. "ఈ కంఠం లీడర్ల కంఠంగా కాని, సాధువుల కంఠంగా కాని ఉండేది కాదు. పైగా ఈ సవాల్ చేసే గుణాన్ని అతడు అణచుకోలేకపోయేవాడు. ఎదుటివాళ్లు ఆయనలోని ఈ గుణాన్ని చూసి చూడనట్లుగా ఉండేలా కూడా చేయలేకపోయేవాడు. ముమ్‌తాజ్ ముఫ్తీ ఒకచోట ఇట్లా రాశాడు. –"అతడి చిన్నరూపంలో కొండంత శక్తి ఖైదు అయి ఉంది. మాట్లాడేటప్పుడు ఆయన చేతులు కదిలేవి. కళ్లు నాట్యం చేసేవి. కనుముక్కు తీరు భంగిమలు ఆయన గొంతులో ఆర్ద్రతలోని ఎత్తు-పల్లాలకు ఎంతో సహకరించేవి. ఆయన ముఖంలో తపన ఉండేది. ఆయన తపన ఎదుటివాళ్లకు అర్థం అయ్యేది."

మంటో కుటుంబానికి, ప్రసిద్ధ చెందిన రాజకీయ నాయకుడు డా. సైవుద్దీన్ కిచ్‌లూ దగ్గరి బంధువు. ఇద్దరు కాశ్మీర్‌వాళ్లే అన్నభావన ఇద్దరిని ఇంకా దగ్గరిగా చేసింది. అందువల్ల డా. కిచ్‌లూ అమృత్‌సర్ కేసులో ఇరుక్కున్నప్పుడు మంటో ఇద్దరి అన్నలు ఆ కేసుని తీసుకున్నారు. ఆ రోజుల్లో వాళ్లు లాయర్లుగా ప్రసిద్ధి చెందారు. తరువాత వాళ్లిద్దరూ తూర్పు ఆఫ్రికాకి వెళ్లిపోయారు. హిందుస్తాన్ వచ్చి వెళ్తుండేవాళ్లు. వాళ్లను గురించి మంటో ఇట్లా రాశాడు. "నాకు ముగ్గురు అన్నయ్యలు ఉన్నారు. విదేశాలలో వాళ్లు చదువుకుంటున్నారు. సవతి అన్నయ్యలైనా వాళ్లని కలవాలని ఎంతగానో అనుకునేవాడిని. సాహిత్యంలో పేరుప్రతిష్టలు వచ్చాక వాళ్లు కలవడం మొదలు పెట్టారు".

నిజానికి అన్నయ్యలతో ఆయనకి ఆత్మీయ సంబంధం ఏర్పడలేదు. వాళ్లకి సాదత్ హసన్‌కి మధ్య అభిరుచులలో, జీవన పద్ధతిలో ఆకాశం - పాతాళం అంత బేధం ఉంది. కేసులలో ఎత్తులు పై ఎత్తులు వేయడంలో అన్నయ్యలు ఎంతో చాకచక్యం కలవారు. మంటో వీళ్లకి వ్యతిరేకి. ఆయన చట్రాలను పగలగొట్టాలనుకునేవాడు. గీతలని దాటాలనుకునేవాడు. హేతువులేని ధార్మిక ఆచారాలకు, కర్మకాండలకు ఆయన వ్యతిరేకి. 'రామ్‌ఖేలవత్' కథలో 'నూర్‌జహాం' వ్యక్తి చిత్రంలో తన అన్నయ్య సయీద్ హసన్ (ఆ రోజుల్లో ఆయన బొంబాయిలో ప్రాక్టీసు చేసేవారు). గురించి ఒక పాత్ర ద్వారా చెప్పారు.

'రామ్‌ఖిలావన్ చాకలివాడు, నల్లులతో నిండిపోయిన దిండు గలీబు తీస్తుండగా సయీద్ హసన్ ఫోటోని చూశాడు. మంటో అన్నయ్య అని తెలిసాక చాకలివాడు అడిగాడు – 'సయీద్ హసన్ కొలాబాలో ఉంటాడు. నువ్వు ఇంత చిన్న ఇరుకు గదిలోనా?" మంటో ఇట్లా జవాబిచ్చాడు. –"లోకం రీతి ఇదే. ఒకసారి వెలుగు వస్తే మరోసారి నీడ. జీవితం అంటే వెలుగు – నీడలే. ఐదువేళ్లూ ఒక రకంగా ఉండవుగా. మంటో చెప్పిన ఈ వాక్యంలో అన్నయ్యలపై ఎక్కడా ఈర్ష్యా – ద్వేషాలు లేవు. వెనకో – ముందో ఉన్నానే అన్న బాధలేదు. జీవితంలోని యదార్థాన్ని వున్నది వున్నట్టుగా స్వీకరించాడు.

'నూర్‌జహాం – ఫరూర్ ఎ జహాం' అన్న పేరన రాసిన వ్యక్తి చిత్రంలో తన సోదరుడు సయీద్ హసన్ గురించి మంటో ఇట్లా రాశాడు – "సోదరుడు సయిద్ హసన్ నాకు ఫ్లైట్‌లో వస్తున్నానని కబురు పంపించాడు. నేను ఆ రోజుల్లో మాహమ్‌లో ఉండేవాడిని. మా ఫ్లాట్ చాలా చిన్నది. నేను భార్యను సలహా అడిగాను. 'ముస్సవిర్' సంపాదకుడు నజీర్ లుథియానవీ కూడా ఉన్నారు. నజీర్, షౌకత్ ఇద్దరు ఉండే క్లైడల్ రోడ్డు ఫ్లాట్‌లో ఉంచాలని అనుకున్నాము. సోదరుడు కొంచెం సామానుతో వచ్చాడు. ఎంతో సంతోషంగా గడిపారు. ఒకరోజు ఆలస్యంగా వచ్చారు. హాల్‌లో అడుగుపెట్టారో లేదో అక్కడ వాళ్లు తాగుతున్న దృశ్యం కనిపించింది. ఏమనుకున్నారో ఏమో ప్రొద్దున్న లేవగానే సామాను తీసుకుని ఖిలాఫత్‌హౌజ్‌కి వెళ్లిపోయారు. వెళ్లేముందు నన్ను, నా స్నేహితులును ఇష్టం వచ్చినట్లు తిట్టారు. ఎప్పుడైనా ఆ సంఘటన గుర్తు వస్తే ఎవరో నా చెవిలో సీసం పోసినట్లుగా అనిపిస్తుంది.

ఈ సంఘటనని విశ్లేషణ చేస్తూ మంటో ఇట్లా అన్నాడు – "ఆయన జీవితం కోర్టులు, చట్టాల పుస్తకాల చుట్టూ తిరిగింది. జీవితం అంతా కేసులు వేయడంలోనే గడిచిపోయింది. లాహోరు, బొంబాయి, ఆఫ్రికా, ఫీజీ ద్వీపాలలో కేసులు నడుస్తూనే ఉండేవి. సినిమా ప్రపంచం ఎట్లా ఉంటుందో ఆయనకేం తెలుసు. ప్రేమికుల గురించి అసలు ఆయనకు ఏం తెలుసునని. అందుకే వెంటనే ఖిలాఫత్ హౌజ్‌కి వెళ్లిపోయారు.

పైన చెప్పబడిన సంఘటన, సంఘటన గురించిన ఆయన విమర్శ చదివాక మంటోకి అన్నదమ్ములకి మధ్య ఎలాంటి ససంబంధాలు ఉన్నాయో మనకు తెలుస్తుంది. ఆయన ఆలోచనలు, జీవితాన్ని అనుభవించే రీతి, పాటన్ చాలా

వేరుగా ఉండేవి. కృష్ణచందర్ మంటో సోదరుల గురించి సరిగ్గానే రాశారు. –"ఆయన పెద్ద అన్నయ్యను నేను చూశాను. పెద్దగడ్డం ఉండేది. భీరువు నమాజ్ నియమ నిష్టలతో చేసేవారు. ఇద్దరన్నయ్యలకు మంటోకి ఆకాశం – పాతాళం అంత తేడా ఉంది. ఆయన పెద్దవాళ్లని గౌరవించేవాడు. కాని ప్రేమించేవాడు కాదు. వాళ్ల జ్ఞానం కేవలం చట్టాల వరకే. కాని దీనికి మించి జీవితంలో మంటో అన్ని రంగులని చూశాడు. వాళ్లతో ఆయనకి ఆత్మిక సంబంధం లేదు" అందుకే ఆయన ఇట్లా రాశారు –"గౌరవం – సాహిత్యం, ఆలోచనా విధానం, వాళ్లమధ్య తూర్పుపడమరలయ్యాయి. అందువల్లనే మంటో చిన్నప్పుడే ఇంట్లోంచి వెళ్లిపోయాడు. తన మార్గం తాను వెతుకున్నాడు".

మంటో అల్లరి, ఇష్టం వచ్చినట్లుగా ఖర్చుపెట్టడం అంతా తండ్రికి తెలుసు. కాని తల్లి, అక్కయ్య మంటోని వెనకేసుకొచ్చేవాళ్లు.

అతడు చేసే పనులు తండ్రికి తెలియనీయకుండా జాగ్రత్తపడేవాళ్లు. తండ్రి స్కూల్లో పనిచేయమని అనేవాడు. కష్టపడితే ఎంతో రావచ్చని చెప్పేవాడు. పెద్దన్నయ్యలా మంటో కూడా లాయర్ కావాలని ఆయన కోరిక. తను అనుకున్నట్లుగా చేయడం లేదని తండ్రి కోప్పడితే మంటో భయపడిపోయి తండ్రి చెప్పిన పనులకు వ్యతిరేకమైన పనులు చేసేవాడు. తండ్రి సవతి అన్నలు మంటోని దేనికీ పనికిరానివాడిగా లెక్కకట్టేవాళ్లు. మంటో రెండోసారి మెట్రిక్యులేషన్ ఫెయిల్ అయినప్పుడు ఆయన కోపంతో ఊగిపోయాడు. మంటోని తండ్రి ఎన్నోసార్లు తిట్టేవాడు. కొట్టేవాడు. ఇక ఇంట్లో ఉండలేను అని మంటోకి అనిపించింది. బొంబాయికి పారిపోయాడు. తల్లి చాలా బాధ పడ్డది. ఆమెకు నెత్తిన పిడుగు పడ్డట్లయింది. మంటోని వెనక్కి పిలిపించుకోవటానికి తంటాలు పడే ఉంటుంది.

ఒంటరితనంలో అతనికి తోడుగా అతని బాల్యస్నేహితుడు హసన్ అబ్బాస్ ఉన్నాడు. ఇంట్లో గొడవలైనప్పుడు మంటో బయటకి వచ్చేవాడు. హసన్ అబ్బాస్ ఇంటికి వచ్చి అతడిని తీసుకుని బజార్లలో వాడవాడల్లో తిరిగేవాడు. మూడోసారి థర్డ్ డివిజన్‌లో మెట్రిక్ పాసయ్యాడు. ఉర్దూ పరీక్షలో ఫెయిల్ అయ్యాడు. వీటిని దృష్టిలో పెట్టుకుంటే అప్పటి ఆయన మనః స్థితి ఎట్లా ఉండి ఉండేదో మనకు అర్థం అవుతుంది.

3

'ఫ్రాడ్' అతని ఊతపదం

అమృత్‌సర్‌లోని ఎమ్.ఓ హైస్కూల్‌లో మంటో చదివాడు. ఈ స్కూల్లోనే ఆయన ప్రియమైన స్నేహితుడు హసన్ అబ్బాస్ చదివాడు. ఆ తరువాత కూడా వాళ్లు స్నేహితులుగానే ఉన్నారు. వాళ్లిద్దరూ అల్లరివాళ్లే. స్కూల్లో అప్పుడప్పుడు మాటా–మాటా అనుకునేవాళ్లు. కాని మళ్లీ అన్ని మరిచిపోయి కలిసిపోయేవారు. వాళ్లతో చదివే తక్కిన పిల్లలతో హాస్య–పరిహాసాలాడడం, కోపం, మరోసారి ప్రేమ చూపడం. మంటో చేసే అల్లరి గొడవల గురించి ఇంట్లో వాళ్లకి తెలయగానే వాళ్లు ఆందోళన చెందేవాళ్లు. తండ్రి కోప్పడుతుంటే తల్లి అడ్డుపడి మంటోని రక్షించేది. తండ్రి ఇంకా కోపంతో తల్లిని తిట్టేవాడు. మంటో అప్పుడు క్రోధంతో పటపటా పళ్లు కొరికేవాడు. కాని ఏమీ చేయలేని పరిస్థితి. అప్పటినుండే ఆయనకి తండ్రి అంటే అసహ్యం, తల్లి అంటే ప్రేమలు పెరిగాయి. 1931లో ఎమ్.ఎ.ఓ. కాలేజి, అమృత్‌సర్‌లో ప్రవేశం దొరికింది.

స్వాతంత్ర్య సంగ్రామం జరుగుతున్న కాలం అది. స్వతంత్రం కోసం ఉద్యమాలు పెద్దఎత్తున జరుగుతున్న రోజులవి. భగత్‌సింగ్ త్యాగం ఈ ఉద్యమానికి ఇంకా ఊపునిచ్చింది. 'ఇన్‌కలాబ్ జిందాబాద్' అన్న నినాదం నలువైపులా ప్రతిధ్వనిస్తూ ఉండేది. తండ్రికి భయపడటం వలన ప్రత్యక్షంగా ఉద్యమాలలో పాల్గొనలేక పోయినా, మనస్సులో ఆ భావాలు, బుర్రలో ఆ

40 ❖ మంటో జీవితచరిత్ర

ఆలోచనలు తీవ్రం కాసాగాయి. ఈ సమయంలోనే ఆయనకి అబూ సయీద్ కురైషీతో స్నేహం ఏర్పడ్డది. వీళ్లిద్దరు చదివేవాళ్లు - రాసేవాళ్లు కాని పరీక్షల పట్ల ఉదాశీనంగా ఉండేవాళ్లు.

1931లో ఎమ్.ఎమ్.ఓ. కాలేజీలో మంటో ఎఫ్.ఎ. చదివాడు. అతడి స్నేహితులు కూడా ఇందులోనే చదివారు. మంటో ఇద్దరు ప్రొఫెసర్ల గురించి రాసాడు. ఫైజ్ సాహెబ్ అందులో ఒకరు. ఆయన అఫీమ్ తినేవారు. గజళ్లు రాసేవారు. మహమ్మద్ జఫర్‌ది నవ్వు ముఖం. ఆయన సామ్యవాది. మంటో వ్యక్తిత్వం కొంత ప్రత్యేకంగా ఉండటం వలన ప్రొఫెసర్లు, తోటి స్నేహితుల నోళ్లల్లో నానేవాడు. కాలేజీ జీవితాన్ని గుర్తు చేసుకుంటూ మంటో గురించి కురైషీ ఇట్లా రాసాడు - "ఒక రోజు నేను ఆయనని వరండాలో చూసాను. అప్పటి ఫాషన్ ప్రకారం కమీజుపైన కోట్ వేసుకున్నాడు. ఆయన నా హిందూ మిత్రుడు. ప్రకాష్‌ని ఫోటో తీస్తున్నాడు. నేను ఇంతకు ముందు ఎప్పుడు ఆయనని చూడలేదు. నేను నా మిత్రుడిని అడిగాను - 'టామీ' అన్న జవాబు వచ్చింది. కాలేజీలో, మొహల్లాలో ఆయనని ఇదే పేరుతో పిలిచేవారు. ఆయన అల్లరి-చిల్లరి చేష్టలే కారణం. సరే, ఈ టామీ ప్రకాష్‌ని ఫోటో తీస్తున్నప్పుడు కొంత వింతగా అనిపించాడు. అసలు నైట్ సూట్‌లో ఎవరైనా కాలేజీకి వస్తారా? కొంతకాలం గడిచింది. ఒకరోజు ఏదో ఫోటో కోసం కురైషీ ఆషిక్ అలీ ఫోటోగ్రాఫర్ దుకాణంకి వచ్చాడు. అక్కడ టామీని చూసాడు - 'ప్రకాష్ ఫోటో ఎట్లా వచ్చింది? చెప్పండి?" అని అన్నాడు. "అసలు కెమేరాలో ఫిల్మ్ ఉంటేగా..." టామీ ఉరఫ్ మంటోతో కురైషీకి ఇది మొదటి కలయిక. అల్లరి చేయడం ఆయనకు చిన్నప్పటి నుండి వచ్చిన గుణం. ఆయన అందరిని అల్లరి పెట్టి నవ్వించినా ఎవరినీ బాధ పెట్టేవాడు కాదు. ఈ గుణం ఆయనలో జీవితాంతం ఉంది. స్వయంగా తనపై తాను కూడా వ్యంగ్య బాణాలు వేసుకునేవాడు. చివరి జీవితం వరకు ఇవన్నీ సాగుతూనే ఉన్నాయి.

నెమ్మది నెమ్మదిగా సయీద్ కురైషీ, హసన్ అబ్బాస్ లాంటి స్నేహితులతో అతడికి స్నేహం పెరిగింది. మంటోకి చాట్ తినడం, సినిమాలు చూడడం ఎంతో ఇష్టం. స్నేహితులు కూడా ఇష్టమైన వాటిని మూడు, నాలుగు సార్లు చూసేవాళ్లు. లాహెూర్, జాలంధర్, ఢిల్లీకి కూడా వెళ్లి వచ్చేవాడు. అమృత్‌సర్ కటడా కన్నయ్య బజారు వెళ్లకుండా ఎట్లా ఉంటాడు. అక్కడ ఎన్నో ఎన్నెన్నో అందాలు. ముహర్రం రోజులలో తవాయఫ్‌లు (వేశ్యలు) నల్లబట్టలు వేసుకుని

బజారుకు వచ్చేవాళ్లు. వీళ్ల వలన ఆ బజారు అందం ద్విగుణీకృతం అయ్యేది. స్నేహితులతో పాటు ఈ అందాలని చూడకుండా మంటో ఉండగలడా?

ముగ్గురు స్నేహితులు కలిసి తిరిగేవాళ్లు. ఒకరి ఇంటికి ఒకరు వెళ్తుండేవారు. ప్రపంచంలోని అన్ని విషయాల మీద చర్చలు జరుపుతూ ఉండేవారు. మంటో చదివే పుస్తకాలు చూసి, ఆయన ఆలోచనలు తెలుసుకుని ఆయన ఎక్కడ చదువుకుంటారో, రాసుకుంటారో ఆ గదికి 'దారూల్ అహుమర్' (ఎర్రగది) అని పేరు పెట్టారు. 1931లో మాట ఇది. మంటో స్నేహితుడు అబూసయిద్ కురైషీ మొదటసారిగా ఆయన ఇంటికి వెళ్లాడు. గది (దారూల్ అహుమర్)లోకి వెళ్లగానే ద్వారం దగ్గరిగా ఉన్న గోడ దగ్గర రెండు పెట్టెలను చూసాడు. పెట్టెల మీద పరుపు ఉంది. దాని మీద ముల్తానీ దుప్పటి పరచి ఉంది. ఎదురుకుండా తూర్పు వైపున గోడ దగ్గర కిటికీ ఉంది. ఆల్‌మారీలో పట్టని పుస్తకాలు బల్లమీద పెట్టబడి ఉన్నాయి. అక్కడే భగత్‌సింగ్ బొమ్మ ఉంది. దీనిని బట్టి భగత్‌సింగ్ ప్రభావం ఆయనపైన ఎంత ఉందో అంచనా వేయవచ్చును. మంటో భగత్‌సింగ్ వేసిన బాటలో నడవాలనుకున్నాడు. ఏడేళ్ల వయస్సులో జలియన్‌వాలాబాగ్ నర సంహార సంఘటన (1919) ఆ బాలుడిపై చెరిగిపోని ముద్ర వేసింది. ఈ సంఘటన ఆయనని రాయడానికి ఎంతో ప్రేరణ ఇచ్చింది. ఆయన ఉద్దేశ్యంలో జలియన్ వాలాబాగ్ సంఘటన సామాజిక పరివర్తన తెచ్చేదిగా విప్లవానికి నాంది పలికింది. దీన్ని గురించి స్నేహితులతో మాట్లాడుతూ ఉండేవాడు. అల్లరి చిల్లరిగా తిరిగే సమయంలో ఈ మిథక్ ఆయనని దారి తప్పకుండా చూసింది. జలియన్ వాలాబాగ్ సంఘటన ఏడు సంవత్సరాల వయస్సులో ఉండగా జరిగింది. మొట్టమొదటి కథ 'తమాషా'లో ఈ సంఘటన ఆ దృష్టితోనే కథా రూపంలో వ్యక్తం అయింది.

"ఒకసారి పబ్లిక్ టెలిఫోన్ బూత్ నుండి ఎన్నో సార్లు ప్రయత్నం చేసినా తను ఏ నంబరుకి చేయాలనుకున్నాడో ఆ నంబరు దొరకలేదు. కోపంతో 'ఫ్రాడ్' అంటూ రిసీవర్‌ని లాగేసి తన కోటు జేబులో పడేసుకున్నాడు". వ్యంగ్యంగానో, ప్రేమగానో అల్లరిగానో 'ఫ్రాడ్' అనే మాటను జీవితాంతం అంటూ ఉండేవాడు. అతడు లోపల ఒకటిపైన ఒకటీ కాదు. మంటోని గుర్తుచేసుకుంటు దేవేంద్ర సత్యార్థీ అన్నారు - (న్యూఢిల్లీ, 1965) మొట్టమొదటిసారిగా మంటో నన్ను ఎంతో ప్రేమగా 'ఫ్రాడ్' అని అన్నాడు.

మంటో అబూ సయీద్ కురైషీ ఇద్దరికీ సినిమాలంటే పిచ్చి ఆషిక్ అలి ఫోటోగ్రాఫర్ స్టూడియోకి వీళ్లు వెళ్తూ ఉండేవాళ్లు. అక్కడ యాక్టర్ల రకరకాల ఫోటోలు ఉండేవి. మంటో దగ్గర కూడా యాక్టర్ల ఫోటోలు చాలా ఉండేవి. ఆ గదిలో అబూసయీద్ మంటో అల్మారీలో గుట్టలు గుట్టలుగా పడి ఉన్న ఫోటోలు చూసాడు. మంటో చాలా ఫోటోలను అతడికి ఇచ్చి వేసాడు. సినిమా ప్రపంచంలో అతడికి ఉన్న ఈ సంబంధం భవిష్యత్తులో సినిమా పత్రికల సంపాదకుడుగా పనిచేయడానికి, సినిమాల కోసం కథలు రాయడానికి పనికి వచ్చింది.

ఇటువంటి స్వభావం గల వ్యక్తికి స్కూలు, కాలేజీలు పుస్తకాలు చదవడంలో ఇంటరెస్ట్ ఎట్లా కలుగుతుంది? ఎక్కువగా సాహిత్యానికి సంబంధించిన పుస్తకాలు, అపరాధ పరిశోధన పుస్తకాలు చదవడం మొదలుపెట్టాడు. చదివే పిచ్చి ఎంత ఎక్కువ అయిందంటే పుస్తకాల షాపు వాడి దగ్గర తను హెడ్‌మాస్టర్ కొడుకునని చెప్పి పుస్తకాలు తెచ్చుకునేవాడు. చదివాక ఆ పుస్తకాలను సెకెండ్ హాండ్ పుస్తకాలు అమ్మే దుకాణాదారులకి అమ్మేసేవాడు. వచ్చిన పైసలతో సిగరెట్లు కొనుక్కునేవాడు. అబూ సయీద్ కురైషీ దీనిని గురించి అడిగినప్పుడు – 'నేను చస్తే చౌకరకం సిగరెట్టు తాగను. ఇంట్లో వాళ్లు ఇచ్చే డబ్బులతో మంచి రకం సిగరెట్లును కొనుక్కోలేను'.

మంటో ఎఫ్.ఎ రెండుసార్లు ఫెయిల్ అయ్యాడు. ఇక అతడు చేసే అల్లరి–చిల్లరి పనుల గురించి చెప్పనక్కర లేదు. స్కూలు, కాలేజీ పుస్తకాలు చూస్తే భయం. ఇక ఏం చేయాలో మంటోకి తోచలేదు.

ఈ సమయంలో హరిసంహ్ అమృత్‌సరీతో పరిచయం అయింది. ఇతడు బాగా ఉన్నవాడు. ఇద్దరి మధ్య స్నేహం పెరిగింది. హరిసింహ్ తాగుబోతు. అప్పుడప్పుడు ఖరీదైన, అప్పుడప్పుడు చౌక మద్యం సేవించేవాడు. జూదం కూడా ఆడేవాడు. అప్పుడప్పుడు షేర్–షాయరీ (కవితలు) చెబుతూ ఉండేవాడు. ఇన్‌కలాబ్ (విప్లవం) గురించిన కలలు కనేవాడు. అప్పుడప్పుడు ప్రేయసీలను ఊహించుకుంటూ కలలలో తేలిపోతూ ఉండేవాడు. ఏదైనా ఒక గొప్పపని తన ఇంటివాళ్లకి చేసి చూపించాలని అనుకునేవాడు. ఆకతాయిలు ఉండే చోటికి, శ్మశానాల దగ్గరికీ వెళ్లేవాడు. అక్కడ ఎందరినో చూసేవాడు. అలా అతడికి ప్రారంభంలో విలువైన అనుభవాలు కలిగాయి. జీవితం యొక్క అసలు సిసలైన రూపాలన్నింటినీ వీటి వలనే తెలుసుకోగలిగాడు.

16, 17 సం॥ల వయస్సులో ఉన్నప్పుడు ఆయన స్కూలు, కాలేజీ చదువు, ఆ సమయంలో అమృతసర్ ఎట్లా ఉండేది, ఈ నగరం ఆయన జీవితంలో ఏ విధంగా అంతర్‌భాగం అయిందో మొదలైన విషయాలు ఆయన రాసిన కథల వలన, వ్యక్తి చిత్రాల వలన కొంత తెలుస్తుంది. ఆ సమయంలో అమృతసర్‌లో ఎప్పుడూ ఉద్యమాలు, సత్యాగ్రహాలు నడుస్తూ ఉండేవి. వీటన్నింటి ప్రభావం ఆయనపై చాలా ఉంది. అయినా బాహాటంగా ఆయన వీటిల్లో పాల్గొన లేకపోయాడు.

ఆ రోజుల్లో అమృత్‌సర్‌లో కళాకారుల, సంగీత ప్రియుల సంఘం ఉండేది. జి.జె.కె. హొటల్ 'షీరాజ్'లో సంగీతకాచేరీలు జరిగేవి. షేర్ షాయిరీల కార్యక్రమాలు జరిగేవి. అనవర్ పెయింటర్ వీళ్లందరు మంటోతో కలసి అన్ని విషయాలపై చర్చలు జరిపేవారు. నూనూగు మీసాలు వస్తున్నప్పటి నుండే మంటోకి ఎంతోమంది కళాకారులు, పెయింటర్లు స్నేహితులయ్యారు. అతడి స్నేహితులందరు వయస్సులో మంటో కన్నా పెద్దవాళ్లు – 'జంటిల్‌మేనోంకా బ్రష్' కథ వలన చాలా విషయాలు తెలుస్తాయి. హఫీజ్ పేయింటర్ దుకాణంలో సమస్యలపై చర్చలు జరిగేవి. భంగు తయారు చేసేవారు. చరస్‌తో తయారైన సిగరెట్లు తాగే వాళ్లు. ఆల్కాహాల్ అందరు తీసుకునేవాళ్లు. అందరు ఆర్టిస్టులే అందుకే వాళ్లు ఊహలలో తేలిపోయేవాళ్లు. ఈ సమయంలోనే ఆయన కలం పట్టారు. కళల పట్ల ఆకర్షణ పెరిగింది. అమృత్‌సర్ ఆలోచనలను పెంచింది. అనుభవాల అక్షయపాత్రను ఇచ్చింది. ఆ సమయంలో ఇదంతా శైశవాస్థలో ఉన్నా తరువాత అతడిలోని సంవేదన దానిని స్పర్శించినప్పుడు, సానపెట్టినప్పుడు అతడు రచయిత కాకుండా ఏదీ ఆపలేకపోయింది.

జూదం, తాగుడూ అలవాటయ్యాయి. కానీ లోన ఏదో అశాంతి. ఉన్నట్టుండి ఉదాశీనుడుగా మారేవాడు. ఆనందం – ఉదాశీనత ఈ రెండు తరంగాలూ అతడి మనసును స్థిరంగా వుండనివ్వలేదు.

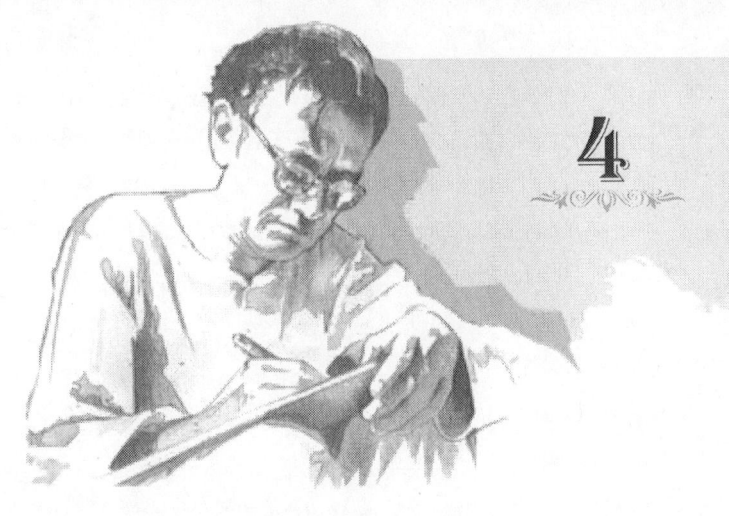

4

అమృత్‌సర్‌లో మాస్కో

బాల్యం నుండి యౌవనం దాకా మంటో జీవితంలో ఎన్నో ఎత్తుపల్లాలు ఎంతో సంఘర్షణ, అంతర్ బహిర్ సంఘర్షణయే అతడి జీవిత యాత్ర. అతడికి బయట ఎటువంటి వెలుగు కనిపించదు. లోపలా కనిపంచదు. ఒకవైపు అల్లరిచేస్తున్న మరో వైపు నిస్సహాయత, నిరాశా నిస్పృహల దశలో అతడు ఎంతో బాధపడ్డాడు. వీటన్నింటి ఫలితమే అతడి అస్తవ్యస్త జీవితం. ఈ జీవితమే అతడి తాగుడికి కారణం అయింది. ఏడు సంవత్సరాల వయస్సులో జలియన్ వాలాబాగ్‌లో జరిగిన రక్తపాతం చెరగని ముద్రవేసింది. ఆయన భగత్‌సింగ్ వైపు ఆకర్షితుడైనా పూర్తిగా విప్లవకారుడై రంగంలోకి దిగకుండా చేసింది. ఈ చెరగని ముద్రే అతడిలోని అంతర్ సంఘర్షణ, వ్యాకులత భవిష్యత్తులో కథల రూపంలో వ్యక్తం అయ్యాయి. ఈ సమయంలో స్నేహితులు హసన్, అబ్బాస్, అబూసయీద్‌లతో కలిసి జలియన్‌వాలాబాగ్‌కి వెళ్తూ ఉండేవాడు. 1919లో ఆంగ్లేయులు జరిపిన మరణకాండకు వ్యతిరేకంగా అతడిలో ఆక్రోశం పెల్లుబికింది. మానసిక ఆందోళన పడుతున్న సమయంలో అతడికి విప్లవభావాలు ప్రేరణ నిచ్చాయి. దేనినైనా సరే ఫణంగా పెట్టి ముందుకు నడవాలన్న కోరిక ప్రతి విప్లవకారుడిలో ఉంటుంది. ఇటువంటి చైతన్యమే అతడిని బాధల

సుడిగుండాల నుండి తప్పించింది. మనోభావాలు ప్రవాహం అయ్యాయి. ఆయన సాహిత్య వికాసక్రమంలో ఇవన్నీ చేరాయి. భావాత్మక ఆలోచనాత్మక వికాసం వైపు అతడు వేగంగా అడుగులు వేయడం మొదలుపెట్టాడు.

విరోధ భావాలు, ఆలోచనలనే గాలివానలో చిక్కుకున్న మంటో జీవితంలో మార్పు తీసుకురావలసిన అవసరం ఎంతైనా ఉంది. సరిగ్గా ఇదే జరిగింది. చరిత్రలో, ఆర్థిక శాస్త్రంలో భారతదేశానికి ఎంతో జ్ఞానం ఉంది. బారీ అలీగ్ ఊహా ప్రియుడు. కలలో మునుగుతూ తేలుతూ ఉండేవాడు. ఇతడితో కలిసిన ఆ క్షణాలు మంటో జీవితంలో బంగారు క్షణాలయ్యాయి. అలీగ్ మంటో జీవితంలోకి వచ్చాక, అతడి ఆలోచనా విధానం మారింది. అతడిలో మానసిక పరివర్తన వచ్చింది. మంటో ఆఖ్తర్ షిరానీతో మాట్లాడుతూ దీనిని స్వీకరించాడు – 'ఈనాడు నేను ఈ స్థితిలో ఉన్నానంటే అలీగ్‌యే కారణం. ఒక వేళ అమృత్‌సర్‌లో ఆయన పరిచయభాగ్యం కలగకపోతే మూడు నెలలు నేను ఆయనతో కలిసి ఉండి ఉండకపోయి ఉంటే తప్పకుండా నేను దారి తప్పేవాడిని". బారీసాహెబ్ గారు మంటో భావాలను ఆలోచనలను అర్థం చేసుకున్నారు. అతడి మనస్తత్వాన్ని ఆయన తెలుసుకున్నారు. పత్రికలవైపు అతడి దృష్టిని మళ్లించారు. గాజీ అబ్దుల్ రహమాన్ సాహెబ్ అమృత్‌సర్ నుండి ఒక దినపత్రికను ప్రచురించేవారు. దాని పేరు 'మసావత్'. దీనిని చూడడానికి భారీ అలీగ్ హాజీలక్‌లకేలను ఆఫీసు వాళ్లు పిలిచారు. బారీ సాహెబ్ ప్రోత్సాహంతో పత్రికాఫీసులో మంటో పనిచేయడం మొదలుపెట్టాడు. ఇక్కడ హాజీలక్‌లకేతో మంటోకి పరిచయం అయింది. సంపాదకీయం, ఆర్టికల్స్ రాయడంలో కొంత పట్టు సాధించాడు. జర్నలిజంలో జ్ఞానం పెరిగింది. జూదం ఆడే అలవాటుపోయింది. పత్రికలో చలనచిత్రాల వార్తల కాలంని చూసేవాడు. సినిమాల గురించిన ఇన్‌ఫర్‌మేషన్ తెలియడం వలన భవిష్యత్తులో చాలా పనికి వచ్చింది. బారీ అలీ సాహెబ్ మంచి సాహిత్యం వైపు దృష్టి మరలించారు. తీరథ్‌రామ్, ఫిరోజ్‌పురీ లాంటి రచయితల నవలలను చదవడం మానేసాడు. బారీ సాహెబ్ ఆస్కార్ వైల్డ్, విక్టర్‌హ్యూగో పుస్తకాలను చదవడానికి తెచ్చి ఇచ్చాడు. ఫిల్మ్‌యాక్టర్ల ఫోటోలు, చీప్ నవలల బదులు విక్టర్‌హ్యూగో, అస్కార్ వైల్డ్, గోర్కీ, చేఖవ్, పుష్కిన్, గోగోల్, త్రాస్కీ, దాస్కోవస్కీ, బాల్‌జాక్, ఆంద్రేజాంద్, మొపాసాల పుస్తకాలు అల్‌మారలో చేరాయి. వీటిని మంటో

చదవడం మొదలుపెట్టాడు. వీటిని గురించి బారీ సాహెబ్‌తో చర్చించేవాడు. తర్క-వితర్కాల జరిగేవి. బారీసాహెబ్ విక్టర్ హ్యూగో రాసిన 'లామిజరబుల్'ని అనువాదం చేయమని చెప్పాడు. కాని అది చాలా పెద్దది. అందుకే మంటో దాన్ని అనువాదం చేయలేదు. 'లాస్ట్‌డేస్ ఆఫ్ ఎకండెమ్‌డ్‌డే'ని 'సర్ గుజష్తా-ఎ-ఆసీర్' పేరున పదిహేను రోజుల్లో అనువాదం చేసాడు. లాహోరులో ఉర్దూ బుక్ స్టాల్ వాళ్లు ప్రచురించారు. ఇది అతడి మొదటి రచనే అయినా కొత్త ఆలోచనలకు నాందీ పలికింది. ఏదో చెప్పాలి, రాయాలి అన్న తపన అతడిలో బయలుదేరింది. అనువాదం చేస్తున్నప్పుడు అతడిలో కథారచయిత మేల్కొన్నాడు. అనువాదం కథలు రాయడానికి ప్రేరణ ఇచ్చింది. అతడి సాహిత్య కృషి ఇప్పటి నుండే మొదలయిందని చెప్పవచ్చు.

ఒకరకంగా బారీ అలీగ్ మంటోని మంచి సాహిత్యం పట్ల ఆకర్షితుడు అయ్యేలా చూసాడు. కొత్త ఆలోచనలకు బీజం వేసాడు. అందువలన మంటో ఆయనని గురువుగా భావించేవాడు. కాని ఇద్దరి మధ్య సంబంధం మిత్రత్వమే. సయీద్ కురైషీ, హాసన్ అబ్బాస్ మంటో ఇంటికి వస్తూ ఉండేవాళ్లు. ఇప్పుడు బారీ అలీగ్ కూడా రావడం మొదలుపెట్టాడు. మంటో, అబూసయీద్ కురైషీ, హసన్ అబ్బాస్ ముగ్గురికి బారీ అలీగ్ మధ్య స్నేహం పెరగటం వలన వాళ్ల జీవితాలలో ఎంతో మార్పు వచ్చింది. మెరుపులాంటి కొత్త ఆలోచనలు చోటుచేసుకున్నాయి. మంటో ప్రపంచ సాహిత్యం చదివాడు. నెమ్మది నెమ్మదిగా అతడి దృష్టి సామ్యవాదం వైపు మళ్లింది. మంటో గది 'దారూల్ అహమర్'లో వేడి-వాడిగా చర్చలు సాగేవి. నలుగురు ఆల్‌కాహాల్‌ని తీసుకునేవారు. విప్లవాన్ని గురించిన కలలు మొదలయ్యాయి. కొత్త ప్రణాళికలు తయారు చేసేవారు. బారీ సాహెబ్ ఈ గ్రూపుని 'ఫ్రీథింకర్స్' అని 'మక్‌తబా-ఎ-ఫిక్ర్' (School of thought) అని పిలిచేవాడు. దీనికే ఆయన 'దారూల్ అహమర్ స్కూల్ ఆఫ్ థాట్' (Darul Ahmer School of Thought) అన్న పేరు కూడా పెట్టారు. అంజుమన్ ఎతరక్కి పసంద్ ముసనేఫిన్ (Group of progressive writers) ఇంకా అప్పటికి అస్తిత్వంలోకి రాలేదు.

బారీ అలీగ్‌తో చర్చిస్తున్నప్పుడు ఆస్కార్‌వైల్డ్ నాటకం 'వీరా' (అరాచకవాదులైన విప్లవకారుల కథ)ని అనువాదం చేయాలని నిర్ణయం అయింది. మంటో హసన్ అబ్బాస్‌తో కలిసి ఈ అనువాదం చేసాడు. బారీ

సాహెబ్ సంస్మరణలో ఇట్లా ఉంది –'మేము స్వయంగా సినాయి బర్క్ ప్రెస్‌లో ప్రచురించాము. ఆయన ఈ పుస్తకాలను స్వయంగా మోసుకుని ఇంటికి తీసుకువెళ్లేవారు. ప్రెస్ మీద రెయిడ్ చేసి అక్కడి పుస్తకాలను పోలీసులు ఎక్కడ ఎత్తుకు పోతారో నన్న భయం ఉండేది. నిజానికి ఈ సంఘటన మాలో ఇంకా ఎంతో ఉత్సాహాన్ని నింపింది'.

'వీరా' నాటకాన్ని మంటో అమృత్‌సర్‌లో రంగస్థలంపైన ప్రదర్శించాలని అనుకున్నాడు. రాత్రిపూట దీని అడ్వర్‌టైజ్‌మెంట్ (పోస్టర్) గోడల మీద అతికించే వాళ్లు. అబూ సయీద్ కురైషీ మాటలలో –"అడ్వర్‌టైజ్‌మెంటు పేపర్లు అతికించాక నేను అబ్బాస్ ఎక్కడ పోలీసులు వచ్చి అరెస్ట్ చేస్తారో అని భయపడుతూ ఉండేవాళ్లం. రాత్రంతా నిద్ర ఉండేదికాదు. జార్‌షాహీ తాబూల్ (రష్యాజార్లు, తాబూత్–వెదురు, కాగితాలతో సమాధిని తయారుచేసి, దాని ఎదుట ఇమామ్ హసేన్ మృత్యువు శోకాన్ని చేతులతో గుండెలకు కొట్టుకుంటూ హాయ్ హుసేన్ … హాయ్… అంటూ వ్యక్తం చేస్తారు.) లో మేకు ఊడిపోవడం వలన అడ్డర్‌టైజ్‌మెంటు కాగితాలు కొన్ని గోడ నుండి ఊడిపోయాయి. కొన్ని కాగితాలు పురుషులకు శక్తి నిచ్చేమందుల పోస్టర్ల కింద నలిగిపోయాయి. పోలీసులు ఈ పోస్టర్లను చూసాక వాళ్లని పట్టుకున్నారు. ఖ్వాజా అబ్దుల్ హమీద్ (రిటైర్డ్ డిఎస్‌పి) మమ్మల్ని రక్షించారు. ఒకవేళ పోలీసులకు పట్టుబడినా మంటోలో భగత్‌సింగ్ కాగల శక్తి ఉంది." ఈ రోజులలోనే మంటో స్నేహితులతో కలిసి రష్యా వెళ్లాలని ప్లాన్‌లు వేసుకుంటూ ఉండేవాడు. మేము అమృత్‌సర్‌లోనే ఓ మాస్కోని తయారుచేసాం. అక్కడ వాడ–వాడలలో జరిగే అరాచక వాదులను మట్టుపెట్టాలని అనుకునేవాళ్లం". బారీ అలీగ్ పిరికివాడు కాకుండా ఉండి ఉంటే మేం నలుగురం ఆ రోజులలోనే ఈ బొమ్మలతో ఆటలాడుకుంటున్నాం అన్న నేరం మీద పట్టుబడేవాళ్లం. ఉరిశిక్షలు పడిఉండేవి. అమృత్‌సర్‌లో జరిగిన రక్తపాతపు చిట్టాలో అమరవీరుల పేర్లతో పాటు మా పేర్లు ఎక్కి ఉండేవే. ఇప్పుడు నమ్మకంగా బల్లగుద్ది చెప్పగలను. ఆ రోజుల్లో ఆ ఆవేశానికి సరియైన జ్ఞానం లేదు".

మంటోకి నిలకడలేదు అన్న సత్యం అందరికి తెలిసిందే. ఆయన కాళ్లలో పాదరసం, స్వభావంలో తీవ్రత ఉండేవి. ఆగి నిల్చునే బదులు ఆయనలో ముందుకు నడవాలన్న తపనే ఎక్కువగా ఉండేది. ఏ మజిలీపైన ఆగడం

ఆయనకు ఇష్టం లేదు. ఏదో ఒక కారణంతో ఉన్న చోటు నుండి మరో చోటికి, అసలు ఆ చోటుతో ఏ సంబంధం లేనట్లుగా పరుగులు తీసేవాడు. ఏదో అశాంతి ఎప్పుడు ఉంటూనే ఉండేది. ఈ అశాంతే ఆయనని నిలవనిచ్చేది కాదు. 'షగల్', 'నారా', 'నయాకానూన్' కథలలో శోషణకి దోపిడీకి వ్యతిరేకంగా భావుకుడైన వ్యక్తి అంతరాత్మ ఎంతగా విలవిలలాడిపోతుందో వ్యక్తం చేసాడు. రాజకీయ-సామాజిక వ్యవస్థల క్రూరత్వానికి వ్యతిరేకంగా ఆక్రోశం అతడిలో బాల్యకాలం నుండే ఉంది. ఈ ఆక్రోశం కథలలో విప్లవరూపంలో వ్యక్తం అయింది.

'మసావత్' పత్రిక బంద్ అయింది. అందువలన బారీ సాహెబ్ మరో పత్రికకి వెళ్లిపోయాడు. బారీ సాహెబ్ వెళ్లిపోవడంతో అతడు ఒంటరి వాడయ్యాడు. తన భావాలని ఆలోచనలని ఎవరికి చెప్పాలో తెలియలేదు. కాని ఆయనని తలచుకుంటూ ప్రసిద్ధి చెందిన రచయితల సాహిత్యం చదవడం మొదలుపెట్టాడు.

ఈ రోజులలో విప్లవం, లెఫ్టిస్టులు, సమాజం మొదలైన వాటిని పరిశీలించడం జరిగింది. ఈ భావాలు కళ్ల ఎదుట కదలాడేవి. వీటికి ఆయన శబ్దరూపం ఇవ్వడానికి ప్రయత్నించాడు. 'ఖలక్ పత్రిక మొదటి అంకంలో బారీ సాహెబ్ ఆర్టికల్ 'హీగల్ సే కార్ల్ మార్క్స్ తక్' ప్రచురితం అయింది. అబూసయీద్ కురైషీ విప్లవాత్మకమైన కథ 'మజ్‌దూర్' ప్రచురితం అయింది. ఇందులో తన పేరున కాకుండా వేరే పేరుతో ఆయన రాసాడు. మంటో మొదటి కథ 'తమాషా'. దీంట్లోనే ప్రచురితం. అందరు తనని హేళన చేస్తారు అన్న ఉద్దేశ్యంతో మంటో తన పేరు ఈయలేదు. ఈ పత్రిక మొదటి సంచిక సత్‌యాబక్రీ ప్రెస్‌లో ప్రచురితం అయింది. మంటో ఆనందానికి హద్దులు లేవు. ఎందుకంటే ఒకటి 'ఖలక్'లో తన కథ పడ్డది. రెండోది తన కృషి వలనే పత్రిక ఇంత అందంగా తయారై ప్రచురితం అయింది. 'నేను, అబ్బాస్ మా వలన ఏదో పెద్దపని అయినట్లుగా భావించే వాళ్లం. కటడా జైమల్ సింహ్, హాల్ బజార్లలో మేం తలయెత్తుకుని తిరిగేవాళ్లం. కాని అమృత్‌సర్ దృష్టిలో మేం ఇంకా జులాయి వెధవలమే అన్న సంగతిని తెలుసుకున్నాం. పాన్, సిగరెట్ దుకాణాల వాళ్లు లెక్క చేసేవాళ్లు కాదు. ఇంట్లో పెద్దవాళ్లు వీళ్ల లక్షణాలు ఏమీ బాగాలేవని అనేవాళ్లు".

'ఖలక్' పత్రికలో ప్రచురితమైన 'తమాషా' కథలో బ్రిటీష్ వాళ్లు చేసే అరాచకాలను, అన్యాయాలను, జలియన్‌వాలాబాగ్‌లో జరిగిన రక్తపాతం గురించి చేసిన చిత్రీకరణ అందరి హృదయాలను ద్రవింపచేసింది. ఆక్రోశాన్ని పెంచింది. దీనిని చూసి పోలీసులు బారీ అలీగ్, మంటోల కోసం వెతకసాగారు. చివరికి మంటో ఇంటికి వెళ్లారు. మంటో బావమరిది ఖాజా అబ్దుల్ హమీద్ కల్పించుకుని వీళ్లని రక్షించాడు.

ఈ రోజులలోనే రష్యా సాహిత్య ప్రత్యేక సంచిక 'ఆలమ్‌గీర్'ని మంటో శ్రద్ధగా చూడడం మొదలుపెట్టాడు. రచనలను అనువాదం చేయడంలో అబూ సయిూద్ కురైషీ, హాసన్ అబ్బాస్‌లు ఎంతో సహాయ పడ్డారు. ఈ ప్రత్యేక సంచిక ప్రచురించబడ్డాక దీనిపై చాలా చర్చలు జరిగాయి. 'రూసీ అఫ్‌సానే' అన్న పేరుతో రష్యా కథల అనువాదాలని ప్రచురించాడు. రూసీ సాహిత్యంపైన మంటో ఎన్నో ఆర్టికల్స్ రాసాడు. వీటి వలన అందరు మంటోని కామ్రేడ్, థింకర్ అని పిలవడం మొదలు పెట్టారు. అబూసయిూద్ కురైషీ రాసిన వాటిని బట్టి మంటో ఆలమ్‌గీర్ ప్రత్యేక సంచిక తరువాత ఫ్రెంచ్ సాహిత్య ప్రత్యేక సంచిక 'హుమాయు'ని కూడా ప్రచురించాడు. ఈ సంచికకు మంచి పేరు వచ్చింది.

ప్రపంచ రచయితల ఆలోచనలు, మనోభావాలను అర్థం చేసుకోవడం వలన పెద్ద, పెద్ద రచయితల కావ్యాలు, నాటకాలు, నవలలు చదవడం వలన ఆయన జ్ఞానం పెరిగింది. ఇదంతా బీజరూపంలో మనసు పొరలలో ఉండిపోయింది. ఇదంతా నెమ్మది, నెమ్మదిగా ఆయన సాహిత్యం ద్వారా మూడు పూలు ఆరు కాయలుగా వికసించింది.

మంటో స్కూల్, కాలేజీ చదువుల కన్నా జీవిత పాఠశాల నుండి ఎంతో నేర్చుకొన్నాడు. వ్యక్తుల వివిధ రకాల నడతల గురించి ఆయన లోలోపల విశ్లేషణ చేసుకుంటూ ఉండేవాడు. ఎదుటివాళ్ల తప్పులను ఎత్తి చూపిస్తాడు. తను చేసిన తప్పులను తెలుసుకుంటాడు. దీనివలన ఎదుటివారి మనస్తత్వం గురించి తెలుసుకోగల అవకాశం ఆయనకు కలిగింది. తనలోని ఎదుటివాళ్లలోని మంచి-చెడులు తెలుసుకుంటూ ప్రగతిపథంపై నడిచే ప్రయత్నం ఆయన చేసాడు.

రచయితల, తత్వవేత్తల ఆలోచనాధోరణులు సిద్ధాంతాలను అర్థం చేసుకున్నాడు కాని ఆయన ఎప్పుడు ఏ సిద్ధాంతాలకి కట్టుబడి ఉండలేదు.

ఒకవేళ ఆయన కట్టుబడి ఉంటే అంతా అసహజంగా, యాంత్రికంగా అనిపించేది. ఆయన భారతీయ సమాజంలో ఉన్న లొసుగులని, సంస్కృతిని అర్థం చేసుకున్నాడు. అందువలనే మానవీయ మనస్తత్వం అనే సాగరంలో పూర్తిగా మునిగి తన కథల కోసం మంచి ముత్యాలను ఏరుకుని తెచ్చుకున్నాడు.

5

గడ్డు రోజులు

మంటో పంతొమ్మిది సంవత్సరాల వయస్సులో సాహిత్యంలో కొంతపేరు సంపాదించుకున్నాడు. రష్యా, ఫ్రాన్స్ సాహిత్యాల ప్రత్యేక సంచికలను తీసుకురావడంలో కృషి చేయడం మొదలుపెట్టాడు. ఆలోచనలలో, భావాలలో కొంత పరిపక్వత వచ్చింది. రాయడంలో అభిరుచి పెరిగింది. ఇంతలో 1932 ఫిబ్రవరి 25న మంటో తండ్రి స్వర్గస్థుడయ్యాడు. నిజానికి ఈ రోజులు అతడి జీవితంలో గడ్డు రోజులు. తండ్రి రిటైర్ అయ్యాక ఇల్లు నడవడం ఎంతో కష్టం అయింది. ఇంతలో ఆయన మృత్యువు. ఏం చేయాలో తోచని పరిస్థితి. బీదరికం మొత్తం కుటుంబాన్ని బాధలలో ముంచేసింది. మంటో ఈ పరిస్థితి గురించి చెప్పాడు – "అసలే ఆర్థికంగా బాధలు పడుతున్నాం. చుట్టుపక్కల వాతావరణం వలన పని లేదు. ఈ బాధల నుండి బయటపడడానికి నేను తాగడం మొదలుపెట్టాను. ఎక్కువ సమయం తాగడంలోనే గడిపేవాడిని. తాగుబోతులైన స్నేహితుల ఇళ్లల్లో పడి ఉండేవాడిని. వీళ్లకు సాహిత్యం పట్ల ఎటువంటి ఆసక్తే లేదు. వాళ్ల సాంగత్యంలో నేను ఆత్మను చంపుకున్నాను. శరీరానికి ఏ కోరికలు కలగకుండా ఉండాలని ప్రయత్నం చేసాను". మంటోపై ఆకాశం విరుచుకు పడ్డది. మొదటి నుండి ఆర్థికంగా తక్కువ స్థితిలోనే కాలం గడిచింది.

ఇప్పుడు పరిస్థితి ఇంకా ఘోరంగా తయారయింది.

తండ్రి మృత్యువు మంటోకి పెద్ద దెబ్బ. అసలు ఏం చేయాలో తల్లికి ఏ విధంగా సహాయం చేయాలో తెలియలేదు. పత్రికలలో రాయడం వలన కొంత పేరు వచ్చింది. కాని దీనివలన సంపాదన ఏమీ ఉండదు. కుటుంబం అంతా ఎవరో ఒకరి మీద ఆధారపడాల్సిన పరిస్థితి. ఆయన ఇద్దరు అన్నయ్యలు నెలకు నలభై రూపాయలు పంపించేవారు. కుట్టుపనిలో ఆమెకు ఎంతో నైపుణ్యం ఉంది. ఈ పని చేస్తూ కొంత సంపాయించసాగింది. మెల్లి, మెల్లిగా ఆర్థిక స్థితి బాగుపడసాగింది.

పెద్ద, పెద్ద రచయితలతో పరిచయం ఏర్పడటం వలన మంటోలో ఉత్సాహం పెరిగింది. బహుశ తోటి స్నేహితులు హేళన చేయడం వలన చదువుకోవాలన్న పట్టుదల పెరిగింది. అబూసైయీద్ కురైషీ ప్రోత్సాహం అతడికి లభించింది. ఆరోజుల్లో అలీగఢ్ యూనివర్శిటీకి చాలా పేరు ప్రతిష్టలు ఉండేవి. బారీ సాహెబ్ కూడా అక్కడే చదువుకున్నాడు. మంటో బి.ఎ. చదవాలని ఉంది అని సోదరితో చెప్పాడు. ఆమె తన తల్లికి నచ్చచెప్పి మంటోని కాలేజీలో జాయిన్ కమ్మనమని ప్రోత్సహించింది. 1935లో సయీద్ కురైషీతో పాటు అలీగఢ్‌కి వెళ్లిపోయాడు. అభ్యుదయం కోసం ఉద్యమం మొదలయింది. ఇక్కడ రాజకీయాలపై వేడిగా వాడిగా చర్చలు మొదలయ్యాయి. ఇక్కడ సర్దార్ జాఫరీ, హయాతుల్లా అంసారీ, అఖ్తర్ రామ్‌పురి, మజాజ్, జాన్‌నిసార్ అఖ్తర్ మొదలైన వారితో పరిచయం అయింది. డా. అష్రఫ్, డా. అబ్దుల్ అలీమ్ మంటోకి ప్రొఫెసర్లుగా ఉండేవారు. షాహిర్ లతీఫ్ (వీరితో ఇస్మత్ చుగ్‌తాయికి వివాహం అయింది) గారితో పరిచయం అయింది. ఆయనని అల్లరి పట్టిస్తూ 'చిప్‌కూ' అంటూ పిలిచేవాళ్లు. ఇక్కడ ఉంటూ మంటో రాజకీయాలలో సరాసరి పాల్గొనక పోయినా, ఇక్కడి వాతావరణం ఆయన విప్లవాత్మకమైన ఆలోచనలకు, సాహిత్యం పట్ల ఉన్న అభిరుచికి పదును పెట్టింది. సర్దార్ జాఫరీ ఆ రోజులను గుర్తు చేసుకుంటూ ఇట్లా రాసారు –'ఒక ముషాయిరాలో పాల్గొని నేను బజారుకి వచ్చాను. ఒక యువకుడు కనిపించాడు. అతడి కళ్లు మెరుస్తున్నాయి కాని జబ్బు పడిన వాడిలా ఉన్నాడు. నన్ను అతడు గదిలోకి తీసుకువెళ్లాడు. 'నేను తిరుగుబాటు దారుడినే' అని అతడు అన్నాడు. ఆ యువకుడు సాదత్ హసన్ మంటో. అతడు తను భగత్‌సింగ్ మీద రాసిన ఆర్టికల్స్‌ని నాకు ఇచ్చాడు.

విక్టర్ హ్యూగో గోర్కీల గురించి చెప్పాడు". సర్దార్ జాఫరీ చెప్పిన ఈ మాటలు యువకుడు మంటో ఆలోచనలకు భావాలకు వ్యక్తిత్వానికి అద్దం పడతాయి. ఆ రోజుల్లో అతడిలో విప్లవ భావాలు పాతుకుపోయాయి. భగత్‌సింగ్ అతడికి ఆదర్శం. హ్యూగో, గోర్కీల రచనలను క్షుణ్ణంగా చదివాడన్న ఉద్దేశ్యంతో అందరికి అతడి పట్ల ఇంకా గౌరవం పెరగసాగింది.

అలీగఢ్‌లో మంటో తొమ్మిది నెలలు ఉన్నాడు. ఇక్కడే అతడు మార్చి 1935లో 'ఇన్‌కలాబ్' అన్న పేరున ఒక కథ రాసాడు. అది అలీగఢ్ మాగజీన్‌లో ప్రచురితం అయింది. ఈ కథను ఎందరో మెచ్చుకున్నారు. మళ్లీ ఒకసారి గుండెలో బాగా నొప్పి వచ్చింది. నెమ్మది నెమ్మదిగా ఆరోగ్యం దిగజారసాగింది. ఢిల్లీకి వెళ్లి ఎక్స్‌రే తీయించుకున్నాడు. ఊపిరితిత్తులపైన చిన్న మచ్చల్లా కనిపించాయి. డాక్టర్లకి చూపిస్తే క్షయ రోగం ఉంది అని చెప్పారు. యూనివర్శిటీకి రావద్దన్నారు. తరువాత క్షయ రోగం కాదని తేల్చి చెప్పారు. అయినా భయంతో ఆయన అమృత్‌సర్‌కి వచ్చాడు. ఇంట్లో వాళ్లు ఈ విషయం తెలియగానే ఆందోళన పడసాగారు.

మంటో తొందరపడి అలీగఢ్ వదిలేసి అమృత్‌సర్‌కి వచ్చాడు. డిసెంబర్ 1935లో అబూసయీద్ కురైషీ లాహోర్ వెళ్లిపోయాడు. ఆ రోజుల్లో మంటో పరిస్థితి గురించి అబూసయీద్ ఇట్లా రాసాడు – 'గుండెల్లో విపరీతంగా నొప్పి వచ్చేది. అప్పుడప్పుడు టించర్ అయోడిన్ రాసేవాడు. అప్పుడప్పుడు ఆవాల పట్టీ వేసేవాడు. కాని నొప్పి తగ్గేదికాదు. కళ్లజోడు తీసి పక్కన పెట్టేవాడు. కాళ్లు ముడుచుకుని పడుకునేవాడు. కళ్లు ఎర్రబడేవి. మున్సిఫ్ సాహెబ్ ఫోటోలోని ఆయన కళ్లలా ఎర్రబడి నీ దయాదాక్షిణ్యాలు నాకక్కరలేదు అన్నట్లుగా ఉండేవి. బాధను భరించలేక చీప్‌లిక్కర్ తాగడం మొదలుపెట్టాడు. బాటిల్‌ని పై గూటిలో కాలెండర్ వెనక దాచి ఉంచేవాడు. కాని బాధకి ఇది మందు కాదుగా. ఎన్నో నెలలు మంటో ఏవేవో మందులు తీసుకున్నాడు. చివరికి మళ్లీ డాక్టర్లకి చూపించాల్సిన పరిస్థితి ఏర్పడ్డది. రోగి లక్షణాలు చూసి డాక్టర్లు క్షయ రోగం అన్నారు. ఏదైనా శానిటోరియమ్‌లో పెట్టాలి అని చెప్పారు. తల్లి, చెల్లెలు ఇక్‌బాల్ కొంత సహాయం చేసారు. రోగనివారణ కోసం మంటో బనిహార్ (కాశ్మీర్) దగ్గరి బట్‌తీ అన్న ఊరికి వెళ్లాడు. ఇక్కడ మూడు నెలలు ఉన్నాడు. ఇక్కడే కొండలలో నివసించే అమాయకమైన అందమైన యువతి బేగూతో

పరిచయం అయింది. మంటో బేగూతో తనకున్న ప్రేమను కొన్ని కథలలో, ఏక్‌ఖత్, మౌసమీ షరారత్, బేగూ, లాల్ టేన్, అన్న కథలలో రచయిత స్వానుభవం వ్యక్తం అయింది అని అనిపిస్తుంది. కృష్ణ చందర్ బటౌత్‌లో ఉన్న సమయంలో రాసిన మంటో కథ 'లాల్‌టేన్' చదివాక అది అతడి జీవితంలో జరిగిన సంఘటనే అని అనిపిస్తుంది. రొమాంటిక్ మంటో అందులో కనిపిస్తాడు. బేగూ అల్లరి, అమాయకత్వం కథలో వ్యక్తం అవుతాయి. సయీద్ కురైషీ మాటలలో 'ఆమెలో మంటోకి ఒక పవిత్ర ఆత్మ కనిపించింది. మంటో జీవితంలో బేగూను తప్పితే ఇంకెవరినీ ప్రేమించిన దాఖలా కనిపించదు. నిజానికి ఈ ప్రేమ-పిచ్చి నుండి బయటపడిందే నయం అయింది. అతడికి జీవిత సత్యాలను తెలుసుకునే అవకాశం లభించింది. ఆధునిక జీవితంలోని యధార్థాన్ని స్వీకరించే శక్తి కూడా అతడికి లభించింది.

మంటోకి క్షయరోగం లేదని తెలిసింది. అమృత్‌సర్‌కి వచ్చాడు. అతడి అక్కయ్య నాసిరా ఇక్‌బాల్‌కి పెళ్లి అయింది. ఇప్పుడు ఆమె నివాసం బొంబాయిలోనే. 'అంతో ఇంతో దాచుకున్న డబ్బు మా బావగారికి ఇచ్చేసింది దయార్ద్ర హృదయురాలైన మా అమ్మ' అని మంటో రాసాడు.

అమృత్‌సర్‌కి వచ్చాక అతడిలో మనస్తాపం ఎక్కువ అయింది. ఏం చేయాలో తోచని పరిస్థితి. ఎక్కడికైనా పారిపోయి ఆత్మహత్య చేసుకోవాలని అనుకునేవాడు. ఈతి బాధలు అతడిని నిలవనీయకుండా చేసాయి.

ఈ రోజులలోనే ఆగాహశ్ర కాశ్మీరీ స్వర్గస్థ (1935) దయ్యాడన్న వార్త లాహొరు నుండి మంటో స్నేహితులు పంపించారు. అతడు చాలా బాధ పడ్డాడు. కాశ్మీర్ వాడైనందుకు, గల్లీవకీలాన్‌లో తన బాల్యం గడిచినందుకు కాదు. అతడిలో అమృత్‌సర్, లాహొర్‌లో గడిపిన రోజులు స్మృతిపథం నుండి తొలగిపోలేదు. ఇంకా ఆ జ్ఞాపకాలు ఉన్నాయి. మొదటిసారిగా తను ఆగాహశ్ర కాశ్మీరీని అమృత్‌సర్‌లో కలిసిన క్షణాలు అతడికి గుర్తుకు రాసాగాయి. ఆయన జీవన పద్ధతి, వింతగా ఉన్న ఆయన వస్త్రధారణ, నాటకాలు, రంగస్థలం గురించి మంటో తెలుసుకున్నాడు. లాహొర్‌కి ఆయన వచ్చి వెళ్తూ ఉండేవాడు. అప్పుడు కూడా మంటో ఎన్నోసార్లు ఆయనని కలిసాడు. ఆటోగ్రాఫ్ బుక్ మీద ఆయన సంతకం తీసుకున్నాడు. ఆయన వణుకుతున్న చేతులతో తన పేరు

రాస్తూ 'ఎంతోకాలం తరువాత నేను సంతకం చేసాను' అని ఆయన అన్నారు. ఒకవైపు ఆయనకు సంబంధించిన జ్ఞాపకాలు, రెండోవైపు ఏదో ఒక ఉద్యోగం చేయాలన్న తపన. చివరికి యథార్థాన్ని స్వీకరించి ఉద్యోగం వేటలో పడ్డాడు.

ఉద్యోగం వేటలో అలసి-సొలసి పోయాడు. ఏవో చిన్న ఉద్యోగాలు దొరికేవి. కాని నికరంగా ఇంత జీతం వస్తుంది అన్న నమ్మకం లేదు. అటువంటి ఉద్యోగం దొరకలేదు. బారీ సాహెబ్ ఏదైనా ఉద్యోగం ఇప్పిస్తాడేమో అన్న ఆశతో లాహొరు వెళ్లిపోయాడు. కాని అప్పుడికే ఆయన రంగూన్ వెళ్లిపోయాడు. కర్మచంద్ నడిపే పత్రిక 'పారస్'లో పనిదొరికింది. గుండె నొప్పి ఉన్నా, దగ్గు ఉన్నా, సిగరెట్లు తాగడం మానలేదు. 'అరబ్' హొటల్‌లో అబూసయీద్ కురైషీ ఇంకా తక్కిన స్నేహితులతో కూర్చుని మాట్లాడుతూ ఉండేవాడు. వీళ్లందరికి అది ఒక అడ్డా అయింది. నజీర్ లుథియానవీ 'ముసవ్విర్' వారపత్రికకి సంపాదకుడు. ఆయన మంటోని బొంబాయికి రమ్మని పిలిచాడు. మంటో వెంటనే బొంబాయికి వెళ్లిపోయాడు.

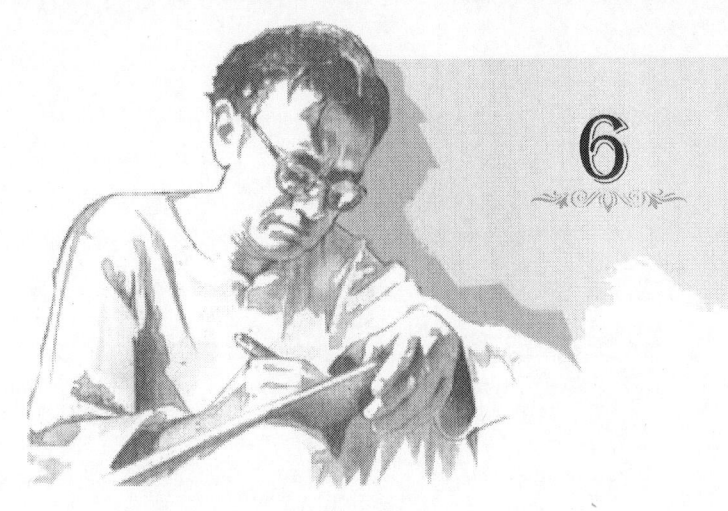

6

బొంబాయితో విడదీయరాని బంధం

1936లో మంటో అమృత్‌సర్ నుండి బొంబాయి వచ్చాడు. తండ్రి మీద కోపంతో ఈ మాయా నగరికి పారిపోయి వచ్చాడు. మళ్లీ తల్లీ-తండ్రి సోదరి బతిమలాడటం వలన, ప్రేమ చూపడం వలన వెనక్కి అమృత్‌సర్‌కి వెళ్లిపోయాడు. ఆ రోజుల్లో అల్లరి చిల్లరిగా తిరుగుతూ ఉండేవాడు. కాని తన ఇష్టంతో ఇప్పుడు ఉద్యోగం చేయడానికి వచ్చాడు.

బొంబాయికి రాగానే 'ముసవ్విర్' వారపత్రికలో సంపాదకీయం రాయడం మొదలుపెట్టాడు. పత్రిక యాజమాన్యం 40 రూపాయలు జీతం ఇచ్చేది. ప్రారంభంలో ఎన్నో నెలలు అతడు ఆఫీసులోనే ఉన్నాడు. అప్పుడు జీతంలో రెండు రూపాయలు కట్ చేసేవాళ్లు. ఈ రోజుల్లో బొంబాయిలో ఇళ్లు దొరకడం ఎంతకష్టమో ఆ రోజుల్లోనూ అంతే. మంటో వెతకగా వెతకగా రికమెండేషన్ మీద బాయ్‌కలాలో ఒక గది దొరికింది. నెలకి అద్దె 9 రూ॥లు. పగలంతా ఆఫీసులో గడిచిపోతుంది. రాత్రికి ఇంటికి వచ్చి మంచం మీద పడుకుంటే నల్లుల వలన నిద్రపట్టేది కాదు.

బాయ్‌కలా, నాగపాడా ఈ రెండు పక్కన-పక్కనే ఉండే బస్తీలు. ఆ రోజుల్లో ఇక్కడ ఎక్కువ మంది మహమ్మదీయులు, యూదులు ఉండేవారు.

చాల్ (చిన్న-చిన్న గదులతో ఉండే మూడు నాలుగు అంతస్తుల భవనాలు) చాలా సంఖ్యలో ఉండేవి. ఉర్దూ పత్రికల ఆఫీసులు అందులో ఉండేవి. ఇక్కడ ఎక్కువగా మధ్య వర్గం వాళ్లు, అట్టడుగు వర్గం వాళ్లు ఉండేవాళ్లు. ఫారస్ రోడ్డు మీద పెద్ద వేశ్యా గృహం ఉండేది. అంతో ఇంతో ఆహ్లాదంగా ఆడిపాడే ఈ మనుష్యుల మధ్య ఉంటూ, వాళ్ల బతుకులను అతి దగ్గరిగా చూసాడు. సాధారణ మనుష్యుల కథలు-వ్యథలు ఆయన మనస్సును స్పర్శించాయి. మొత్తానికి బొంబాయితో అతడికి విడదీయరాని బంధం ఏర్పడ్డది. విభజన తరువాత లాహోరు వచ్చాక కూడా మంటో బొంబాయిని మరచిపోలేకపోయాడు. అక్కడి అనుభవాలు, ఆలోచనలు, భావాలు కథల రూపంలో వ్యక్తం కాసాగాయి. కథలలో పాత్రలు మిసేజ్ డి సిల్వా కాఘలాల్ ఖరీ మూంగ్ షలీవాలా, మోజెల్, డికోస్టా, మహమ్మద్ భాయీ, సౌగంధీ బొంబాయికి సంబంధించినవే. ఎన్నో కథలలో ఈ పాత్రలకు ప్రాణం పోసాడు.

మంటో చలనచిత్ర సీమలో కాలుపెట్టాలని చిన్నప్పటి నుండే కలలు కనేవాడు. నజీర్ లుథియునవీ మంటో కోరికను పసికట్టాడు. మంటోకి 'ఇంపీరియల్' మూవీటోన్ ఫిల్మ్ కంపెనీలో మున్షీ (గుమాస్తా) ఉద్యోగం ఇప్పించాడు. కథారచయితగా, సంభాషణలు రాయడానికి ఉద్యోగం నజీరు ఇప్పించాడు. నలభై రూపాయలు జీతం. ఎంతో తెలివిగా సగం జీతం ఇచ్చే ఏర్పాటు చేసాడు. శేర్ ఆర్దేషర్ ఈరానీ ఈ కంపెనీని 1931లో స్థాపించాడు. భారతదేశంలో సౌండ్ సిస్టమ్‌ని మెరుగుచేసారు. ఆయన మంటో వ్రాసిన ఒక కథని సినిమాగా తీసారు. కాని అది ఫ్లాప్ అయింది. ఆ రోజుల్లో ఫిలిమ్ ఫ్లాప్ అయిందంటే మొత్తం ప్రొడక్షన్ యూనిట్ నష్టాన్ని భరించాల్సి వచ్చేది. అందువలన కంపెనీ పరిస్థితి దిగజారింది. ఈరానీ ఎన్ని విధాల దాన్ని నిలబెట్టాలని చూసినా నిలబెట్టలేకపోయాడు. ఇటువంటి సమయంలో కంపెనీవాళ్లు మంటోకి కొంత అడ్వాన్సు ఇచ్చేవారు. తరువాత నజీర్ రెకమెండేషన్ మీద ఫిల్మ్‌సిటీలో వందరూపాయల జీతంతో ఉద్యోగం దొరికింది. ఆర్దేషర్ ఇరానీ బాధపడ్డాడు. మళ్లీ 80 రూపాయల నెల జీతం మీద ఇంపీరియల్ కంపెనీలో ఉద్యోగం ఇచ్చాడు. కాని అక్కడ మంటో ఎక్కువ కాలం ఉండలేకపోయాడు. ఇంపీరియల్ నుండి బయటికి వచ్చేసాడు. 1938లో సరోజ్ మూవీ టోన్‌లోకి వచ్చాడు. అక్కడే 1941 దాకా ఉద్యోగం చేసాడు.

మంటో కలలు కన్న చలనచిత్ర సీమ ఇది కాదు. ఇక్కడ అంతా ఇంకా పాత చింతకాయ పచ్చడే అని అతడికి అనిపించింది. ఎవరికి అభ్యుదయ భావాలు లేవు. స్టూడియోలో చాలావరకు ఛాందస భావాలు కలవాళ్లే ఉన్నారు. ఇక్కడ కళాకారులకు ఏ మాత్రం గౌరవం లేదు. అయినా బ్రతుకు తెరువు కోసం ఎక్కడో అక్కడ ఉద్యోగం చేస్తూనే ఉన్నాడు. ఆయన బాగా పనిచేసేవాడు. అందువలన అందరి మన్నలను అందుకున్నాడు. పెద్ద పెద్ద డైరెక్టర్లు, యాక్టర్లతో పరిచాయాలు అయినాయి. ఆయన గురించి చిలువలు-పలువులుగా చెప్పుకోవడం మొదలు పెట్టారు. 1938లో మంటోకి ఎవరో అభినేత్రితో సంబంధం ఉందని, త్వరలో పెళ్లి చేసుకోబోతున్నాడన్న వార్త అంతటా పొక్కిపోయింది. సినిమా ప్రపంచంలో ఇటువంటివన్నీ మామూలే. వెంటనే ఈ వార్త లహోరు, అమృత్‌సర్‌ల దాకా పాకిపోయింది. తరువాత ఎవరో వేళాకోళం చేయడానికి ఇటువంటి వార్తలను సృష్టించారని తెలిసింది. మంటోకి కూడా ఇటువంటి స్వభావం ఉండటం వలన ఏ మాత్రం బాధపడలేదు. ఆడవాళ్లతో స్నేహం ఉండేది కాని ఎవరితోనూ శారీరక సంబంధం ఉంది అన్న ప్రమాణం ఎక్కడా లేదు.

బొంబాయిలో మంటోకి ఇవి గడ్డు రోజులు. ఒకవైపు జర్నలిజమ్‌లో మరో వైపు సినిమాలలో కొంతపేరు సంపాదించాడు. జీత-భత్యాలు సరిగా లేనందున ఆర్థికంగా పరిస్థితి అట్లానే ఉంది.

'ముసవ్విర్' ఆఫీసులో ఉండటానికి వీలులేకపోయింది. 'చాల్'లో ఒక గది తీసుకుని ఉండటం మొదలుపెట్టాడు. ఇక్కడ పరిసరాలన్నీ అశుభ్రంగా ఉంటాయి. బొంబాయి జీవితం అంటేనే ఉరుకులు -పరుగులు. ఈ జీవితానికి అలవాటు పడడానికి ప్రయత్నించసాగాడు. మంటో తల్లి సర్దార్ బేగమ్ అమృత్‌సర్‌లో ఒంటరిగా ఉండేది. అక్క నాసిరా ఇక్‌బాల్‌కి పెళ్లి అయి బొంబాయిలో ఉండేది. ఆమె కాపురం సరిగా లేకపోవడం వలన తల్లి-కొడుకులు చాలా బాధ పడేవారు. అక్కయ్య అంటే మంటోకి ప్రాణం. ఆమెను కష్టపెడుతున్నాడు అన్న కోపంలో బావగారితో రెండుసార్లు గొడవలు పెట్టుకున్నాడు. ఈ కోపంతో బావగారు మంటోని ఇంటికి రావద్దన్నాడు. ఇక్‌బాల్‌ని మంటోతో కలవడానికి వీలు లేదని కట్టడి చేసాడు. 'మేరీషాదీ' (నాపెళ్లి)లో దీనికి సంబంధించిన వివరణ ఇచ్చాడు - 'నాకు బావగారికి మధ్య పచ్చగడ్డి వేస్తే భగ్గుమనేది.

ఆయన చరిత్రహీనుడు. ఆ దేవుడే ఆయనని రక్షించాలి. నేను గొడవపడుతూ ఉండేవాడిని అందువలన ఆయన నన్ను తనింటికి రావద్దన్నాడు. నాతో మట్లాడకూడదని అక్కయ్యని కట్టడి చేసాడు." రాకపోకలు లేకపోయినా అక్కయ్యతో మంటో అప్పుడప్పుడు ఫోనులో మాట్లాడుతూ ఉండేవాడు.

ఈ రోజుల్లో మంటో బొంగరంలా తిరుగుతూ ఉండేవాడు. అప్పుడప్పుడు ఫిల్మ్ కంపెనీల ఆఫీసుల్లో అప్పుడప్పుడు స్నేహితుల పిచ్చాపాటీ కార్యక్రమాలలో స్నేహితులతో షేర్-షాయిరీలు చెబుతూ-వింటూ కాలం గడిపేవాడు. నెమ్మది-నెమ్మదిగా ఆయన కథలను సినిమా వాళ్లు తీసుకోసాగారు. సినిమా కథలు స్క్రిప్ట్ రాయడంలో కొంత పేరు సాంపాయించాడు. షూటింగ్‌ల సమయంలో చుట్టుపక్కల ఉండే నాసిక్, పూనా (1937) నగరాలకి వెళ్తూ ఉండేవాడు.

'తమాషా' అనే కథ ప్రచురితం అయింది. ఈ కథని గురించిన చర్చ చాలా జరిగింది. 1936లో ఆయన 'ఆతిష్‌పారె' కథని గురించిన చర్చ చాలా జరిగింది. 1936లో ఆయన 'ఆతిష్‌పారె' కథా సంకలనం ప్రచురితం అయింది. దీని ఉపోద్ఘాతంలో మంటో ఇట్లా రాసాడు - 'ఈ కథలన్నీ నివురుకప్పిన నిప్పుకణాలు. వీటిని అగ్నిజ్వాలలుగా మార్చడం పాఠకుల పని'. ఈ సంకలనం ప్రచురితం అయ్యాక పాఠకుల సంఖ్య బాగా పెరిగింది. అమృత్‌సర్, లాహెూర్‌లో ఉన్న పత్రికా సంపాదకులతో స్నేహితులతో ఉత్తరాల వ్యవహారం నడుస్తూనే ఉండేది. అక్కడి వార్తలు ఇక్కడికి, ఇక్కడి వార్తలు అక్కడికి చేరుతూనే ఉండేవి. దేశంలో, ప్రపంచంలో, సాహిత్యంలో, కళారంగంలో జరిగే మార్పుచేర్పులు మొదలగు వాటి గురించి తెలుసుకుంటూ ఉండేవాడు. బొంబాయి సినిమా పత్రిక 'ముసవ్వర్'కి ఎడిటర్ ఇన్‌చార్జ్ కావడం వలన చిన్న చితక పత్రికలు ఆయన దగ్గరికి వస్తూ ఉండేవి. జనవరి 1937 సం॥లో అఖ్తర్ షిరానీ పత్రిక 'రోమాన్' వచ్చింది. అందులోని అహమ్మద్ నదీమ్ కాస్మీ కథ 'బేగునాహ్' ఆయనకు చాలా నచ్చింది. ఆయన ముసవ్విర్‌లో ఈ కథను ప్రశంసిస్తూ విమర్శ రాసాడు. ఈ విమర్శ చదవగానే నదీమ్ ఎంతో ప్రేమగా ఒక ఉత్తరం రాసాడు.

1937 మే 10న మంటో ఇట్లా రాసాడు "నాకు పుస్తకాలు కొనడంలో, జీవితాన్ని హాయిగా జీవించడంలో అభిరుచి ఉండేది. వీటి కోసం నేను ఖర్చు చేయడానికి ఏ మాత్రం వెనకాడే వాడిని కాను. జీవితం ఉంటే ఎంత డబ్బైనా సంపాదించవచ్చు".

1938 మేలో రాసిన ఉత్తరంలో ఇట్లా రాసాడు. "జూదం ఆడటం, మద్యం తాగడం, ఇంకా ఇటువంటి కొన్ని వ్యవసనాలు శరీరానికి సంబంధించినవి. నాలో కూడా శారీరకంగా, మానసికంగా కొన్ని బలహీనతలు ఉన్నాయి".

"మానవుడు అతి నీచమైనవాడు, తుచ్ఛుడు ఇట్లా అంటున్నందుకు నన్ను క్షమించండి. నాలో మీ కళ్లకు కనబడని ఒక లక్ష దుర్గుణాలు ఉన్నాయి. మీరు నా దగ్గరిగా వస్తే నేనేమిటో మీకు ఏదీ దాచకుండా చెబుతాను. దూరంగా ఉండటమే మంచిది" (మే 1938).

కొన్ని నెలలు తరువాత 'హుమాయూం'లో 'నయాకానూన్' ప్రచురితం అయ్యాక సాహిత్య ప్రపంచంలో చాలా చర్చలు జరిగాయి.

ఆ రోజుల్లో ఆయన పైన పని ఒత్తిడి ఎక్కువగా ఉండేది. పత్రికలకు రాయడంతో పాటు సినిమాలకు కూడా రాయడం వలన ఆయనకు క్షణం తీరిక దొరికేది కాదు. అయినా మంచి, మంచి కథలు రాసేవాడు. సాహిత్యానికి వేడి వాడిగా చర్చలతో సంబంధం ఉండేది. 'మంటోకే అఫ్సానే' (1940) 'దువాం' కూడా వీటితో పాటు అచ్చు అయ్యాయి. 1940లో మంటో 'ఆవో రేడియో సునేం', 'క్లియోపాత్రాకీ మౌత్' నాటకం రాసాడు. ఇక్కడే ఆర్టికల్స్ రాయడంలో ప్రావీణ్యం సంపాయించాడు. పబ్లిషర్లను దృష్టిలో పెట్టుకుని 'ముర్ఘేషికాయత్ హై' శీర్షికన ఆర్టికల్స్ రాసాడు. 'మంటోకే మజామీన్' (1942) సంకలనంలో ఈ కథ ప్రచురితం అయింది.

బొంబాయి నుండి ఢిల్లీ వెళ్లక ముందు మంటో సాహిత్య ఉద్యమాలను ఎంతో సూక్ష్మంగా పరిశీలించాడు. సజ్జత్ జాహీద్, అహమ్మద్ అలీ ఇంకా మరికొందరు యువకులు అభ్యుదయ ఉద్యమాన్ని ప్రారంభించినప్పుడు మంటో వాళ్లకి ఎంతో సహకరించాడు. అలీగఢ్ యూనివర్శిటీలో ఉన్నప్పుడు ప్రోగ్రెస్సివ్ రైటర్స్‌తో పరిచయం అయింది. 'నయాఅదబ్' అనే పత్రిక అభ్యుదయ భావాల పత్రిక. ఈ పేరుని మంటోనే సజెస్ట్ చేసాడు. సర్‌దార్ జాఫరీ ఆధ్వర్యంలో ఈ పత్రిక నడిచేది. మొట్టమొదట 'నయా అదబ్' ప్రారంభం అయినప్పుడు మంటో కథలు చాలా ప్రచురితం అయ్యాయి. ఆ రోజుల్లో అభ్యుదయ రచయితలందరికి మంటో అంటే ప్రేమాభిమానాలు ఉండేవి.

7

మంటో నావకి దొరికిన చుక్కాని సఫియా

1938 సం॥లోని మాట సర్దార్ బేగమ్ బొంబాయి వెళ్లి కూతురు - కొడుకుని చూడాలనుకుంది. వాళ్ల స్థితిగతులను గురించి తెలుసుకోవాలనుకుంది. కొంత కూతురు విషయం తెలుసు. కాని మంటో ఎట్లా ఉన్నాడో, జీవనోపాధి ఎట్లా ఉందో ఆమెకి తెలియదు. ఆమె బొంబాయి వెళ్లింది. కొన్ని రోజులు కూతురు ఇంట్లో ఉంది. తరువాత సాదత్ హసన్‌ని కలవడానికి వెళ్లింది. అతడు బతుకుతున్న తీరు, అశుభ్రంగా ఉన్న ఒక చిన్నగదిలో నివాసం ఉండటం ఆమె చూసింది. బాధ భరించలేక వెక్కి వెక్కి ఏడ్చింది. సాదత్ హసన్ దగ్గర మంచి బట్టలు లేవు. రాత్రి కిరసనాయిలు బుడ్డీ వెలిగించి పనిచేసుకోవాలి. 'మేరీ షాదీ' అన్న ఆర్టికల్‌లో ఈ సంఘటనలను గుర్తు చేసుకుంటూ మంటో రాసాడు. ఏడుపు ఆపేసి అమ్మ నన్ను గంభీరంగా అడిగింది.

'సాదత్ నువ్వు ఎక్కువగా ఎందుకు సంపాదించవు?'

నేను జవాబు ఇచ్చాను - 'అమ్మా! ఎక్కువ సంపాదించి మాత్రం ఏం చేయను? నా సంపాదన నా ఒక్కడికే చాలు'.

ఆవిడ హేళనగా అన్నది - 'కాదు, అసలు విషయం ఏమిటంటే నువ్వు ఎక్కువ సంపాదించలేవు. పోనీ బాగా చదువుకున్నావా అంటే అదీ లేదు'.

మంటో నవ్వుతూ మాటను మార్చడానికి ప్రయత్నం చేసాడు – 'అమ్మా! నేను ఏది సంపాదించినా నా కోసం, ఇంట్లో భార్య ఉంటే నేనెంత సంపాయిస్తానో నీవే చూసేదానివి. సంపాయించడం పెద్ద కష్టమేమీ కాదు. వ్యక్తి చదువులేకపోయినా బోలెడంత సంపాదించగలుగుతాడు'.

'పెళ్ళి చేసుకుంటావా?' అమ్మ అడిగింది.

'ఎందుకు చేసుకోను?'.

సాదత్ పెళ్లి చేసుకోడానికి ఇష్టపడుతున్నాడు అని తెలిసాక తల్లి ఇక అతడి జీవితాన్ని ఒక తీరు–తెన్నుకి తేవాలని నిర్ణయించుకుంది. కొడుకు పెళ్లి చేస్తే అన్ని కష్టాలు తొలగిపోతాయని ఆమెకు నమ్మకం కలిగింది. ఇక అంతే మంటో కోసం పిల్లని వెతకడం మొదలుపెట్టింది. ఒక సంబంధం వచ్చింది. వాళ్లు కాశ్మీరులు, కాశ్మీరు వంశంలోని వాళ్లకి తమ పిల్లని (సఫియాని)స్తామని చెప్పారు. సఫియా తండ్రి ఆఫ్రికాలో పోలీసు ఇన్‌స్పెక్టర్‌గా ఉండేవాడు. ఆయన స్వర్గస్థుడయ్యాడు. తాయాఖ్వాజా షమ్‌సుద్దీన్ అక్కడ శాసనసభ్యుడుగా ఉన్నాడు. సంబంధం ఖాయం చేయడానికి వచ్చాడు. పినతండ్రి మలిక్ హసన్ సఫియాని పెంచాడు. ఆయన ఇక్కడ పోలీస్ డిపార్ట్‌మెంట్‌లో పనిచేసేవాడు. మంటో సోదరులకి (ఆఫ్రికాలో ఉండేవాళ్లు) వీళ్లకి బాగా పరిచయం ఉంది. అందువలన సంబంధం ఖాయం చేయడం తేలిక అయింది. తను ఎంత కష్టంలో ఉన్నా సరే. సరియైన రాబడి లేకపోయినా సరే ప్రతీ రోజు ఒక బాటిల్ బీర్ తాగుతాడు. ఒక చోట ఇట్లా రాసాడు – 'అసలు నాకు తెలివికలవారెవరై నా తమ పిల్లని ఇస్తారని కలలో కూడా అనుకోలేదు. అసలు నా దగ్గర ఏముంది? ఎంట్రన్స్ పాస్ అది కూడా థర్డ్ డివిజన్. ఇక ఉద్యోగం అదీ అంతంత మాత్రమే. జీతం బదులు అడ్వాన్స్ ఇచ్చే ఉద్యోగం నాది. సినిమాలకి స్క్రిప్టులు రాయడం పత్రికలలో ఆర్టికల్స్ రాయడం. ఇటువంటి వాళ్లకు మర్యాదస్తులు ఎవరైనా పిల్లనిస్తారా?" కాని చూడండి దేవుడి లీల ఈ కుటుంబంలోని సఫియాతో మంటోకి పెళ్లి అయింది. అబూసయీద్ కురైషీ పెళ్లి వార్త వినగానే ఉత్తరంలో మంటోని ఈ విషయం గురించి అడిగాడు. మంటో నా పెళ్లి అవుతోందని నీవు సరిగానే విన్నావు. కాని ఫిల్మ్ యాక్ట్రస్‌తో అని తప్పుగా విన్నావు. నాకు కాబోయే భార్య ఇంటి పట్టున ఉండే అమ్మాయి అని సమాధానం ఆయన ఇచ్చాడు.

మంటో ఎంతో సంతోషపడాల్సిన సమయం. కాని ఈతి బాధల వలన కలవరపడ్డాడు. ఏం చేయాలో తోచలేదు. అర్దేషర్ ఇరానీ సాహెబ్‌ని మిగిలిన డబ్బులని ఇవ్వమని అడిగాడు. ఈ డబ్బు కొంత పెళ్లి ఖర్చుకి వెళ్తుందని అతని ఉద్దేశ్యం. ఆర్దేషర్ ఏం చేయగలుగుతాడు? కంపెనీ మునిగిపోతోంది. ఆయన ఇవ్వలేనని చెప్పేసాడు. కాని మంటోతో ఒక అతనిని పంపించి నగలు–నట్రా, అవసరమైన సామానులు ఇప్పించాడు. ఈ హడావిడిలో మంటో జారడం వలన కాలుకి దెబ్బ తగిలింది. ఇక నడవలేకపోయాడు. మొత్తానికి ఏదో విధంగా పెళ్లి జరిగింది. అందరి శుభాకాంక్షలు అందుకుని కుంటుతూ కుంటుతూ ఇంటికి వెళ్లాడు. కిరసనాయిలు బుడ్డీని వెలిగించాడు. నల్లుల మంచంపై వాలిపోయాడు. తన నికాహ్ అయిందా? నిజమేనా? అని ఆలోచించసాగాడు. జేబులో చిల్లిగవ్వలేదు. నాలుగు ఇలాచీలు తప్ప. కాలుకి దెబ్బ తప్ప. అసలు నాకు నమ్మకం కలగటం లేదు. నా జీవితంలో ఇంత పెద్ద సంఘటన జరిగిందా.

1938 మేలో మంటోకి పెళ్లి అయింది. పెళ్లికి మంటో సిద్ధంగా లేడు. పిల్లను కాపరానికి ఇంకా పంపలేదు. దీని వలన మంటో మనస్సు కొంత నెమ్మది పడ్డది. అహమద్ నహీమ్ కాస్మీకి ఒక ఉత్తరంలో రాసాడు –'నా వివాహం పూర్తిగా కాలేదు. కేవలం నికాహ్ అయింది. నా భార్య లాహెూర్‌లో ఒక కాశ్మీర్ వంశానికి చెందింది. ఆమె తండ్రి చనిపోయాడు. మా నాన్న కూడా జీవించి లేడు. ఆమె కళ్లజోడు పెట్టుకుంటుంది. నేను కళ్లజోడు పెట్టుకుంటాను. ఆమె మే 11న పుట్టింది. నేనూ మే 11న పుట్టాను. ఆమె తల్లి కళ్లజోడు పెట్టుకుంటుంది. మా అమ్మ కూడా పెట్టుకుంటుంది. ఆమె పేరులో మొదటి అక్షరం ఎస్ నా పేరులో కూడా మొదటి అక్షరం ఎస్ మా ఇద్దరిలో ఇవన్నీ కామన్. ఆమె పరిస్థితి గురించి నాకంతగా తెలియదు. కాని ఆమెపై నాకు ఎప్పుడైతే హక్కు వచ్చిందో అప్పటినుండి ఆమె పరదాలో ఉండటం మొదలు పెట్టింది. కాని కేవలం నా ఎదుట మాత్రమే. తీయతీయటి మాటలతో అల్లరిగా రొమాంటిక్‌గా ఆయన ఎట్లా ఉండేవాడో, అల్లరిలో ఫిర్యాదు, నీతి నిజాయితీ ఎట్లా మిళితం అయి ఉండేవో ఈ అంశం వలన మనకి తెలుస్తుంది.

వివాహం అయి దాదాపు ఒక సంవత్సరం అయింది. కాని మంటో మాటలలో 'నిజమైన పెళ్లి'కి ఇంకా కొంత టైమ్ ఉంది. ఈ ఆలస్యానికి

కారణం ఆర్థిక స్థితే. అంతకన్నా ఇంకేం ఉంటుంది? పెళ్లి జరిగింది కనక అత్తగారి ఇంటికి వెళ్లడానికి ఎవరూ అభ్యంతరం పెట్టరు. మహీమ్‌లో అత్తగారి ఇల్లు. ప్రతి ఆదివారం పగలు వెళ్లి రాత్రి భోజనం చేసి గదికి చేరుకునేవాడు. నల్లుల మంచం మీద పడుకుని నిద్రపోయేవాడు. రాత్రింబవళ్లు ఊహల ఉయ్యాల లూగేవాడు. అయినా ఆయన నుండి యథార్థం ఎప్పుడు కనుమరుగు కాలేదు. 'సమయ విన్యాసం చూడండి. సినిమా ప్రపంచంలో బతికే ఈ మున్షీ, ఈ రచయిత ఎంతో అందమైన ముఖాలను చూసే అలవాటు గల ఈ వ్యక్తి ఒక సాధారణమైన భర్తలా లోలోపల కుళ్లిపోతున్నాడు. అప్పుడప్పుడు ద్వారాల సందులలో నుండి ఎగిరే పమిట కనిపిస్తుంది. ఎవరో గుసగుసలాడుతూ వెళ్తారు. అప్పుడప్పుడు చిరునవ్వుల జల్లులు కురుస్తూ ఉంటాయి. వీటన్నింటికి తన పదాల వస్త్రధారణ చేయిస్తాడు. ఊహాలోకంలో విహరిస్తూ ఉంటాడు. అయినా యథార్థం ఎప్పుడు అతడిని అంటిపెట్టుకునే ఉంది. ఆర్థిక స్థితి కొంత మెరుగు కాగానే మంటో క్లియర్‌రోడ్ ఎడల్ఫీ చేంబర్‌లో ఒక ఫ్లాట్ తీసుకున్నాడు. భార్యను తనకు అప్పగించే సమయంలో తను ఏదో ఒక గదిలో పడి ఉండకుండా, రోడ్డు మీద ఉన్నాడు అన్న తక్కువ భావం వాళ్లలో రాకుండా ఫ్లాట్ తీసుకున్నాడు. ఈ సమయంలోనే ఫిల్మ్ కంపెనీ 'హిందుస్తాన్ సినేటోన్'లో పనిచేస్తూ ఉండేవాడు. ఆయన కథ 'అపనీ నజరియా'ని సినిమా తీసారు. ఒక్కసారిగా డబ్బులు వచ్చేవి కావు. ఏమైనా ఇక ఇప్పుడు అసలు పెళ్లి సమయం వచ్చింది.

1939, ఏప్రిల్ 26న అప్పగింతల కార్యక్రమం పెట్టారు. నిజానికి ఇది ఎంతో సంతోషకరమైన సమయం. అయినా మంటోకి ఆపద సమయం. మహీమ్ నుండి అక్కయ్య ఫోను వచ్చింది.

'ఎట్లా ఉన్నావు?'

మంటో ఆగా సాహెబ్ సూక్తిని చెప్పాడు – 'షేర్ లోహేకే జాల్‌మే హై, అజబ్ మస్‌స్తే (దువిధా) మే గిరఫ్ తార్ హై' (సింహం ఇనుప బోనులో ఉంది. అసమంజస్యంలో పడి ఉంది'. బారాత్ (పెళ్లి వారి ఊరేగింపు) కోసం అంతా సిద్ధం చేస్తున్నాను. కాని ఏం చేయను నా జేబులో కేవలం నాలుగున్నర అణాలు ఉన్నాయి. నాలుగు అణాలకు సిగరెట్ పాకెట్ వస్తుంది. రెండు పైసలకి అగ్గిపెట్టె, సరె ఇహ కథంతా పవిత్రమే'. ఆయన సంపాదన కోసం

కాలికి బలపం కట్టుకుని తిరిగాడు. అంతో ఇంతో వచ్చాక ఆయన బారాత్‌ని సిద్ధం చేసే ప్రయత్నంలో పడ్డాడు. అక్కయ్య చేయగలిగినంత సహాయం చేసింది. ఆమె భర్త అప్పగింతల తంతులో పాల్గొనడానికి వీలు లేదని చెప్పాడు. ఇక్‌బాల్ ఎంతో భావుకురాలయింది. మంటోతో అన్నది –'సాదత్ నీకు నూరేళ్లు. పిల్లా పాపలతో చల్లగా ఉండు, కాస్సేపు మా ఇంటి దగ్గర కారు ఆపు నిన్ను ఒక్కసారి చూస్తాను'.

మంటో అట్లాగే చేసాడు. 'పెళ్లి వారి ఊరేగింపు జఫర్ హాజ్ దగ్గరికి రాగానే నేను డ్రైవర్‌తో చెప్పాను. 'ఇంకా ముందుకు తీసుకువెళ్లు' ఫుట్‌పాత్ పైన నిల్చున్న అక్కయ్యను చూసాను. ఆమె కళ్లల్లో కన్నీళ్లు నిలిచాయి. ప్రేమగా నా తలను నిమిరి, శుభాకాంక్షలు చెప్పింది. ఆశీర్వాదాలు ఇచ్చింది. నేను కారులో కూర్చుని వెనక్కి తీసుకు వెళ్లమని డ్రైవర్‌కి చెప్పాను. అబూసయీద్ కురైషీ మాటల్లో – మునసిఫ్ సాహెబ్ రిబెల్ కొడుకు, చట్టాన్ని సంరక్షించే ప్లీడర్ల కూతురిని పెళ్లి చేసుకుని తీసుకువచ్చాడు'. సఫియా మనసా వాచా కర్మణా అతడి సహచరి అయింది. అతడు ఆమె భర్త. 'రెండో రెజు నా అస్తిత్వంలోని నాలుగో భాగం భర్తగా మార్పు చెందింది అని నాకనిపించింది. నిజానికి ఈ అనుభవం వలన నాకు శాంతి లభించింది' అని మంటో అన్నాడు.

పెళ్లి హడావిడి అంతా అయిపోయింది. మంటోకి ఈ పెళ్లి ఓ దుర్ఘటన, ఓ ఆపద అని అనిపించవచ్చు కాని పెళ్లి ఒక శాపం కాకుండా వరం అయింది. భార్య సఫియా పెద్ద చదువు చదవకపోయినా సాధారణమైన గృహిణి అయినా తెలివిగా సంసారాన్ని ఈడ్చుకొచ్చింది. ఆమె కరుణామయి. ఎన్ని కష్టాలు వచ్చినా మంటోకి ధైర్యం చెబుతూ ముందడుగు వేసిన మహా ఇల్లాలు ఆమె. అట్లాగే మంటో కూడా తన కర్తవ్యాన్ని నిర్వహించడంలో ఏ మాత్రం వెనుకంజ వేయలేదు. ఇద్దరి స్వభావాలు రెండు ధృవాలు. మంటోది కోపిష్టి స్వభావం. సఫియాది నెమ్మదిగా శాంతిగా ఉండే స్వభావం. మంటో స్నేహితుడు ముజఫర్ హుసెన్ షమీమ్ 'సఫియా మంటో లాంటి సంచారికి ఒక ఇల్లు ఏర్పాటు చేసింది. శాంతి నిచ్చింది. సఫియా మంటోకి మానసిక స్థిరత్వాన్ని కంపోజ్‌డ్ పర్సనాలిటీని ఇచ్చింది. వీటితోపాటు ఎగరడానికి విశాలమైన ఆకాశాన్ని ఇచ్చింది. సఫియా ఇంట్లో ఏ లోటు లేకుండా చూసుకుంది. మంటో చేసే

సాహిత్య సృజనకి ఎటువంటి అడ్డంకులు రాకుండా చూసుకుంది అని రాశారు.

సఫియా మంటో జీవితంలో చల్లటి గాలి అయి వచ్చింది. అది స్థిరంగా నిలబడటానికి భూమి నిచ్చింది. సాహిత్యంలో యథాస్థితి వాదాన్ని కాదనే మంటోకి ఇంట్లో వస్తువులను తీరుతెన్నుగా ఉంచడంలో ఎంతో నైపుణ్యం ఉంది. తను ఎంత బిజీగా ఉన్నా సరే ఇంట్లో వస్తువులు ఎక్కడికక్కడ అందంగా పెట్టేవాడు. బొంబాయిలో ఉన్న సమయాన్ని (ఒక ఇంటి నుండి మరొక ఇంటికి తప్పనిసరి పరిస్థితులలో వెళ్లాల్సి వచ్చేది) జ్ఞాపకం చేసుకుంటూ సఫియా ఒక చోట ఇట్లా రాసింది 'మేము బొంబాయిలో ఇల్లు మారాల్సి వచ్చినప్పుడు నేను సామాన్ల నన్నింటిని పాక్ చేసేదాన్ని మంటో సాహెబ్ ఈ సామాన్లని కొత్త ఇంట్లోకి చేర్చి ఎక్కడి సామాను అక్కడ సర్దేవారు. సామాన్లు సర్దడం అంటే మంటో సాహెబ్‌కి ఎంతో ఇష్టం'.

స్త్రీల పట్ల, ప్రేమానురాగాల పట్ల మంటోకి కొన్ని ప్రత్యేకమైన అభిప్రాయాలు ఉన్నాయి. 'ఎంత చదివినా సరే, ఎంత సంపాదనాపరురాలయినా సరే, విదేశాల సంస్కృతి ప్రభావం వాళ్లపై ఎంతగా ఉన్నా సరే స్త్రీ స్త్రీయే. ఆమెకు తన అందం ఉంది. తన స్థాయి ఉంది. తన భూమిక ఉంది. ఆమె తన స్థాయి నుండి దిగజారితే ఆడది ఆడదేకాదు. మంటో దృష్టిలో స్త్రీ యుద్ధ భూమిలో మగవాళ్లతో పాటు యుద్ధం చేసినా సరే, పర్వతారోహణ చేసినా సరే, కథలు రాస్తూ రాస్తూ ఇస్మత్ చుగ్‌తాయి అంత ఎదిగినా సరే కాని ఆమె అరచేతులలో గోరింటాకు పండాలి. చేతుల నుండి గాజుల గలగల వినిపించాలి. మంటో ఇస్మత్‌చుక్‌తాయి మీద రాస్తూ ఆమెలోని కథానైపుణ్యం, స్త్రీ సహజత్వం గురించి ఇట్లా రాసాడు - 'ఇవన్నీ ఆమెలో అణువణువునా ఉన్నాయి. ఇస్మత్‌తో మొదటిసారి తన కలియక గురించి సఫియాకి ఇట్లా రాసాడు -'నేను చెప్పబోయే విషయం వింటే నీకు ఆశ్చర్యం వేస్తుంది. అంతా ఆమె నీలాగానే ఉంది. నీవు తప్పకుండా ఆమెను ఇష్టపడతావు. నేను ఆమె కథ 'ఏక్ ఇంచ్ ఉఠేహుయే లిహాఫ్' పేరెత్తగానే దీని గురించి ఊహించుకుంటూ సిగ్గుపడ్డది. ఆయనకి ఇస్మత్‌కి సఫియాకి మధ్య అంతగా ఎక్కువగా బేధం కనిపించలేదు. స్త్రీ పట్ల ఆయకున్న అభిప్రాయాలు ఇద్దరికి సరిపోతాయి. సఫియా కష్టకాలంలో ప్రతి నిమిషం భర్త వెంట ఉంటూ ఆయనకి ధైర్యం చెప్పేది. ఎటువంటి సమస్యనైనా

ధైర్యంగా ఎదుర్కొంది. ఇద్దరు ఒకరినొకరు అర్థం చేసుకుంటూ ఒకరిని ఒకరు ప్రేమించుకునేవారు.

మంటో జీవితంలో మరో మలుపు సఫియా రూపంలో వచ్చింది. జీవితంలో నుండి అద్దం రూపంలో మరో జీవితం ఆయన ఎదురుకుండా వచ్చింది. ఈ అద్దం ప్రతి మలుపులోను అతడి జీవితానికి అద్దంపడుతూ ఎన్నోసార్లు అతడికి చేయూతనిస్తూ కొత్త కొత్త రంగులు నింపింది. జీవితం ఆఖరి క్షణాల వరకు దీని మీద దుమ్ముపడకుండా చూసుకున్నాడు. పగుళ్లు రాకుండా చూసుకున్నాడు. ఎంతమాత్రం బీటలు పడనీయలేదు. ఈ అద్దం విరిగిపోతుందనే భయమే లేదు. అబూసయీద్ కురైషీ ఒక చోట ఇట్లా రాసాడు 'వీళ్ల దాంపత్య జీవితం ఎంతో బాగా సాగింది. ఇంతగా శాంతి, ప్రేమ, ఇద్దరు ఒకరిని ఒకరు అర్థం చేసుకునే శక్తి చాలా తక్కువ ఇళ్లల్లో కనిపిస్తుంది. ఇద్దరిమధ్య ఎప్పుడు పొరపొచ్చాలు రాలేదనికాదు అయినా ఒకరిని ఒకరు గౌరవించుకునే సంస్కారం ఇద్దరి మధ్య ఉండేది. ఇద్దరు ప్రేమను పంచుకునేవారు. ఒకరికొకరు వేరైనా ఇద్దరు కలిసి సంపూర్ణం అయ్యేవారు'.

భార్య బట్టలుతికితే, భర్త ఇస్త్రీ చేయాలి. అన్ని పనులు ఇద్దరు కలిసి సరాదాగా చేసుకునేవారు. దస్తర్‌ఖాన్‌పైన ఎప్పుడు రెండు మూడు రకాల కూరలు ఉండేవి. త్వరత్వరగా తినేవాడు. బండి బయలుదేరుతుంటే ఆదుర్దాతో గబదబా ఎట్లాతింటారో అట్లా తినేవాడు. పకోడీలు, కీమా సమోసాలు ఆయనకి ఎంతో ఇష్టం. సఫియా కోసం, ఆమెకు ఇష్టమైన వస్తువులు కొనడంలో మంటో ఖర్చుకి వెనుకాడేవాడు కాదు. ఘంటాఘర్ మిఠాయి, లఖనవూ చమేలీలు, బల్లీమారన్ గాజులు, మైసూర్ చీరలు మొదలగు వాటికి పెట్టే ఖర్చు బడ్జెట్‌లో సరిపోయేది కాదు. వీటన్నింటి కోసం ఇంకా ఎక్కువ పని చేసేవాడు.

'మంటో జీవితంలో ఏ మచ్చ రాకుండా జాగ్రత్తపడ్డాడు. దాంపత్య జీవితానికి ఏ మాత్రం దెబ్బ తగలనీయలేదు. సినిమా నటులతో అతడికి సత్‌సంబంధాలు ఉండేవి. ఎప్పుడు ఎవరు వేలెత్తి చూపించలేదు. సినిమా ప్రపంచంలో మునిగిపోయినప్పటికి తన వ్యక్తిత్వం మీద జీవితం మీద ఎటువంటి ప్రభావం పడకుండా చూసుకున్నాడు' అని వారిస్ అల్వీ అన్నారు. ఇది పదహారణాల సత్యం.

మంటో సఫియాలు జీవితాంతం ఒకరికొకరు తోడు–నీడగా బతికారు. ఎన్నెన్నో కష్టాలు, ఈతిబాధలు, ఎన్నెన్నో అగ్ని జ్వాలలు, ఈదురుగాలులు, గాలి దుమారాలు, శిశిరాలు, ఎడారులు అయినా అన్నింటిని అధికమించారు ఇద్దరూ. ఈ కష్టాలు – కడగండ్లు అన్నీ బయట పరిస్థితుల వలనే అంతే కాని వాళ్లిద్దరిలో ఎవరూ కారణం కాదు. తన ఆలోచనలు, వ్యవహారాలు ఎంత వేరుగా ఉన్నా ఇల్లు మాత్రం ఆయనకు ఒక ప్రేమ మందిరం ఒక కాబా లాంటిది. భార్య–బిడ్డలు ఆయనకి ప్రాణం. మంటో తను రాసిన ఆర్టికల్స్‌లో, ఉత్తరాలలో, కథలలో సఫియా గురించి ఎంతో ఆత్మీయత చూపిస్తూ రాసుకున్నాడు. ఎంతో గౌరవాన్ని వ్యక్తం చేసాడు. సఫియా అతడి కల్పనకి సాకార రూపం. భార్య ఎట్లా ఉండాలని కలగన్నాడో సఫియా అట్లాగే ఆయనకు లభించింది. మంటోని మలచడంలో ఒక ముఖ్య పాత్రను నిర్వర్తించింది. బయట కోపాన్ని అణచుకోలేక అవతలి వాళ్ల మీద విరుచుకుపడే మంటో ఇంటికి వచ్చాక సఫియా పైన ఏ మాత్రం కోపం చూపెట్టేవాడు కాదు. 'మంటో ఆర్థికంగా నిలదొక్కుకోగానే ఇంట్లో సందడి చేసేవాడు. లతీఫాలు వినిపించేవాడు. కథలను అల్లేవాడు. ఇంట్లో భార్యకి పనులు చేయడంలో సహాయ పడేవాడు. ఆయన ప్రభావం పడటం వలన సఫియాకి సాహిత్యం పట్ల అభిరుచి పెరిగింది. శివరానీ ప్రేమ్‌చంద్‌లా కథలు రాయడం మొదలుపెట్టింది. ఉర్దూ రచయితలు ఈ విషయాన్ని ఎంతో ఆత్మీయంగా చెబుతూ ఉండే వాళ్లు. రకరకాల వంటకాలు చేసి పెట్టేది. అతిధులు ఎంతో ఇష్టంగా తినేవాళ్లు మంటో కూడా వాళ్లకు సదుపాయాలు ఏర్పాటు చేసేవాడు. మాటల్లో ప్రేమ గౌరవాలు ఉట్టిపడుతూ ఉంటాయి. బొంబాయిలో ఉన్నప్పటి రోజులను జ్ఞాపకం చేసుకుంటూ హమీద్ జలాల్ ఇట్లా రాసారు 'బొంబాయిలో ఆయన ఫ్లాట్ అంత పెద్దది కాదు. అంత చిన్నది కాదు. అదొక పుష్పక విమానంలా ఎంతమంది అతిథిలు వచ్చినా సరిపోయేది. ఉన్న మంచాలు సరిపోకపోతే మంటో మామయ్య నేల మీద పరుపుపరచుకుని పడుకునేవాడు. ఒకవేళ ఇది కూడా సరిపోకపోతే బాత్‌రూమ్ వైపు కప్పుకింద పరచబడిన చెక్కల మీద పడుకునేవాడు. మంటో మామయ్య ఈ విషయం గురించి ఎవరికి చెప్పేవాడు కాదు'.

సాహిత్య చర్చలలో సఫియా కూడా పాల్గొనేది. కిషన్ చందర్ రాజేంద్రసింహ్ బేదీ, ఉపేంద్రనాథ్ అష్క్, అహమద్ నదీమ్ కాస్మీ, ఇస్మత్‌చుగ్‌తాయీ మొదలగు రచయితలలో మంటోకి ఆత్మీయ సంబంధం ఉండేది. సఫియా కూడా వీళ్లందరితో ఎంతో ఆత్మీయంగా ఉండేది. అందరు ఒకే కుటుంబ సభ్యులుగా మెలిగేవారు. హాస-పరిహాసాలతో వాతావరణం ఆహ్లాదంగా ఉండేది. మంటో సాహచర్యంలో ఆమెకు ఉర్దూ రచయితలందరితో స్నేహం పెరిగింది.

మంటో తల్లి బీబీజాన్‌కి కొడుకు జీవితాన్ని సరిదిద్దే సఫియా లాంటి కోడలు రావడం ఎంతో సంతోషాన్ని కలిగించింది. మంటో రచయితగా నిలదొక్కుకోవడం, నలువైపులా అతడి పైన చర్చలు చూసి ఆమె మనస్సుకి శాంతి కలిగింది. అల్లరి చిల్లరిగా తిరిగే తన కొడుకు పెద్ద రచయిత కావడం ఆమెకు ఎంతో గర్వకారణం. ఇప్పుడు ఆమె లాయరు కొడుకు తల్లే కాదు. పెద్ద రచయిత తల్లి కూడా. ఈ ఆనందం అందరితో పంచుకుంటూ సంతోషంగా జీవితం గడపసాగింది. కాని ఈ ఆనందం ఎక్కువ రోజులు ఉండలేదు. ఇంతలో ఆమె జబ్బు పడ్డది. డాక్టర్లు ఎంత ట్రీట్‌మెంట్ ఇచ్చినా ఆమె ఆరోగ్యం బాగుపడలేదు. మంటో-సఫియా రాత్రింబవళ్లు కనుపాపలా చూసుకుంటూ సేవ చేసారు. అయినా ఆమె బతక లేదు. 1940 బీబీజాన్ స్వర్గస్థురాలయింది. మంటో తట్టుకోలేకపోయాడు. గుండెలవిసేలా ఏడుస్తూ స్పృహ తప్పి పడిపోయాడు. అతడు తెలివిలోకి రావడం చాలా కష్టం అయింది. జీవితాంతం తల్లి కోసం అతడు బాధపడుతూనే ఉండేవాడు.

ఒకవైపు తల్లిపోయిన బాధ, మరోవైపు కృష్ణ చందర్ కథ రాసి పంపమని పదే పదే చెప్పేవాడు. ఎంతో శ్రమపడి రాసిన కథలకు కృతజ్ఞతలు మాత్రమే లభిస్తాయి. 'మేరా డాక్టర్' (నా డాక్టర్)లో ఆయన ఇట్లా రాసాడు - 'నాకు ప్రతి రోజు మందు పంపే డాక్టర్ కృతజ్ఞతలే కాకుండా డబ్బులు కూడా అడుగుతాడు. నిన్న ఆయన నేను పంపిన రూపాయిని వెనక్కి పంపించాడు. ఎందుకంటే అది అంత బరువుగా లేదు. నేననుకున్నాను. రేపు ఒక కథ రాద్దామని కాని బరువు తక్కువ గల ఆ రూపాయి నా అరచేతి మీద పెట్టుకోగానే అంతో-ఇంతో అవసరానికి డబ్బు వస్తే బాగుండుననుకున్నా. నేను మౌనంగా ఉండిపోవాల్సిన

వచ్చింది. అహమద్ నదీమ్ కాస్‌మీ జూన్ 1940లో రాసిన ఒక ఉత్తరంలో ఇట్లా రాసాడు - 'కృష్ణ చందర్ సాహెబ్‌కి నా తల్లి చనిపోయిందని తప్పకుండా రాస్తాను. ఆవిడ కోసం నేను బాధపడే రోజులను ఆయనకే సమర్పిస్తాను'. తల్లి చనిపోయిన బాధను ప్రయత్నం చేసి కొంత మరచిపోయాడు. ఇంతలో పిల్లవాడు ఆరీఫ్ జబ్బుపడ్డాడు. పిల్లవాడిని కనురెప్పలా కాపాడుకుంటూ, మందు మాకు ఇప్పిస్తూ 'హతక్' (అవమానం) కథ రాసాడు. 'నయే-జావియే' పత్రికకోసం ఈ కథ రాసాడు. నదీమ్ ద్వారా కథని కృష్ణ చందర్‌కి పంపించాడు. ఈ కథను ఎనిమిది రోజులలో రాసాడు. సమయం అంతా రాయడంలోనే గడిపాడు. ఈ కథ ప్రచురితం కాగానే ప్రసిద్ధి చెందింది. విమర్శలు, చర్చలు జరిగాయి. కృష్ణచందర్ 'హతక్' కథని 'నయేజావియే' సంకలనంలో ప్రచురించారు. ఇందులో ముఖ్యమైన పాత్ర 'సుగంధి' అందరి నోట్లో నానింది. కృష్ణ చందర్ ఉద్దేశ్యంలో రాజేంద్రసింహ్ బేదీ కథ 'గ్రహణం' హయాతుల్లాహ్ అన్‌సారి కథ 'ఆఖరీకోషిష్' లంత గొప్పది ఈ కథ. ఇంత మంచి కథలు ఉర్దూలో ఇప్పుడు రావడం కష్టం.

వివాహం తరువాత కొంత ఖరారుగా సంపాదన ఉండాలి అని మంటో అనుకున్నాడు. దారులు వెతకసాగాడు. కాని ఇంకా మంచి రోజులు రాలేదు. 'ముసవ్విర్' (చిత్రకారుడు)లో నాలుగు సంవత్సరాలు సంపాదకుడుగా పనిచేసాడు. పత్రికను ఒక స్థాయికి తీసుకువచ్చాడు. కాని 1940 జూలైలో యాజమాన్యం వారు అతడిని ఉద్యోగం నుండి తొలగించారు. వారపత్రిక 'కారవాం'లో ఆగస్టు 1, 1940 నుండి అరవై రూపాయల జీతంతో ఉద్యోగం చేయడం మొదలుపెట్టాడు.

పత్రిక సర్కులేషన్ పెద్ద అంతగా లేదు. తన సమకాలీన రచయితలను కొత్త కథలను పంపమని ఏ ముఖం పెట్టుకుని అడుగుతాడు? తనే స్వయంగా ఒక నవల రాయాలి. సీరియల్‌గా వేయాలి. ఈ ఉద్దేశ్యంతోనే 'బగైర్ ఉన్‌వాన్‌కే' నవల రాయడం మొదలుపెట్టాడు. 1940 డిసంబర్ 8న 'కారవాం'లో మొదటి భాగం ప్రచురితం అయింది. ఉరుకులు-పరుగులు రాయడానికి సమయం దొరకదు. అందుకే ఈ నవలని ఆయన పూర్తి చేయలేకపోయాడు. తరువాత 1954లో ఈ నవల ప్రచురితం అయింది. మంటో దీనిని పండిత్ నెహ్రూకి

అంకితం చేసాడు. నెహ్రూ పేరు మీద ఒక ఉత్తరం ప్రచురితం అయింది.

1940లో కొడుకు ఆరిఫ్ జన్మించాడు. ఇంట్లో ఆనందం వెల్లి విరిసింది. కాని ఈ ఆనందం ఎక్కువకాలం ఉండలేదు. ఆరిఫ్ జబ్బుపడ్డాడు. భార్య సఫియా, కొడుకు ఆరిఫ్‌ల బాధ్యత అతడిపై ఉంది. పని విషయంలో ఎన్నోసార్లు లాహోరుకి వెళ్లాల్సి వచ్చేది. 1940 డిసెంబర్‌లో ఎంతో సంఘర్షణ చేయాల్సి వచ్చింది. 1940లో తల్లి చనిపోయింది. ఇప్పుడు ఆరీఫ్ అనారోగ్యం. నెమ్మదిగా అతడు డిప్రెషన్‌కి లోనయ్యాడు.

అమృత్‌సర్, లాహోర్‌లో ఉన్న రోజులు ఆయనకి ఎప్పుడు గుర్తుకు వస్తూ ఉండేవి. స్నేహితులను ఎప్పుడు గుర్తుచేసుకునేవాడు. బారీ సాహెబ్, అబూసయీద్ కురైషీ, హసన్ అబ్బాస్‌లని బొంబాయి రమ్మనమని ఎన్నోసార్లు ఆహ్వానించాడు. కాని వాళ్లలో ఎవరూ రాలేదు.

చివరికి మంటో లాహోరు వెళ్లాలని నిర్ణయించుకున్నాడు. 1940లో పని ఉంది అన్న నెపంతో లాహోర్‌కి వెళ్లాడు. నిజానికి స్నేహితులని కలుసుకోవడం కోసమే వెళ్లాడు. 1940, డిసెంబర్ 12న అబూ సయీద్ కురైషీకి టెలిగ్రాం ద్వారా తను 13 డిసెంబర్ ఫ్రంటీయర్ మేల్‌లో వస్తున్నానని తెలిపాడు. బారీ అలీగ్, హసన్ అబ్బాస్, అబూ సయీద్ కురైషీ, మంటో చాలా రోజుల తరువాత కలుసుకున్నారు. తమ తమ కథలను చెప్పుకున్నారు. 'అల్‌అహమీద్'లో కలుసుకునేవాళ్లు. ఏదో బతుకుతున్నాను ఒంటరిగా ఉన్నాను అంటూ ఒకళ్లకి ఒకళ్లు చెప్పుకునేవాళ్లు. అబ్దుల్ మాలిక్, రాజేంద్రసింహ్ బేదీలకు మంటో వచ్చాడని తెలిసి వచ్చారు. వెట్‌పార్టీలు కూడా జరుపుకున్నారు. ఒకరోజు వీళ్లు హీరామండీకి వెళ్లారు. సాదత్ హసన్ ఇట్లా రాసారు –'హీరా సందు గొందులలో మేం చాలాసేపు అటు-ఇటు తిరిగాము. బారీ సాహెబ్ పఠాన్, రకయారులతో పష్‌తో (ఒక భాష)లో మాట్లాడారు. ఒక పఠాన్‌తో మాట్లాడేటప్పుడు తెలిసిన ఒక అతను పలకరించాడు –'మౌలానా? ఏవిటి? ఏం చేస్తున్నావు?' అని అడిగాడు. బారీ సాహెబ్ పఠాన్ వైపు చూస్తూ జవాబు చెప్పాడు –'ఈ ఆడపిల్లలతో రాజకీయాలకి సంబంధించిన విషయాలు మాట్లాడుతున్నాను.

మంటో ఊహాలోకంలోకి వెళ్లిపోయాడు. 'నమ్మకం-తిరస్కారం, వీటి

విషయంలో పనిచేయదు. మనకు ఈ విషయం తెలిసినట్లే ఉంటుంది. తెలియనట్లు ఉంటుంది. ఒక్క క్షణంలో ప్రపంచం అంతా మన గుప్పిట్లోకి వచ్చినట్లుగా అనిపిస్తుంది. రెండో క్షణంలో మనం ఏనుగుపై చీమల్లా పాకుతున్నాం అని అనిపిస్తుంది. ఇది ఒక రకమైన కాంప్లెక్స్. దీనిని మనం మాటలతో వ్యక్తం చేయలేము. మానసికంగా ఏ మాత్రం బాగా లేనప్పుడు అసలు ఏం చేయాలో తోచదు. ఇదంతా కేవలం ఫిలాసఫీ కాదు. ఇది అనుభవ జ్ఞానం, రెండింటితో కలగాపులగమైన ఆలోచన. ఈ ఆలోచనలో జీవితం, భావుకత్వం రెండు నిండి ఉన్నాయి. ఈ స్థితిలో సృజనాత్మకమైన మనస్తత్వం ఉన్నప్పుడు అతడు ఒక ఉత్తరంలో ఇట్లా రాసాడు. 'నా జీవితం ఒక గోడ. ఈ గోడపైపొరని నేను గోళ్లతో గీకుతూ ఉంటాను. ఒక్కొక్కసారి దీనికున్న ఇటుకలన్నింటిని పగలగొట్టాలి, కూల్చేయాలి అని అనిపిస్తుంది. ఈ శిథిలాలపైన మరో, కొత్త భవనం నిర్మించాలని మరోక్షణం అనిపిస్తుంది. ఈ ఊహలలో జీవిస్తూ ఉంటాను. మైండ్ ఎప్పుడు ఏదో ఒకటి ఆలోచిస్తూ ఉండటం వలన మామూలు ఉష్ణోగ్రతకన్నా ఒక డిగ్రీ ఎక్కువగా ఉంటుంది. దీనిని దృష్టిలో పెట్టుకుంటే నా లోపల ఉన్న తపన మీకు అర్థం అయ్యే ఉంటుంది. ఇదంతా చదివాక సృజన, చింతన, సత్యం, స్వప్నం మొదలైనవి ఆయన సాహిత్యానికి ఆధారాలు అని చెప్పవచ్చును. అవైజ్ఞానికమైన ఆలోచనలను ఆయన స్వీకరించడు. ముందే వేయబడిన బాటలపై అతడు నడవడు. చట్రాలను పగలగొట్టి మూసలను విరగగొట్టి తన సొంతబాటలలో నడిచే కొన్ని పాత్రలను ఆయన సృష్టించాడు. మనం లోతుగా వాటిని పరిశీలించగలుగుతాం.

మంటో ఆర్థిక పరిస్థితి ఏ మాత్రం బాగోలేదు. సినిమాలలోను, మంచి పత్రికలలోనూ పని దొరకడం కష్టం అయిపోయింది. భార్యని పోషించడం, పిల్లవాడు ఆరీఫ్ ఆలనా-పాలనా చూడడం తన బాధ్యత అన్న జ్ఞానం ఉంది. అప్పుడప్పుడు పస్తులు కూడా ఉండాల్సి వచ్చేది. ఈ రోజుల్లో ఆకలి అంటే ఏమిటో ఆయనకి బాగా తెలుసు. ఈ సమయంలో ఆయనలోని ఒక నాటకకారుడు బయటకి వచ్చాడు. చిన్నప్పుడు స్నేహితులతో కలసి నాటకాలు వేయాలని నాటకరంగాన్ని స్థాపించిన విషయం గుర్తుకు వచ్చింది. ఇప్పుడు నాటకాలు రాసి అంతో ఇంతో సంపాదించవచ్చన్న ఆలోచన వచ్చింది. మొట్టమొదట 1940లో రేడియో కోసం రాసిన నాటకాలు 'ఆవో' సంగ్రహంగా

వెలువడ్డాయి. 'ఆవో'కి 'ఆవోసునో' అన్న శీర్షికన భూమిక రాసాడు. ఈ నాటకాలు ఆకలి మంటల నుండి పుట్టినవి. కడుపు నింపుకోడానికి ఈ డ్రామాలు రాసాను. ఉర్దూ సాహిత్యంలో భావుకతకి స్థానం ఉన్నంతకాలం ఇవి చిరంజీవులు నాలుగు మెతుకుల కోసం నేను ఈ డ్రామాలు రాసాను. ఆశ్చర్యకరమైన విషయం ఏమిటంటే నా బుర్ర నా పొట్టలో దూరి ఈ మజుహియా (హాస్యపరమైన)లను రాయించింది. ఇవి అవతలి వాళ్లని పొట్టచెక్కలయ్యేలా నవ్విస్తాయి. కాని నా పెదవులపై చిన్న చిరునవ్వును కూడా తేలేకపోయాయి. అదే సంవత్సరం ఈ నాటకాలు ఆల్ ఇండియా రేడియోలో ప్రసారం అయ్యాయి. ఈ ప్రసారం వలన ఆయనకి. నాటక రచయితగా పేరు వచ్చింది. ఆల్ ఇండియా ఢిల్లీ వాళ్లు మంటోని నాటకాలు, ఫీచర్ రాయడానికి పిలిచారు. మంటో ఢిల్లీకి వెళ్లిపోయాడు.

8

నేను ఢిల్లీ నుండి మాట్లాడుతున్నాను

1941, జనవరిన మంటో ఢిల్లీకి వచ్చాడు. ఆయన ఆనందం పట్టలేక కాస్‌మీకి ఒక ఉత్తరం రాసాడు. అందులో 'నేను ఢిల్లీ నుండి మాట్లాడుతున్నాను అని రాసాడు. ఆల్ ఇండియా రేడియో వాళ్లు (ఆ రోజుల్లో అండర్ హిల్ రోడ్‌లో ఉండేది). ఉర్దూ సర్వీస్‌లో 150 రూ॥ నెలజీతం మీద నాటకాలు రాయడానికి పిలిచారు. అక్కడ జడ్.ఎ. బుఖారి ఢిల్లీ ఆల్ ఇండియా రేడియోలో డైరెక్టర్‌గా పనిచేసేవారు. నూన్ మీమ్ రాషీద్ ప్రోగ్రామ్ ఎగ్జిక్యూటివ్‌గా ఉండేవారు. ఇద్దరు రేడియో ప్రోగ్రాంలలో కొంత మార్పు తేవాలి అని అనుకున్నారు. మంటో రేడియోలోకి రావడం అన్ని విధాలా మంచిదయింది. కృష్ణ చందర్ ఇంతకు ముందే డ్రామా ప్రొడ్యూసర్‌గా పనిచేస్తున్నారు. మంటోకి కృష్ణ చందర్‌తో ఇంతకు ముందే పరిచయం ఉంది. ఒకరి రచనలను ఒకరు విశ్లేషణ చేసేవారు. మంటోతో పరిచయం కాక ముందే 'ఖుషియాం' (ఆనందాలు) 'దీవాలీకాదియే' (దీపావళి దీపాలు) కృష్ణ చందర్ చదివారు. ప్రశంసిస్తూ ఉత్తరాలు కూడా రాసారు. మంటో 'కీచడ్' (బురద) నాటకానికి సంభాషణలు రాస్తున్నాడని కృష్ణచందర్‌కి తెలుసు 'నయేజావియే'లో కృష్ణచందర్ మంటో రెండు కథలు 'హతక్' (అవమానం) 'ముతరీ' (సంగీతం, విద్య) లను ప్రచురించారు.

కృష్ణచందర్ ఢిల్లీ వచ్చి రెండు నెలలు అయింది. మంటో తను ఢిల్లీ వస్తున్నాడని కృష్ణచందర్ ఇంట్లోనే ఉంటానని ఉత్తరం రాసాడు. తీస్ హజారీలో ఉన్న కృష్ణచందర్ ఇంటికి మంటో హఠాత్తుగా వచ్చాడు. ఇద్దరు స్నేహితులు ఆత్మీయంగా మాట్లాడుకున్నారు. కొన్ని రోజుల తరువాత 9, హసన్ బిల్డింగ్‌లోకి మంటో మకాం మార్చాడు. పాత స్నేహితుడు హసన్ అబ్బాస్ ఇంటిపక్కన ఉండేవాడు. తరువాత అబూసయీద్ కురైషీ, కవి మీరా గారు వచ్చారు. వీళు ఆయనకి ఆత్మీయులు. మంటో కొడుకు ఆరిఫ్, హసన్ అబ్బాస్, కొడుకు ఆఫ్‌తాబ్, అయీసయీద్ కురైషీ కొడుకు సుహేల్ ఇక్కడే ఈ మట్టిలోనే పూడ్చిపెట్టబడ్డారు.

మంటో కృష్ణచందర్ ఇంట్లో 15 రోజులు ఉన్నాడు. మద్యం సేవిస్తూనే ఉన్నాడు. ఎన్నోసార్లు హాంగ్ వోవర్‌ని దూరం చేసుకోడానికి ప్రొద్దున్నే తాగాలనిపించేది. అతడు ప్రతీరోజు సాయంత్రం ఆల్‌కాహాల్, బీర్ తీసుకుంటూనే ఉండేవాడు. అమృత్‌సర్‌లో ఉన్నప్పుడు యువకుడిగా ఉన్నప్పటి నుండే మద్యం తాగే అలవాటు ఉంది. ఆ అలవాటు మానుకో లేకపోయాడు. మంటో రావడం వలన, అతడి సాంగత్యం వలన కృష్ణ చందర్ కూడా రుచి చూడడం మొదలుపెట్టాడు. మొదటి 'పెగ్'లోనే అతడికి మత్తెక్కేది. తను మొదటిసారి తాగానని కృష్ణచందర్ అన్నాడు – 'అన్నా! నీవు ఎప్పటిదాకా మడి కట్టుకుని కూర్చుంటావు. సాహిత్య సృజన చేయాలి కదా! పిల్లలకి పాఠాలు చెప్పవు కదా! జీవితం అనుభవించడం నేర్చుకోకపోతే, పాపం చేయకపోతే, సోలన్ విస్కీ నం. 1 తాగకపోతే ఏం జీవించినట్లు?[1] నిజానికి మంటో ఇట్లా అన్నాడంటే దీని వెనక ఎన్నో కారణాలు ఉన్నాయి.

ఢిల్లీ రాగానే మంటో జీవితంలో ఒక హృదయ విదారకమైన సంఘటన జరిగింది. ఏప్రిల్ 1941లో ఒకటిన్నర సంవత్సరం వయస్సు గల కొడుకు ఆరిఫ్ చనిపోయాడు. బొంబాయిలో ఉన్నప్పటి నుండే పిల్లవాడు జబ్బుపడ్డాడు. మంటో సఫియాలు సేన వలన కొంత ఆరోగ్యం బాగుపడ్డది. అభం శుభం ఎరుగని ఆ బాలుడు ఇర్‌విన్ హాస్పిటల్‌లో రాత్రి 11 గంటలకు చనిపోయాడు. మంటో వెక్కి–వెక్కి ఏడ్చాడు. కృష్ణ చందర్ ఒకచోట ఇట్లా రాసాడు –'నేను మంటో వెక్కి, వెక్కి ఏడుస్తుంటే చూసాను. అతడు ప్రపంచం కోసం, తన కోసం ఏడవ లేదు. ప్రేమలో విఫలం కాలేదు. ఎటువంటి ప్రాణం తీసే జబ్బు

రాలేదు. నాకు వార్త రాగానే నేను పరుగెత్తుకుంటూ వెళ్లాను. తన ఒకటిన్నర సంవత్సరం పిల్లవాడు చనిపోవడం వలన ఏడ్చాడు. నన్ను చూడగానే అతడి కళ్లు ఎరుపెక్కాయి 'నువ్వు ఇప్పుడా వచ్చేది. వాడు చచ్చిపోయాక, మేము పాతిపెట్టడానికి పోతుంటే ఇప్పుడా నీవు వచ్చేది. నువ్వు ఇంతకు ముందు వచ్చి ఉండి ఉంటే నా కొడుకు బతికేవాడు అని చెబుతున్నట్లుగా అనిపించింది. అతడి కంఠం వణికింది. అతడు ఇట్లా అన్నాడు 'కృష్ణా నేను చావుకి భయపడను. కాని వీడు ఈ పిల్లవాడు, నా పిల్లవాడని నేను చెప్పడం లేదు. కాని నిజానికి వాడు ఎంతో అమాయకుడు. ముద్దుగా ఉంటాడు. చూస్తేనే తెలుస్తుంది. ఏదైనా ఒక కొత్త ఆలోచన వికాసం చెందకుండానే చచ్చిపోయిందనుకో, నిజానికి ఇది ఎంత పెద్ద దుర్ఘటనో ఎట్లా చెప్పను? ఈ పిల్లవాడు నిజానికి ఒక కొత్త ఆలోచన లాంటివాడు. వాడు ఎందుకు చచ్చిపోయాడు? నేను చచ్చిపోయినా ఫరవాలేదు. నీవు చచ్చిపోయినా, ముసలి ముతక చనిపోయినా, మధ్య వయస్కులు చనిపోయినా.. వాళ్లు చనిపోతూనే ఉంటారు. కాని ఈ పిల్లవాడు, ప్రకృతి ఇటువంటి కొత్త ఆలోచనను ఇంత తొందరగా పొట్టనబెట్టుకుంది. ఇట్లా కాకుండా ఉండాల్సింది'. అతడు వెక్కి వెక్కి ఏడ్చాడు.

మంటో పిల్లవాడి అకస్మాత్ చావుని వికాసం చెందకుండా చనిపోయిన కొత్త ఆలోచనతో పోల్చాడు. మనఃస్థితి ఏ మాత్రం బాగాలేదు. స్థిమితంగా లేడు.

కృష్ణ చందర్ మంటో మనో సముద్రంలోతుల దాకా మునకలు వేసాడు. ఆయన కోలాజ్ పెయింటింగ్‌లా ఎంతో కళాత్మకంగా మంటో స్వభావం, సృజనలలోని అన్ని పొరలను వెతికి తెచ్చాడు. సముద్రాలలోని షార్క్‌లు, చేపలు, ఆక్టోపస్‌లు, భయంకరమైన సముద్రపు జంతువుల మీద అతడి దృష్టి పడ్డది. దీనితోపాటు రంగు రంగుల ఆకుపచ్చటి శిలలపైన పడిఉన్న కాంతివంతమైన ముత్యాలను కూడా లొకేట్ చేస్తాడు. ఇవి మంటోలోని గడ్డకట్టిన రక్తపు బిందువులు. వీటికే అతడు మండుతున్న గుండెతో కథల రూపం ఇచ్చాడు.

ఢిల్లీలో ఉన్నప్పుడు మంటో, అబూసయీద్ కురైషీని ఢిల్లీకి రమ్మనమని ఆహ్వానించాడు. మంటో కురైషీని తీసుకురావడానికి స్టేషన్‌కి వెళ్లాడు. నేనడిగిన వస్తువులు తెచ్చావా అని ప్రశ్నిస్తూ సూట్‌కేస్ తెరిచాడు. తను అడిగిన వస్తువులు

కురైషీ తెచ్చాడు. చూడగానే అతడి ముఖం సంతోషంతో వెలిగిపోయింది. మంటోతో పాటు కురైషీ చాలా రోజులు ఢిల్లీలో ఉన్నాడు. అతడు మంటోతో పాటు రేడియో స్టేషన్‌కి వెళ్తూ ఉండేవాడు. మహఫిల్లలో పాల్గొంటూ ఉండేవాడు.

మంటో ఆల్ ఇండియా రేడియోకి రావడం ఎన్నో విధాల మంచిదయింది. కృష్ణ చందర్ ప్రొడ్యూసర్‌గా అక్కడ ఉన్న మంటోకి ఒక స్నేహితుడిగా మొదటి నుండి అక్కడ ఉన్నాడు. తరువాత ఉపేంద్రనాథ్ అష్క్‌ని నాటకాలు రాయడానికి పిలిపించారు. హఫీజ్ జువేద్, బలవంత గార్గీ, ఇంద్రనాథ్ చటోపాధ్యాయ ఆ రోజుల్లో అక్కడే ఉన్నారు. అతడికి గాలిబ్ గజల్లంటే పిచ్చి, ఊరికే సొల్లు వాగుడు వాగేవాళ్లతో అతడికి పడేది కాదు. వీళ్లందరు కలుసుకుంటూ ఉండే వాళ్లు. చర్చించుకుంటూ ఉండేవాళ్లు. ఒకళ్ల మీద ఒకళ్లు అరుచుకుంటూ ఉండేవాళ్లు. ఇంద్రనాథ్ చటోపాధ్యాయ్ భార్య సీతాదేవి ఆ రోజుల్లో మూక సినిమాలలో హీరోయిన్‌గా పనిచేసేది. ఇప్పుడు కూడా ఆమె ఇంకా అందంగానే ఉంది. పనిచేస్తూనే ఉంది. ఢిల్లీలో ఉన్నప్పుడు కురైషీ మొట్టమొదటిసారిగా చూసినప్పుడు వయస్సుకన్నా ఎంతో చిన్నగా ఉన్నట్లుగా అనిపించింది. హరీంద్ర గురించి సయీద్ మంటోకి చెప్పినప్పుడు మంటో అట్టహాసం చేసాడు.

'హరీంద్రఫ్రాడ్‌హై' అని ఒక్కసారిగా అన్నాడు. మోసం చేస్తూ అసలుని నకిలీగా మార్చేవాళ్లని మంటో అల్లరిగా ఫ్రాడ్ అని అంటూ ఉండేవాడు.

అమృత్‌సర్‌లో ఉన్నప్పటి నుండి చిరాగ్ హసన్‌తో పరిచయం ఉంది కాని స్నేహం ఇక్కడికి వచ్చాకే పెరిగింది. ఆయన ఉర్దూ సాహిత్యంలో స్కాలరు. ఆయన తన జ్ఞానాన్ని గర్వంగా వ్యక్తం చేస్తున్నప్పుడు మంటో ఆయనని ఆట పట్టించేవాడు. ఇద్దరు పార్టీలలో పాల్గొనేవాళ్లు. పార్టీలు ఇచ్చేవాళ్లు అష్క్‌లో తను వయస్సులో ఎటూ పెద్దవాడు. నాటకాలు కథలు రాయడంలో అందరికంటే తను సీనియర్ అన్న భావన ఉండేది. ఆయనను మంటో అల్లరి పట్టించేవాడు. మంటో సీనియారిటీని చిల్లిగవ్వగా భావించేవాడు. అందువలన ఇద్దరి మధ్య ఎప్పుడు ఏదో విషయానికి గొడవ జరుగుతూ ఉండేది. ఇద్దరూ నాటకాలు రాయడంలో పోటీలు పడేవారు. అల్లరి పట్టించడం, రెచ్చగొట్టడం, ఆనందించడం అనే గుణాలు మంటోలో మొదటి నుండి ఉండేవి. అష్క్ కూడా ఎప్పుడు వెనుకంజ వేసేవాడు కాదు. ఇద్దరు పంజాబీలే, బ్రాహ్మణులే. ఇద్దరూ పట్టుదల కలవాళ్లే. ఇద్దరిలోనూ బ్రాహ్మణులకుండే పట్టుదల ఉంది. తెలివి ఉంది.

చిరాకూ ఉంది. ఇద్దరు బాగా మాట్లాడతారు. కాని మంటో మాటల్లో హాస్యం వినోదం పాలు ఎక్కువ' అని కృష్ణ చందర్ అన్నాడు. ప్రొడ్యూసర్‌గా ఇద్దరిని సంబాళించడం ఎంతో కష్టం అయ్యేది. ఇద్దరి రచనలను పరిశీలిస్తూ కొంత తగ్గించాలన్నా ఎంతో జాగ్రత్త తీసుకోవాలసి వచ్చేది. ఎప్పుడు ఎవరికి కోపం వస్తుందో తెలియదు. కొంతవరకు అష్క్ విషయంలో ఫరవాలేదు. కాని మంటో విషయంలో కొంత కష్టం. తన తెలివితేటలతో అతడిని ఒప్పించేవాడు. అయినా అప్పుడప్పుడు మంటో అనే మాటలు పడాల్సి వచ్చేది. కృష్ణ చందర్ అతడిలో ఉన్న గొప్ప రచయితను గౌరవించేవాడు. అందువలన ఇద్దరి స్నేహం కొనసాగింది. ఇద్దరి స్వభావాలను బట్టి అతడు నడుచుకునేవాడు. కృష్ణచందర్ మాటలలో 'నిజానికి ఆ రోజులు ఎంతో బాగుండేవి. కోపాలు-తాపాలు వచ్చే, నా కథలు-నాటకాలు, ఆర్టికల్స్ రాసేవాళ్లం. ఒకరికొకరు వినిపించేవాళ్లం. ఈ మహఫిళ్లలో రాజేంద్ర బేదీ వచ్చినప్పుడు ఇక చెప్పేదేముంది. స్నేహితుల మధ్య ఘాటు ఘాటుగా చర్చలు జరిగేవి. అహంకారాలు కూడా అడ్డువచ్చేవి. ఈ సమయంలోనే ముగ్గురు మంచి మంచి కథలు రాసారు. వీళ్లు అప్పుడప్పుడు మేడన్ హోటల్‌లో బార్‌లో కూర్చునేవారు. వెట్‌పార్టీలు చేసుకునేవారు. అప్పుడప్పుడు జామామస్‌జిద్ మెట్ల మీద కూర్చుని కబాబ్ తింటూ ఎంజాయ్ చేసేవాళ్లు. అప్పుడప్పుడు ఉర్దూ బజార్‌లో పబ్లిషర్ల కోసం తిరిగేవారు. వాళ్లతోనూ అంతో ఇంతో మాటల యుద్ధం జరిగేది.

మంటో రేడియోలో పనిచేయడం మొదలుపెట్టి ఆరు నెలలు అయింది. మంటో, కృష్ణ చందర్ కలిసి 'జదీద్-షో-అరాయె ఉర్దూ' (ఉర్దూ ఆధునిక కవులు) పేరన ఒక 'ముషాయరా' (కవి సమ్మేళనం)ని ఏర్పాటు చేసారు. అందులో రేడియోలో పనిచేసేవాళ్లు, తక్కిన కొందరు ప్రఖ్యాత కవులు పాల్గొన్నారు. ఈ 'ముషాయరా'లో ఫైజ్ అహమ్మద్‌ఫైజ్, హఫీజ్ జలంధరి, ఎమ్.డి. తాసీర్, నూన్-మీమ్ రాషిర్, మీరాజీ, రవిష్ సిద్ధికీ, మజాజ్ మొదలైన కవులు పాల్గొన్నారు. మంటో తన ప్రియాతి ప్రియ స్నేహితుడైన అహమ్మద్ నదీమ్ కాస్మీని ఆహ్వానించడం ఎట్లా మరచిపోతాడు. మంటోకి ఆయనకి మధ్య ఉత్తర ప్రత్యుత్తరాలు జరిగాయి. అప్పుడు నదీమ్ ముల్తాన్‌లో ఇన్‌స్పెక్టర్ మహాకమా ఆబ్‌కరీ పోస్ట్‌లో ఉండేవాడు. మంటో ఆయనని ఎంతో ఆప్యాయంగా ఆహ్వానించాడు. తన ఇంట్లో ఉండమని చెప్పాడు. నదీమ్ ఫైజ్ అహమ్మద్ ఫైజ్

గురించి రాస్తూ ఈ ముషాయరా, మంటోల గురించి ఇట్లా రాసాడు – 'నేను అక్కడ ఉన్న కవులలో చిన్నవాడిని. కాని ముషాయిరా పూర్తికాగానే మంటో ఇంతమంది కవులలో నదీమ్ కవిత్వం మీ అందరి కవిత్వం కన్నా ఎంతో బాగుంది అని చెప్పారు. ఇంత స్పష్టంగా చెప్పడం అంతగా బాగుండదు. కాని మంటోని ఎవరు ఆపగలరు? మంటో ఈ విధంగా ప్రకటించాక ఫైజ్ సాహెబ్ చిరునవ్వు నవ్వారు. ఈ వ్యక్తి ఎప్పుడైనా, ఎక్కడైనా హాసపరిహాసాలు చేస్తాడు అని మాన్-మీమ్-రషీదు అన్నారు.

పరిహాసాలు చేయడం మంటో స్వభావం. తను పరిహాసాలు చేస్తున్నాను అన్న సంగతి కూడా అతడికి తెలియదు. నిజానికి ఈ పరిహాసాలలో ఎంత నిర్మలత్వం ఉంది. అయినా ఏదో ఒక ఉద్దేశ్యం అయినా, మోటివ్ అయినా ఉంటుంది. ఆ రోజుల్లో హిందీ, ఉర్దూల విషయంలో వాడిగా, వేడిగా చర్చలు జరిగేవి. మంటో అందరిని ఒక ఆట పట్టించాలని అనుకున్నాడు. ఆయన కవులందరిని సమావేశపరిచాడు 'మీరందరు ఉర్దూలో కాకుండా హిందీలో కాకుండా, అసలు ఏ భాషలోను కాకుండా పాటలు రాయండి. మీరు పాడే పాటలను బట్టి ఇది ఫైజ్‌ది అని, ఇది రాషీద్‌ది, ఇది అష్కోది అని వినేవాళ్లు గుర్తుపడతారు. ఫైజ్ అహమ్మద్, అష్క్ బహుశ రాషిద్‌లు హాస్యభరితమైన కవితలు చెప్పారు. నేను కూడా భౌంరా (తుమ్మెద) అనే శీర్షికతో కవిత చెప్పాను. ఆరు, ఏడు పేర్లు రాసాను. తుమ్మెద రెక్కల చప్పుళ్లకి సంబంధించిన మాటలను ఉపయోగించాను. అందరు కవితలను రికార్డు చేయడానికి స్టూడియోలోకి వెళ్లారు. ఫైజ్ సాహెబ్ పకపకా నవ్వుతూ బయటకి వచ్చారు. మంటో మనలందరిని ఫూల్స్ చేసాడు అని అన్నాడు. ఈ ప్రోగ్రామ్ చేసి ఉర్దూ-హిందీ అంటూ పోట్లాడుకునే వాళ్లను ఫూల్స్ చేయాలని నేను అనుకున్నాను. మొత్తానికి ఫైజ్ కవిత రికార్డింగ్ అయింది.

తరువాత వీటిని ఢిల్లీ ఆకాశవాణి కేంద్రం ప్రచారం చేసిందని, ఉర్దూ మౌలనీ అబ్దుల్ హుక్ సాహెబ్ విన్నారని ఎటువంటి అభ్యంతరం పెట్టలేదని పైగా ఎంతో ఆనందపడ్డారని విన్నాను. ఉర్దూ-హిందీ భాషల గొడవని అతడు ఎంతో మామూలుగా చెప్పాడు. అతడు ఎప్పుడు చెప్పేదే చేసేవాడు. ఉబుసుకు పోని మాటలు ఎప్పుడు మాట్లాడే వాడుకాదు.

ఢిల్లీలో ఉన్నప్పుడు ఒక సంఘటనను జ్ఞాపకం చేసుకుంటూ నదీమ్

ఇట్లా రాసారు – 'మంటో ఒకసారి వెట్‌పార్టీ ఇచ్చాడు. ఫైజ్ సాహెబ్ కూడా ఉన్నాడు. గజళ్లు, పాటలు పాడారు. మౌలానా చిరాగ్ హసరత్, సాదత్ హసన్ మంటో ఇద్దరు ఉద్రేకంగా మాట్లాడారు. వాళ్ల మధ్య గొడవ జరిగింది. ఫైజ్ సాహెబ్ వాళ్లిద్దరి మధ్య జరిగిన చర్చ, గొడవ వింటూ ఆనందించసాగాడు'.

ఈ రోజుల్లోనే ఢిల్లీ నుండి మంచి మంచి నాటకాలు ప్రసారమయ్యేవి. విషయవస్తువే కాకుండా శిల్పం విషయంలో కూడా కొంత మార్పులు వచ్చాయి. నదీమ్ కూడా కొంతకాలం ఇక్కడ ఉన్నారు. ఆయన దీర్ఘమైన ఒపేరాలు రాసారు. రాజేంద్రసింహ్ బేదీ కూడా నాటకాల వైపు ఆకర్షితుడయ్యాడు. ఈ సమయంలోనే మంటో రేడియో నాటకాల సంకలనం అచ్చయింది. దేవేంద్ర సత్యార్థీ కూడా మొదలుపెట్టాడు. ప్రారంభంలో మంటోకి ఆయనకి మధ్య స్నేహం ఉండేది. కాని ఇద్దరి స్వభావాలు వేరవడం వలన స్నేహం ఎక్కువ కాలం నిలవలేదు. అవతలి వాళ్లని రెచ్చగొట్టే స్వభావం మంటోలో ఉంది. ఒకసారి సత్యార్థికి కోపం వచ్చింది 'మంటో నువ్వే పెద్ద గొప్ప కథకుడిని కాదు. చేఖవ్, మొపాసా, ఇంకా ఎందరో గొప్ప గొప్ప వాళ్లు ఉన్నారు'.

మంటో ఏమీ పట్టించుకోకుండా అన్నాడు 'ఉండి ఉంటారు కాని నీతో పోలిస్తే నేను మాత్రమే గొప్ప కథకుడిని'.

మంటో సత్యార్థి రాసే కథ తీరును, కథ వినిపించాలి అని అన్న అతనిలోని తపనను విమర్శిస్తూ అప్పుడప్పుడు హాసపరిహాసాలు చేస్తూ ఉండేవాడు. అతడు 'తర్కపసంద్' అనే కథను రాసాడు. కథ అచ్చయింది. స్నేహితులందరు ఎంతో ఆసక్తిగా చదివారు. సత్యార్థి కథలా ఉంది అని ఆట పట్టించారు. సత్యార్థికి కోపం వచ్చింది. మంటోని కేంద్ర బిందువుగా చేసి 'నయే దేవతా' అన్న కథ రాసాడు. ఈ విధంగా ఒకరిపై ఒకరు కోపతాపాలను చూపించుకునేవారు. ఇద్దరి మధ్య మనస్పర్ధలు వచ్చాయి. అహం, కోపాలు, తాపాలు రచయితల జీవితాల్లో మామూలే.

అల్లరి పట్టించడం వెక్కిరించడం మంటో స్వభావం, రేడియోలో పనిచేసేటప్పుడు ప్రారంభంలో కృష్ణ చందర్ దగ్గర కాని, అష్క్ దగ్గర కాని టైప్ రైటర్ ఉండేదికాదు. మంటో దగ్గర ఉండేది. కాగితం పెట్టి నాటకాలని, ఫీచర్లని త్వరత్వరగా టైప్ చేసేవాడు. కొంత గర్వం చూపించేవాడు 'భార్యకు

భర్త ఉండటం ఎట్లా తప్పదో రచయిత దగ్గర టైప్ రైటర్ ఉండి తీరాలి' అని అష్క్, కృష్ణ చందర్‌తో మంటో అంటూ ఉండేవాడు. 'ఇద్దరు కలంతో గీకుతూ ఉంటారు. ఎక్కడైనా మంచి సాహిత్యాన్ని ఎనిమిది అణాల హోల్డర్‌తో సృజించకలరా? మీరిద్దరూ గాడిదలు... మంటో స్వభావం తెలుసు కనక కృష్ణ చందర్ మౌనంగా ఉండేవాడు. కాని అష్క్ మాత్రం ఎవరైనా సరే తనని తక్కువ చేసి మాట్లాడితే ఊరుకునే వాడు కాదు. ఒకరోజు అష్క్ ఉర్దూ టైప్ రైటర్‌ని స్టేషన్‌కి తీసుకువచ్చాడు. టేబుల్ మీద పెట్టి ఖట్... ఖట్ అంటూ టైప్ చేయసాగాడు. మంటో అష్క్‌ని అల్లరిపట్టిస్తూ 'ఉర్దూ టైప్‌రైటర్‌తో ఏం వస్తుంది? కృష్ణా నీవు నా ఇంగ్లీషు టైప్ రైటర్ చూసావుగా, అసలు మొత్తం ఢిల్లీ అంతా వెతికినా ఇటువంటి టైప్ రైటర్ దొరకదు. ఒకరోజు నేను చూపిస్తాను అని కృష్ణ చందర్‌తో అన్నాడు. అష్క్ ప్రోవోక్ అయ్యాడు. ఇంగ్లీష్ కాదు, హిందీ టైప్ రైటర్‌ని కూడా కొన్నాడు. 'ఇప్పుడు అష్క్ వచ్చినప్పుడల్లా అతడి వెంట చపరాసి మూడు టైప్ రైటర్‌లను వెనక తెచ్చేవాడు. అష్క్ మంటో ఎదురుకుండా గర్వంగా నడుస్తూ వెళ్లిపోతాడు. ఎందుకంటే మంటో దగ్గర రెండే రెండు టైప్‌రైటర్లు ఉన్నాయి. అష్క్‌లో ఉన్న తనకన్నా గొప్పవాడు అన్న భావాన్ని ఏ విధంగా అణచగలడో ఆలోచించాడు మంటో. మంటో ఇంగ్లీషు ఉర్దూ టైప్‌రైటర్లని అమ్మేసాడు. ఏమైనా అను, అసలు మన కలంతో ఉన్న ప్రత్యేకత ఏ మిషన్ లోనూ ఉండదు. కాగితం, కలం, మేథస్సుల మధ్య ఏ సంబంధం ఉందో దాన్ని మనం టైప్‌రైటర్‌తో సాధించలేం. తలపగిలేలా మిషన్ నుండి శబ్దం వస్తూనే ఉంటుంది. అయినా కలంలో ఉన్న వేగం ఏ యంత్రానికి ఉంటుంది. ఈ భావోద్వేగాలు సరాసరి మైండ్ నుండి కాగితంపైన ప్రవహిస్తాయి. బాంద్రాలో ఉండే క్రిస్టియన్ ఆడపిల్లలాగా ఈ కలం ఎంతో అందమైనది. ఎంతో షార్ప్‌గా ఉంటుంది' అని అన్నాడు.

అష్క్ అన్నాడు –అసలు నీకు నీతి–నిజాయితీలు ఉన్నాయా? నిన్నటిదాకా టైప్‌రైటర్‌ని పొగిడేవాడివి. ఇప్పుడేమో కలాన్ని పొగుడుతున్నావ్. వాహ్! మాటలు ఒక నిమిషంలోనే మార్చే కళ నీలోనే చూడాలి. నాకు వెయ్యి రూపాయలు ఖర్చయ్యాయి. మంటో పెద్దగా నవ్వ సాగాడు. అష్క్‌లోని ఉక్రోషం, మంటోలోని అల్లరిపట్టించే స్వభావం చూసి తీరాలి.

మంటోకి అష్క్‌కి మధ్య ఎన్నోసార్లు కోపాలు, తాపాలు, అలకలు, ఎన్నో

రూపాలలో వ్యక్తం అవుతూనే ఉన్నాయి. నిజానికి రచయితల మనస్సు విచిత్రంగా ఉంటుంది. ఇవాళ ఈ మాట మాట్లాడితే రేపు దీనికి వ్యతిరేకంగా మరో మాట మాట్లాడతారు. ఇవాళ మంటో ఒక కథ రాస్తే, స్నేహితులకు వినిపిస్తే వెంటనే అష్క్, కృష్ణ చందర్ కొన్ని కథలను రాసి వినిపించేవాళ్లు. ఇవాళ అష్క్ నాటకం రాస్తే రేవు మంటో కృష్ణ చందర్ వెంటనే నాటకం రాయాల్సిందే. వినిపించాల్సిందే. పోటా-పోటీగా వాళ్ల సాహిత్య కృషి సాగేది. కృష్ణ చందర్ ఆ సంఘటనలు గుర్తు చేసుకుంటూ ఇట్లా రాసాడు. 'ఆ రోజులు ఎంతో బాగుండేవి. ఈతి బాధలు ఉన్నా మేం ముగ్గురం ఎంతో ఆనందంగా ఉండేవాళ్లం. ఎంతో ఉద్రేకంగా ఉత్సాహంగా రాసేవాళ్లం. ఎప్పుడు ఉదాశీనంగా ఉండేవాళ్లం కాదు. అప్పుడప్పుడు మనస్పదర్ధలు వచ్చినా, కోపతాపాలతో గొడవలు పడ్డా మేం ముగ్గురం ఒకరికొకరు తోడు-నీడగా ఉండేవాళ్లం. ప్రోగ్రాంలని ఇంకా మెరుగ్గా చేయాలని ఎంతో తంటాలు పడేవాళ్లం'.

కొత్తదారులలో నడవడం, కొత్తగా పరిధులను దాటి ఆలోచించడం మంటో స్వభావం. ఎదుటి వారికన్నా తను వేరు అని అనుకునేవాడు. అట్లాగే ప్రవర్తించేవాడు. ఇట్లా చేస్తూ ఆనందించేవాడు. అసలు అతడు ఎప్పుడు ఏ విధంగా ప్రవర్తిస్తాడో స్నేహితులకు తెలిసేదే కాదు. తను చెప్పిందే వేదం అన్న స్వభావం ఉండటం వలన మాటలో మృదుత్వం ఉండేది కాదు. పరిహాసాలు ఆడేవాడు. వ్యంగ్య బాణాలు విసిరేవాడు. ఎదుటివాళ్లతో వ్యంగ్యంగా మాట్లాడేవాడు కాని ఎదుటివాడు అదేవిధంగా ప్రవర్తిస్తే మాత్రం బాధతో గిలగిల తన్నుకునేవాడు. సత్యార్ధి, అష్క్‌ల ఉదాహరణలు మనకు కనిపిస్తూనే ఉన్నాయి. కాని పదహారణాల మంటో ఇతడే అని చెప్పలేం. ఎందుకంటే అసలు సిసలైన నిజమైన మంటో పొరల అట్టడుగున ఉన్నాడు -'ఆ ధైర్యం, కాఠిన్యం, సున్నితమైన మనస్తత్వంపై ఒక గలీబు లాంటిది. కేవలం తను అందరిలా కాదు అని చూపించడానికే ఇట్లా ప్రవర్తించేవాడు కాని లోపల మాత్రం మాలాగే, మా కంటే ఎక్కువ గాయపడ్డ వ్యక్తి అతడు. మాలాగే అతడు భావుకుడు. మాకన్నా అవతలి వాళ్ల పట్ల సహానుభూతి చూపించే గుణం అతడిది. అవతల వాళ్లను ఏడిపిస్తూ, కఠోరంగా మాట్లాడుతూ అట్టహాసం చేసే మంటోని సరిగ్గా అర్థం చేసుకోవాలి. అతడి అంతరంగాన్ని తెలుసుకోవాలి. ఒక అమాయకుడైన పిల్లవాడు అతడిలో దాగి ఉన్నాడు. కోమలత్వం, కరుణ, జీవితం పట్ల కాంక్ష అతడిలో

కనిపిస్తాయి. అతడిలోని ఆకాంక్ష, అనంతం అయినది. అసలు ఈ ఆకాంక్ష చంపినా చావదు. ఆదికాలం నుండి మంటో ఆకలి కొన్నవాడే, అతడి ప్రతి కథలోను ప్రేమ పిలుపు ఉంటుంది.

విరోధాభాసాలున్న మంటో శైలిని అర్థం చేసుకోవడం సులువు కాదు. నేను మనుషులను ప్రేమించను. గజ్జికుక్కను ప్రేమిస్తాను. నాకు ప్రేమ, దయ, కరుణ లాంటి వాటిమీద నమ్మకం లేదు. మద్యం మీద తప్ప ఈ అభ్యుదయం అంతా వొట్టి చెత్త. నేను అభ్యుదయవాదిని కాను కేవలం మంటోను" ఇలా అంటాడు గాని అసలు మంటో మనసులో అవే వున్నాయి. అవే అతని రచనల్లోకి ఒలికాయి. ఇది మనం తెలికగానే అర్థం చేసుకుంటాం.

ఢిల్లీలో ఉన్నప్పుడు మంటో రేడియోకి డ్రామాలు రాసాడు. సాహిత్య పత్రికల కోసమే కాదు చలన చిత్రాలకి కూడా కథలు రాసాడు. రేడియో, సాహిత్య పత్రికలు, చలనచిత్రాలు, ప్రతీ దానికి ఒక విశేషత ఉంటుంది. దాని ప్రకారం రాయగల శక్తిని మనం మంటోలో చూస్తాం. ఢిల్లీలో మేరీ గేట్ దగ్గర ఉన్న అతడి ఇంట్లో 'మీర్జా గాలిబ్' సినిమా కోసం కథ రాసాడు. నిజానికి ఈ కథ రాయడంలో ఆయన ఎంతో నైపుణ్యాన్ని చూపెట్టాడు. మామూలు కథల శైలిలో కాకుండా మరో కొత్త శైలిలో చెప్పడానికి ప్రయత్నం చేసాడు. ఈ కథ రాసే సమయంలో ఆయనకు పథ్నాలో బేగం రాసిన ఒక ఉత్తరాన్ని మంటో సంపాదించాడు. గాలిబ్ ఈమెతో గడిపిన క్షణాలు గుర్తుచేసుకున్నాడు -మహోమ్మదీయ పురుషుల సంగతే వేరు. ఎవరినైనా ఇష్టపడితే పొందే తీరుతారు. నేను కూడా ఒక డోమినీ (నిమ్న జాతి స్త్రీ)ని ఇష్టపడ్డాను, పొందాను. గుర్తుకు వస్తే మనస్సు అదోలా అయిపోతుంది. ఈ ఉత్తరాన్ని ఆధారం చేసుకుని శృంగారంతో నిండిన ఒక కథను రాసాడు. అందులో డోమినీ మాయం అయిపోయింది. కేవలం అందమైన ఒక సుందరి, ఒక ప్రియురాలు మాత్రం ఆ స్థానంలో ఉండిపోయింది. సొహ్రాబ్ మోదీ ఈ విషయం తెలుసుకున్నాక ఉత్తరాన్ని చూపించమని అడిగాడు. మంటో మున్షీ నబీ భక్ష్ 'హకీర్' పేరు మీద గాలిబ్ రాసిన ఒక ఉత్తరం ఇచ్చాడు. మంటో పుస్తకంలో ఉన్న ఉత్తరాలలో ఒక ఉత్తరాన్ని చదివాడు. 'ఏ బేగంనైనా ఏ స్త్రీనైనా, ఫలానా బేగమ్‌లో, ఫలానా స్త్రీలో నీచత్వం, నిర్మలత్వం ఎంత ఉంది అని అడగాలి.

నిజానికి మంటో కథ వలన సినిమాలో గాలిబ్ ఒక కొత్త కోణంలో

బయటకి వచ్చాడు. సొహ్‌రాబ్ మోదీ మీర్జా గాలిబ్ ప్రియురాలి కోసం మహతాబ్ అనే తారని ఒప్పించి, సురైయ్యాని హీరోయిన్‌గా ప్రవేశపెట్టాడు.

'మీర్జా గాలిబ్' సినిమాకి మంటో కథ రాస్తే, రాజేంద్ర సింగ్ బేదీ స్క్రీన్‌ప్లే రాసాడు. సంభాషణలు ఎంతో బాగున్నాయి. సినిమా పూర్తి అయ్యాక ఎన్నో సంవత్సరాల తరువాత ఢిల్లీలో రిలీజ్ అయింది. బాగా నడిచింది. లాహోరులో మంటో స్వర్గస్థుడయ్యాక 1955లో కూడా ఈ సినిమా నడిచింది.

మంటో కృష్ణ చందర్ కలిసి 'బన్‌జారా' అనే సినిమాకి కథ రాసారు. మరో రచయితతో కలసి రాయడం ఇదే ఆఖరిసారి. ఇంతకు ముందు కాని తరువాత కాని మంటో ఇటువంటి ప్రయోగం చేయలేదు. ఇద్దరికి ఇదంతా కొత్త. ఎముకలను కొరికే చలి. ఇద్దరి సూట్లు పాతవై పోయాయి. ఆర్థికస్థితి ఏమీ బాగోలేదు. సూట్లు ఎట్లా కొనుక్కోవాలి?

ఒకరోజు మంటో నా దగ్గరికి వచ్చాడు 'కృష్ణా! ఒక కొత్త సూటు కావాలా?'

నేను 'కావాలి' అని అన్నాను. 'మరైతే నాతో పాటు రా!'

'ఎక్కడికి?'

ఇద్దరం ఒక డిస్ట్రిబ్యూటర్ శేఠ్ దగ్గరికి వెళ్లాము. అతడికి కథ చెప్పాడు. శేఠ్ కథలో మార్పులు-చేర్పులు చేయాలని అన్నాడు. మంటో అతడు చెప్పిన వాటన్నింటికి ఒప్పుకున్నాడు. కృష్ణ చందర్ ఆశ్చర్యంగా అతడి వంక చూస్తున్నాడు. అసలు ఇతడు ఆ మంటోనేనా, ఎవరి కోసం ఎప్పుడు ఒక లైను కూడా మార్చని, లైన్ ఏమిటి ఒక్క అక్షరం కూడా మార్చడానికి ఒప్పుకోని ఇతడు అన్నింటికి తల ఊపుతున్నాడా? కథ ఎట్లా ఉంటే అట్లానే ప్రచురించాలి లేకపోతే కథను వెనక్కి తీసుకునేవాడు. శేఠ్ చెప్పిన దానికి సినిమా కథలో మార్పులు చేస్తానని ఒప్పుకోవడం చూసి ఆశ్చర్యపడుతున్న కృష్ణ చందర్ వైపు నుండి ఆలోచిస్తే అతడు ఈ విధంగా ఆలోచించడం సరి అయినదే అని అనిపిస్తుంది. మంటో విషయంలో కూడా అతడు చేసింది సరియైనదే అని అనిపిస్తుంది. ఎందుకంటే సినిమాలకి రాసే కథలలో వాళ్లు మార్పులు ఎటూ చేస్తారు. అందుకే మంటో 'సాహిత్యాన్ని ఇవ్వు, సినిమాల నుండి సంపాదించు' అని అనేవాడు - 'ఇప్పుడు చెప్పు నీకు సూట్ కావాలా ఒద్దా!'

'కావాలి'.

'సరే అయితే ఫిల్మ్ స్టోరీలో తప్పకుండా మార్పులు జరుగుతాయి'.

'సరే...

ప్రారంభంలో మంటో ఢిల్లీ జీవితం చాలా బాగుంది. చాలామంది స్నేహితులు అయ్యారు. ఇక్కడ ఉన్నప్పుడు అన్ని సాహిత్య ప్రక్రియలలో రాసారు. కృషి బాగా సాగింది. అతడి ఆరోగ్యం కూడా మెరుగుపడింది. కథ, నాటకం, వ్యాసం, ఫీచర్, ఎప్పుడు ఏదో ఒకటి రాస్తూనే ఉండేవాడు. నాటకాలు, ఫీచర్ డైరెక్ట్ టైప్ రైటర్‌లో టైప్ చేసేవాడు. కథలు మాత్రం చేత్తో రాసేవాడు. మంచి సాహిత్య సృజన చేసాడు అని అతడి స్నేహితుల ఉద్దేశ్యం. అతడి జీవితంలో ఈ కాలం బంగారు కాలం. 'ధువాం' అన్న కథాసంకలనం ఈ సమయంలోనే ప్రచురితమైయింది. ఇందులో కాంట్రావర్షల్ అయిన కథలన్నీ ప్రచురితం అయ్యాయి. కొన్ని రచనలు 'మంటోకే మజామీన్' (ఇంతకు ముందు కొన్ని వ్యాసాలు ప్రచురితం అయ్యాయి) పేరున ప్రచురితం అయ్యాయి. ఈ సమయంలోనే ఆయన ఎన్నో నాటకాలు రాసాడు. రేడియో నాటకాల సంకలనాలు కూడా ప్రచురితం అయ్యాయి.

మంటో ఢిల్లీ ఆకాశవాణిలో పని చేస్తున్నప్పుడు రాసిన నాటకాలు ఢిల్లీ కేంద్రం నుండే కాదు ఇంకా కొన్ని కేంద్రాల నుండి ప్రసారితం అయ్యాయి. ఇప్పుడు ఇంకా అవుతునే ఉన్నాయి. ఈ నాటకాలు 'ఆవో' 'మంటోకే డ్రామే' 'జనాజే' 'తీన్ ఔరతేం' మొదలగు సంకనాలలో ప్రచురితం అయ్యాయి. రేడియో నాటక రచయితగా పేరుపొందాడు. అప్పటి రేడియో నాటకానికి స్పష్టమైన ఫార్మ్ ఏర్పడలేదు. రేడియో నాటకాలకు ఒక స్పష్టమైన రూపం ఇచ్చి మెరుగుపరచిన మొట్టమొదట రచయితలలో మంటో ఒకడు. కథలు, నాటకాల విషయంలో ప్రయోగాలు చేయడం మొదలుపెట్టాడు. ఈ నాటకాలలో సంభాషణలు బాగుంటాయి. దృశ్యాలు మనస్సుకు హత్తుకునేలా ఉంటాయి. కొత్త-కొత్త ప్రయోగాలు చేయడం వలన పాఠకులు, దర్శకులు ఎంతో మెచ్చుకునేవారు. ప్రజల మానసిక వికాసానికి ఈ రచనలు ఎంతో తోడ్పడ్డాయి. వీటిని విజ్ఞులైన పాఠకులే కాదు. సామాన్య ప్రజలు కూడా చదివేవారు.

ఢిల్లీలో ఆ ఇంటివాళ్లు మంటోకి 19 నెలల కోసం మాత్రమే అద్దెకు ఇచ్చారు. ఆశ్చర్యం ఏమిటంటే ఇక్కడ ఉన్నప్పుడు కథలు, సినిమా స్క్రిప్ట్‌లే కాదు

దాదాపు 100 నాటకాలు రాసాడు. క్రికెట్ భాషలో చెప్పాలంటే సెంచరీ చేసాడు. నిజానికి ఇది పెద్ద విజయం కాని పుస్తకం కవరుపైన అతడి ఫోటో ప్రచురించాల్సింది. కాని ఆకాశవాణి పత్రిక 'ఆవాజ్' లోపలి పుటలలో అతడిది ఒక చిన్న ఫోటో ఇచ్చారు. మంటో బాధపడ్డాడు. సాహిత్యానికి ఇంత పెద్ద పీట వేసినా తనను కొంత తక్కువ చూపుతో చూసారు. బలరాజ్ మెనరా, శరత్‌దత్ 'మంటో సమకాలీకులలో ఏ రేడియో రచయిత అయినా విభజన ముందు విభజన తరువాత ఉపమహా ద్వీపంలో రేడియో చరిత్రలో ఇంత తక్కువ సమయంలో ఇంత పెద్ద సంఖ్యలో రచనలు చేసారా అని ప్రశ్న వేసారు. అతి తక్కువ సమయంలో ఎక్కువ సంఖ్యలో మంటో రచనలు చేసాడు. నాటకాలలో కొంత కొత్తదనాన్ని తీసుకురావడానికి ప్రయత్నించాడు. బ్రతుకు తెరువు కోసం అతడికి రాయడం తప్పనిసరి అయింది. నిజానికి అతడి సమస్యలను కథలుగా మలచడం వలన కొన్ని సమస్యలకు పరిష్కార మార్గం దొరికింది. ఆయన రాసిన కథలు, నాటకాలు ఎంతో ఉన్నతమైనవి. కాని నాటకాలు ఎంత ప్రసిద్ధి చెందాలో అంతగా ప్రసిద్ధి కాలేదు. మా ఉద్దేశ్యంలో ఆయన నాటకాలు కూడా కథలలాగానే జీవితాన్ని ప్రతిబింబింప చేస్తాయి. ఈ గోలలో మేము కాంషీని కలిసాము. ఇది తక్కువైన విషయం ఎంత మాత్రం కాదు. ఈ కాంషీకి విమల జేబులు కొట్టవద్దు అని ఎన్నో సార్లు చెబుతూ ఉండేది. ఈ ప్రవృత్తి నుండి బయటపడడానికి తన వేళ్లు కోసుకుంటాడు. కాని ఒకసారి తప్పని పరిస్థితులలో విమల నిస్సహాయ స్థితిలో అతడిని మళ్లీ జేబులు కత్తిరించమంటుంది. ఈ మానవ స్వభావాన్ని నాటక రూపంలో వ్యక్తం చేయడం వలన మానవుడి స్వభావం, ప్రవర్తన వ్యక్తం అవుతాయి. ఎవరైతే మంటో జీవితాన్ని, సాహిత్యాన్ని పైపైన చూసి అతడు అవినీతిపరుడు అని అంటారో వాళ్లు మానవతా విలువలకు అతడు ఎంత ప్రాముఖ్యత ఇస్తాడో ఈ నాటకాన్ని చూస్తే తెలుస్తుంది. ఒకవేళ మంటో ఢిల్లీలో ఉన్నప్పుడు ఒక్క 'జేబ్‌కతరా' రాసినా, నిజానికి సాహిత్య చరిత్రలో అతడి పేరు నిలిచిపోయేది. ఈ మాటలలో ఎంతో సత్యం ఉంది. జీవిత ప్రతిబింబం ఉంది. చావుబతుకుల గురించిన శోధన కూడా ఉంది. 'జనాజె' నాటక సంకలంలోని 'బాబర్‌కీ మౌత్' (బాబరు మృత్యువు) 'టిప్పు సుల్తాన్‌కీ మౌత్', 'షాహజహాంకీ మౌత్', 'చంగేజ్ ఖాన్‌కీ మౌత్', 'రాస్‌పుతీన్‌కిమౌత్', 'నెపోలియన్‌కీ మౌత్', 'తైమూర్‌కీ మౌత్', 'క్లియోపాట్రాకీ మౌత్' మొదలైన నాటకాలలో జీవిత

చరమాంకంలో రాజులు, నియంతల జీవితాల చిత్రీకరణ ఉంది. వాళ్ల నిస్సహాయస్థితి, ఒంటరితనం గురించి మనకు తెలుస్తుంది. ఈ నాటకాలు మంటోలో ఉన్న విస్తృతమైన జ్ఞానాన్ని అతడు అనుభవించిన నిస్సహాయత, ఒంటరితనాన్ని కూడా తెలియచేస్తాయి. కేసులు నడవడం వలన న్యాయస్థానాలలో ఎంత న్యాయం ఉందో మంటో చూసాడు. న్యాయం లేని న్యాయస్థానాలకి వెళ్లి రావడం వలన ఆయనకు ఎన్నో అనుభవాలు అయినాయి. నాటకాలలో మంటో దీనిని వ్యంగ్యంగా ఫార్స్ రూపంలో వ్యక్తం చేసాడు.

నిజానికి ఢిల్లీలో మంటో నాటకాలు రాసేటప్పుడు, నాటక ప్రదర్శనలు చాలా తక్కువగా జరిగేవి. అంతటా ఇదే స్థితి చిన్నప్పటి నుండి ఆయనకు నాటకాల అనుభవం ఉంది. బహుశ ఆయన పశ్చాత్తాపం కూడా పడి ఉండవచ్చు. రేడియో నాటకాలు కేవలం రేడియో వరకే పరిమితం అయిపోయాయి.

ఏ నాటకాలు రాసినా ఆయా నాటకాల నాయకులు, కళాకారులు ఆయన కళ్ల ఎదురుకుండా కదలాడేవాళ్లు. నాటకం ప్రసారం అయ్యే ముందు 4,5 రోజుల ముందు రిహార్సల్స్ జరిగేవి. వీటిలో ఆయన కూడా ఉండేవారు. ఆర్టిస్టులకు నవ్వుతూ ఎక్స్‌ప్లెయిన్ చేసేవాడు. అందువలన వాతావరణం ఆహ్లాదంగా ఉండేది. రేడియో ఆర్టిస్టులు కూడా మంటోని చాలా ఇష్టపడేవారు. మంటో రేడియో ఆర్టిస్టులకు అంకితం చేస్తూ ఒక నాటక సంకలాన్ని ప్రచురించాడు. దీని వలన ఆ ఆర్టిస్టులు ఎంతగా కష్టపడి నాటకాలు వేసేవారో తెలుస్తోంది. నాటకాల ద్వారా తన బాధను, వ్యథను వ్యక్తం చేయడం వలన ఆయనకు కొంత శాంతి కలిగేది. అన్ని సరిహద్దులు దాటుతూ మధ్యమ వర్గపు పైపై పూతల మనస్తత్వాన్ని నిర్భయంగా చూపెట్టేవాడు. 'కర్‌వట్' 'క్యామై అందర్ ఆసకతాహూం' (నేను లోపలికి రావచ్చా) లాంటి నాటకాల ద్వారా యథార్థాన్ని చూపెట్టేవాడు. 'సినిమా రంగంలో చార్లీ చాప్లిన్‌కి ఉన్న స్థానమే మంటోకి రేడియో రంగంలో ఉంది. చాప్లిన్ తనదంటూ ఒక గుర్తింపు తెచ్చుకున్నట్లుగా మంటో కూడా తెచ్చుకున్నాడు.

ఆయన కథలపైనే కాదు నాటకాల పైన కూడా చర్చలు వాద వివాదాలు జరిగేవి. ఆయన డ్రామా 'జర్నలిస్ట్' రేడియోలో ప్రసారం అయినప్పుడు పెద్ద గొడవ జరిగింది. ఈ డ్రామాలో పాత స్నేహితుడు, పాత్రికేయుడు అయిన బారీ పక్షాన రాసాడు పత్రికల యాజమాన్యం ఎంత దోపిడీ చేస్తారో దాని గురించి కూడా రాసాడు. దీని వలన పత్రికా రంగంలో, ముఖ్యంగా ఉర్దూ పత్రికలలో

సంపాదకులు చాలా గొడవ చేసారు. రేడియో డైరెక్టర్ జె.డె.ఎ. బుఖారీ ఈ డ్రామాను బాన్ చేసే వరకు గొడవ చేసారు.

ఒక ఉత్తరంలో (ఢిల్లీ ఏప్రిల్ 1942) ఆయన అహమ్మద్ నదీమ్ కాస్మీకి ఇట్లా రాసాడు – 'అక్కడ దోస్తులైన శత్రువులతో దూరం– దూరంగా ఉండేవాడిని. కాని ఇక్కడ చాలామందితో కలవాల్సి వస్తుంది. చాలా బాధగా కూడా అనిపిస్తుంది. ఢిల్లీలో ఊసరవెల్లులలా రంగులు మార్చే శత్రువులైన స్నేహితులు ఉండేవారు. మంటో వాళ్ల ఇటువంటి వైఖరి వలన బాధపడుతూ ఉండేవాడు. ఎవరైనాసరే స్నేహం చాటున శత్రువుగా ప్రవర్తించినా, లేక శత్రుత్వాన్ని దాచి స్నేహితులుగా ప్రవర్తించినా ఆయనకు విపరీతమైన కోపం. 1942లో కృష్ణ చందర్‌కి లక్నోకి ట్రాన్స్‌ఫర్ అయింది. మంటో నాటకాలను ప్రసారం చేసే బాధ్యత అష్క్‌పై పడ్డది. మంటో అష్క్‌ల మధ్య పచ్చగడ్డి వేస్తే భగ్గుమంటుంది. అష్క్ మంటో 'ఆవారా' నాటకాన్ని దిద్దే ప్రయత్నం చేసాడు. తన కోపాన్ని తీర్చుకోడానికి ఎర్ర ఇంక్‌తో గుండ్రం గుండ్రంగా గీకాడు. మంటోకి చాలా కోపం వచ్చింది. అసలు అష్క్ ఎవడు తన నాటకాలను సరిచేయడానికి? దిద్దడానికి? మంటో చూపే ఉడుకుమోతుతనం వలన అష్క్‌కి పైశాచిక ఆనందం కలిగింది. తరవాత పుశ్చాత్తాపపడ్డాడు. ఎందుకంటే అష్క్‌కి మంటో నాటకాలంటే ఎంతో ఇష్టం. తన నాటకాల సంకలనం 'చర్‌వాహే' (గొడ్లు కాచేవాడు)ని మంటోకి, నాకు అప్పుడప్పుడు ఎంతో ఇష్టంగా అనిపిస్తాడు. అప్పుడప్పుడు అతడి మీద విపరీతమైన కోపం వస్తుంది అని రాస్తూ అంకితం ఇచ్చాడు. మంటోకి అష్క్ ప్రవర్తన ఏ మాత్రం నచ్చలేదు. తన నాటకాన్ని ప్రసారం చేయవద్దని చెప్పాడు. ఈ నాటకాన్ని అష్క్ కుదించాడు. ఇటువంటి దూషిత వాతావరణం ఢిల్లీలో ఉండటం వలన మనస్సంతా ఉదాసీనంగా మారిపోయింది. ఎంతో ఉత్సాహంతో ఏ ఢిల్లీలో అయితే అడుగుపెట్టాడో ఇప్పుడు ఆ ఢిల్లీ అంటే అతడికి నచ్చడం లేదు. నదీమ్‌కి ఆయన ఉత్తరంలో ఇట్లా రాసాడు – ఖుదా మీద ఒట్టు, ఈ స్థలం నాకు అచ్చిరాలేదు. నేను బొంబాయిలో ఉన్నప్పుడు నీ దగ్గరికి ఎంతో తొందరగా ఉత్తరాలు వచ్చేవి. ఇప్పుడు నేను స్వయంగా జవాబులు ఇవ్వను కాని ఉత్తరాల కోసం ఎదురుచూస్తూ ఉంటాను. ఇప్పుడు నా మనసు బాగాలేదు (అహమద్ నదీమ్, కాస్మీకి ఉత్తరం – జులై 1942) ఢిల్లీలో ఉన్నప్పుడు మంటో ఎన్నో మంచి కథలు, నాటకాలు రాసాడు. అక్కడ ఆయన రచనల సంకలనాలు చాలా ప్రచురితం అయ్యాయి.

అయినా ఢిల్లీ అతడిని అశాంతికి గురిచేసింది. ఆయన మనస్సు ఉదాసీనంగా ఉండేది. నిజానికి ఈ రోజులు ఆయనకి మనశ్శాంతిని ఈయలేకపోయాయి.

ఆయన మనస్సులో ఉన్న అలజడి, ఉద్వేగాలు, కోరికలు వీటికి వ్యతిరేకంగా తలయెత్తే భావోద్వేగాలను అబూసయీద్ కురైషీ ఎంతో కళాత్మకంగా ఈ విధంగా ఉల్లేఖించారు. 'ఆయన కిలకిలా నవ్వులతో నాకు వెక్కి వెక్కి ఏడుస్తున్న పిల్లవాడి ఏడుపు వినిపిస్తుంది. తనని ఎవరు ముద్దుచేయరని, తన స్నేహితులకి దూరంగా ఇంట్లో ఒక మూల కూర్చున తన ఊహలతో తేలిపోతున్న, చినిగి ముక్కలైన కాగితాలతో, బట్టలతో, మట్టి, ఇసుక, నీళ్లు మొదలగు వాటితో బొమ్మలు చేస్తూ, విరగగొడుతూ తన్మయత్వం పొందే పిల్లవాడు గుర్తుకు వస్తాడు. వాడు అప్పుడప్పుడు తండ్రి బొమ్మ గీస్తాడు. కళ్లను తుడిచేస్తాడు. ఈ కళాత్మకమైన చిత్రణలో కోలాజ్ పెయింటింగ్ స్టైల్ కూడా మిళితమై పోయింది. అప్పుడప్పుడు తన అక్కయ్య బొమ్మ చేస్తాడు కాని ముక్కుని ఎగురగొట్టేస్తాడు. తల్లి మూర్తిని తయారు చేస్తాడు. తన గుండెలకి హత్తుకుంటాడు. బాధ్ర మాసపు వర్షబిందువులు ఉన్నాయి. ఎండా ఉంది. ఏడుస్తున్న పిల్లవాడిని గిలిగింతలు పెడితే వాడు నవ్వుతాడు, వెక్కిళ్లు వస్తాయి. మంటో మల్లెల నవ్వులలో కన్నీళ్లు కూడా ఉన్నాయి. కాని అతడి కంఠంలో ఉన్న బాధని ఎవరు గుర్తుపట్టలేరు. అసలు ఎవరైనా దయాదాక్షిణ్యాలు చూపిస్తే అతడికి అసహ్యం. అతడు ఎల్లవేళలో తనలోని ఉదాసీనతను, మానసిక శారీరక బాధను మౌనంగా భరించడానికే ప్రయత్నం చేసాడు.

స్నేహితులు, అతడికి విలువ నిచ్చే వాళ్లు చుట్టుపట్ల ఉన్నా మంటో ఢిల్లీలో ఒంటరితనంతో బాధపడుతూ ఉండేవాడు. తనను ఎవరో వెలివేసినట్లుగా బాధపడేవాడు. మనస్సు బాగా లేనప్పుడు బొంబాయి తనని రమ్మనమని పిలుస్తోందని, తన పాత స్నేహితులు, సినిమా ప్రపంచంలోని కళాకారులు తనని పిలుస్తున్నారని ఊహలలో తేలిపోయేవాడు. ఆల్ ఇండియా రేడియో ప్రోగ్రామ్ ఆఫీసరు నూన్-మీమ్ రాషిద్, రేడియో నియమాలకు అనుకూలంగా, నాటకాలను సరిదిద్ది ప్రసారం చేసే అవకాశం ఇమ్మని అడిగాడు. కాని మంటో తన నాటకాల విషయంలో ఎవరూ వేలు పెట్టకూడదని అన్నాడు. రేడియో వాళ్లు ముఖ్యంగా రాషింద్ మంటో నాటకాలను సవరించి ప్రసారం చేయాలన్న ఉద్దేశ్యంతో ఉన్నారు. మంటో ఏ మాత్రం ఒప్పుకోలేదు. మంటో ఖుర్షీద్ సాహెబ్ (సెక్రటరీ ఇన్ఫర్మేషన్ అండ్ బ్రాడ్ కాస్టింగ్) చేత మంటో డ్రామాలను బ్రాడ్

కాస్ట్ చేయాలంటే మంటో చెప్పిన విధంగానే చేయాలి లేకపోతే చేయకూడదు అని ఫోన్ చేయించాడు. రేడియో వాళ్ల ఇష్టానుసారంగా తను నడవడం ఆయనకి ఎంతమాత్రం ఇష్టం లేదు. ఢిల్లీ వాళ్ల డబుల్ వ్యాల్యూస్‌ని ఆయన ఏ మాత్రం ఒప్పుకోలేదు. ఈ సమయంలో బొంబాయి నుండి నజీర్ లుధియానవీ ఉత్తరాలు రాయడం మొదలుపెట్టాయి. పేరున్న డైరెక్టర్ షౌకత్ హుస్సేన్ రిజ్వీ తన సినిమాలకి కథలు రాయించాలని అనుకుంటున్నాడని తెలియగానే వెంటనే ఢిల్లీ వదిలేసి బొంబాయి వచ్చేసాడు.

మంటో ఈ విధంగా ఢిల్లీకి తన వలన వ్యథ చెంది, తన మీద ద్వేషంతో వెళ్లిపోయాడని అష్క్ అనుకున్నాడు. కాని మంటో ఎప్పుడూ వ్యక్తిగత రాగద్వేషాల వలన ఎవరిని శత్రువులుగా చూడలేదు. అష్క్‌ని అట్లా చూడలేదు. ఇస్మత్ చుగ్‌తాయిని అట్లా చూడలేదు. ఒకవేళ ఇటువంటి పరిస్థితి వస్తే తనే తొలగిపోయేవాడు. ఎదుటి వాళ్ల మెడపై కత్తిపెట్టి పనులు చేయించుకోవడం తప్పని అతడి ఉద్దేశ్యం. వ్యక్తిగత సంబంధాలలో నమ్రతగా ప్రవర్తించడం అతడి భీరుత్వం ఎంత మాత్రం కాదు. ఎదుటివాళ్ల సిద్ధాంతాలను సహృదయతో స్వీకరించేవాడు. అంతేకాని ఆ ఉచ్చులో పడిపోయేవాడుకాదు. కొత్త ఆలోచనల కోసం తపన, స్వతంత్రంగా ఉండాలన్న కోరిక అతడు ఎన్నో సార్లు మళ్లీ కంచెలను దాటేసాడు. సరిహద్దులని చెరిపేసాడు. కాని ఆయన ఈ ప్రవర్తనని అందరు అపార్థం చేసుకున్నారు. చెలియలి కట్టను దాటేసి స్వతంత్రంగా నాటకాలు, కథలు రాయడమే ఆయన ఊపిరి.

ఢిల్లీలోని కూరల మార్కెట్ దగ్గరి శ్మశానవాటికలో ఆయన కొడుకు ఆరీఫ్ పాతిపెట్టబడ్డాడు. బొంబాయిలోని మరుభూమిలో తల్లి నిద్రపోతోంది. విరక్తిగా అతడు అనుకునేవాడు - అసలు తన ఇల్లు ఎక్కడ? ఢిల్లీలోనా? బొంబాయిలోనా? తన తండ్రి, తాత- ముత్తాతలు కాశ్మీరులోని ఇంటిని వదిలేసి వచ్చారు. తను స్వయంగా అమృత్‌సర్‌ని వదిలేసి వచ్చాడు. అకస్మాత్తుగా సఫియాతో అన్నాడు - 'సఫియా! బొంబాయి వెళ్దాంపద...!'

'సరే... వెళ్దాపదండి... ఇక్కడ నా వాళ్లు మాత్రం ఎవరు ఉన్నారని?' సఫియా జవాబు చెప్పింది.

9

వెండితెర రంగుల వెనుక

మంటో 1942 జులైలో ఢిల్లీ నుండి బొంబాయికి వచ్చాడు. ఢిల్లీలో ఉన్నా బొంబాయి గుండెచప్పుడిని వింటూ ఉండేవాడు. ఢిల్లీలో 19 నెలలు ఉన్నాడు. కొద్ది సమయంలో ఢిల్లీ నగరంలోని సాహిత్యానికి ఒక కొత్త స్పందనను ఇచ్చాడు. మొట్టమొదట్లో ఢిల్లీకి వచ్చి బొంబాయిని గుర్తుచేసుకున్నట్లుగా, రెండోసారి బొంబాయి వచ్చి ఢిల్లీని గుర్తు చేసుకుంటూ ఉండేవాడు. నిజానికి మంటో దృష్టిలో ఈ రెండు నగరాలు కేవలం నగరాలు మాత్రమే కాదు, ప్రాణాలు ఉన్న మనుషుల్లా అతడికి అనిపించాయి. అమృత్‌సర్, లాహోర్ లాగా ఈ రెండు నగరాలు అతడి జీవితంతో పెనవేసుకున్నాయి. ఏ నగరం అయినా సరే సాహిత్యకారుడి అంతరంగంలో నిలిచిపోతే, ఎప్పుడో ఒకప్పుడు, ఏదో ఒకచోట అతడి సాహిత్యంలో ప్రత్యక్షంగానో, పరోక్షంగానో ఆ నగరం తాలూకూ విషయాలు వ్యక్తం అవుతూనే ఉంటాయి. కథలలో నగరం, నగరంలో కథలు మంటో వ్యక్తిత్వంతో పెనవేసుకుపోయాయి. రెండింటినీ వేరు చేస్తే గాప్ కనిపిస్తుంది. అందువలన మంటో లోకంలో నగరం కథలు–గాథలు పూర్తిగా మమేకం అయిపోయాయి.

బొంబాయిలోని ప్రతి సందు-గొందూ, బజార్లు-రోడ్లు అన్ని అతడికి తెలిసినవే. తెలియనది అంటూ ఏదీ లేదు. అక్కడి అణువు-అణువుతో అతడికి సంబంధం ఉంది. ఢిల్లీకి వెళ్లకముందు అతడు నివసించిన బొంబాయి, ఢిల్లీ వెళ్లివచ్చాక అతడు నివసిస్తున్న బొంబాయి ఈ రెండింటి మధ్య అతడికి ఏమీ తేడా అనిపించలేదు. 'ముసవ్వర్'త (చిత్రకారుడు) పత్రికకి సంపాదకుడిగా పనిచేసేవాడు. సినిమా లోకంతో మళ్లీ సంబంధాలు పెంచుకోవాలనుకున్నాడు. ఢిల్లీలో అష్క్ తనతో ప్రవర్తించిన తీరును మరచిపోయి ఆయనని బొంబాయి ఆహ్వానించాడు. ఈ అష్క్ ఒకప్పుడు మంటో నాటకాలను ఎర్రపెన్సిల్‌తో దిద్దాడు. ఏ మాత్రం అవకాశం వచ్చినా అష్క్ మంటోని అవమానించడంలో వెనుకాడేవాడుకాదు. మంటో సినిమా కంపెని నుండి సినిమాలకి 'డైలాగ్స్' రాయడానికి అతడిని పిలిపించాడు. మంటో స్వయంగా బొంబాయి సెంట్రల్ స్టేషన్‌కి వెళ్లి అష్క్‌ని తన ఇంటికి తీసుకువచ్చాడు. ఆయన ఇల్లు క్లియర్‌రోడ్, ఎడల్ ఫీ ఛాంబర్స్, రెండో అంతస్థులో ఉండేది. అష్క్ మంటో ఇంట్లో 7, 8 రోజులు ఉన్నాడు. మంటో, సఫియాలు అతిధి అయిన అష్క్‌కి ఎంతో ఆత్మీయంగా స్వాగతం పలికారు. 'స్వరాజ్యకేలియే' (స్వరాజ్యం కోసం) కథని మంటో అష్క్ అక్కడ ఉన్నప్పుడే రాసాడు. మొదట సగం రాసినా తరువాత పూర్తి చేసి ఆ కథని అష్క్‌కి వినిపించాడు. అష్క్‌కి తరువాతకాలంలో కూడా వీళ్ల ఆతిథ్యం అక్కడి వాతావరణం గుర్తుకు వస్తూనే ఉన్నాయి. బొంబాయిలో ఉన్న దోమలు, మంటో ఫ్లాట్ బయట జరిగే గోలలు-అల్లర్లు మంటో ప్రొద్దున్నే నాలుగు గంటలకి లేచి నీళ్లు పట్టడం, పద్ధతిగా భోజనంతో అలంకరింపబడిన దస్తర్‌ఖానా... ఎన్నేళ్లయినా ఆయన మరచిపోలేదు.

అష్క్‌ని పిలిపించి తన కాళ్లను గొడ్డలితో నరుకుంటున్నాన్న సంగతి మంటో కలలో కూడా అనుకోలేదు. అసలు తనను మంటో ఫిల్మ్ కంపెనీ కోసం ఎందుకు పిలిచాడు. ఢిల్లీలో తన ప్రవర్తనకు ప్రతీకారం తీర్చుకోవాలని తనను పిలిచాడా? అష్క్‌లో మంటోపై సందేహం తలఎత్తింది. ఈ ఆలోచన రాగానే అష్క్ మంటోని సందేహించడం మొదలుపెట్టాడు. సినిమా ప్రపంచం, ఫిల్మ్ కంపెనీలలో రాజకీయాలు ఉంటాయని, ఒక వ్యక్తి పట్ల మరో వ్యక్తికి ఈర్ష్యా ద్వేషాలు ఉంటాయన్న సంగతి మంటోకి అంతో ఇంతో తెలుసుకాని అష్క్ నడిపే రాజకీయం కాని ఆడే ఆట కాని మంటోకి తెలియదు. ఆటలలో

ఎత్తులు–పై ఎత్తులు అష్క్ ఎంత తెలివిగా వేయగలుగుతాడో మంటో వేయలేడు. కంపెనీ వాళ్లని తెలివిగా తన చేతుల్లో పెట్టుకుని అష్క్ మంటోని పరాజితుడిని చేయడానికి ఎన్నో ఉచ్చులు పన్నేవాడు. మంటో చాలా బాధ పడేవాడు. ఢిల్లీలోలాగే ఇక్కడ కూడా విషం తాగుతూ మౌనంగా ఉండేవాడు.

సినీ ప్రపంచం అతడికి కేవలం ఒక ఆటకాదు. అతడికి అది జీవనాధారం ఇక్కడ ఎన్ని రాజకీయాలు ఉన్నాయో అతడికి తెలుసు అయినా అంతగా పట్టించుకునేవాడు కాదు. నజీర్ లుధియానవీ షౌకత్ హుసెన్ గురించి చెప్పి అతడిని ఢిల్లీ నుండి పిలిపించాడు. ఆయనని మంటో కలుసుకున్నాడు. ఒక సినిమా కథ రాయడానికి మంటోతో ఆయన ఎగ్రిమెంట్ చేసుకున్నాడు. కాని షౌకత్ అతడి విషయాలలో మరీ ఎక్కువగా కలుగజేసుకోవడం వలన మంటోకి అతడితో కుదరలేదు. అలీగఢ్‌లో అతడి పాత స్నేహితుడు షాహిద్ లతీఫ్‌ని కలిసాడు. లతీఫ్ ఫిల్మ్ స్తాన్‌లో పనిచేసేవాడు. ఆయన కోరిక ప్రకారమే మంటో ఫిల్మిస్థాన్‌కి వచ్చాడు. ఈ కంపెనీని బాంబే టాకీజ్ (హిమాంశురాయ్) నుండి వేరు చేసి శశిధర్ ముఖర్జీ ఇంకా అతడితో పాటు కొందరు కలిసి దీన్ని స్థాపించారు. తరువాత ఈ రెండు కంపెనీలు ఎన్నో సంవత్సరాలు కలసికట్టుగా పనిచేసాయి. ఇక్కడే మంటోకి అశోక్‌కుమార్ (పుట్టుక – 15, అక్టోబర్ 1911)తో పరిచయం అయింది. ఇద్దరి వయస్సు దాదాపు ఒకటే. అప్పటికి అశోక్‌కుమార్‌వి 5 సినిమాలు (అఛూతకన్యా – 1936, కంగన్ – 1939, బంధన్ – 1940, ఝూలా – 1941, కిస్మత్ – 1943) రిలీజ్ అయ్యాయి. ఈ స్నేహం చాలావరకు పనికి వచ్చింది. మంటో అశోక్‌కుమార్ కోరిక ప్రకారం కొన్ని సినిమా కథలు రాసాడు. వాటిల్లో దత్తారామ్ పయి డైరెక్షన్‌లో 1946లో వచ్చిన సినిమా 'ఆఠ్‌దిన్' బాగా నడిచింది. ఇది ఒక కామెడీ పిక్చర్. ఇందులో అశోక్‌కుమార్‌తో పాటు మంటో, అష్క్, రాజామెహదీ, అలీఖాన్ కూడా యాక్ట్ చేసారు. మంటో అందులో ఒక పిచ్చివాడైన మిలిటరీ ఆఫీసర్‌గా యాక్ట్ చేసాడు. కాని తరువాత తను నిజంగానే పిచ్చివాడైపోతాడని, ఎన్నో రోజులు పిచ్చాసుపత్రిలో ఉండాల్సి వస్తుందని అతడికేం తెలుసు?

ఈ సమయంలోనే జెడ్.ఎ. అహమద్ తన ఇన్‌ఫ్లూయన్స్‌ని ఉపయోగించి పూనాలో షాలీమార్ స్టూడియోని స్థాపించాడు. సాగర్ నిజామీ, జోష్ మలీహాబాదీ, జాన్‌నిసార్ అఖ్తర్, భరత్ వ్యాస్, కృష్ణ చందర్ మొదలైన వాళ్లని

అక్కడికి పిలిపించాడు. డా. అబ్దుల్లా, ఇస్మత్‌చుగ్‌తాయి, మంటో మేనల్లుడు, మసూద్ పర్వేజ్ కూడా ఈ ఫిల్మ్ కంపెనీలోకి వచ్చారు. జడ్.ఎ. అహమ్మద్‌లో అందరిని సమావేశపరిచే తత్వం ఉంది. అందువలన సమావేశపరిచేవాడు. జోష్‌మలీహా బాదీ షేర్-షాయిరీ చేసేవాడు. సాగర్ నిజామీకి మూడ్ వచ్చిందంటే చాలు నజ్మ్‌లను లయతో పాడేవాడు. కృష్ణ చందర్ చూస్తూ కూర్చునేవాడు. అతడు కథకుడు. ఈ షేర్ షాయరీతో అతడికేం పని అని మంటో అంటూ ఉండేవాడు. రేడియో ఉద్యోగం వదిలేసి ఒక్కడికి వచ్చి చిక్కుకున్నానేంటి దేవుడా అని కృష్ణ చందర్ అనుకునేవాడు. మంటో కృష్ణ చందర్ అప్పుడప్పుడు పూనాలో, అప్పుడప్పుడు ఢిల్లీలో కలుస్తూ ఉండేవాళ్లు.

ఒకసారి కృష్ణచందర్ బొంబాయిలో ప్రోగ్రెస్సివ్ రైటర్స్ కాన్ఫరెన్స్‌కి వచ్చాడు. అనుకోకుండా మంటో రైల్లో కలిసాడు. పది-పదిహేను నిమిషాల ఆ కలయిక గురించి కృష్ణ చందర్ ఇట్లా రాసాడు - 'మంటో నన్ను ఎటువంటి బిడియం లేకుండా అడిగాడు - నేను ఒక అమ్మాయిని షే సాహెబ్ దగ్గరికి పంపించాను. ఆ అమ్మాయికి తను యాక్ట్రస్ కావాలని ఎంతో కోరిక. ఆ అమ్మాయి సంగతి ఏమైయింది?' నేను జవాబు చెప్పాను - ప్రస్తుతం ఆ అమ్మాయి బహుశ 'వ' సాహెబ్ దగ్గర ఉంది. నీకంతా తెలిసే ఉంటుందిగా నీవు పరిశోధన చేసే ఉంటావు? అని నేను అడిగాను - 'లాహోల్ విలాకువత్! నేను కేవలం వేశ్యల గురించే అధ్యయనం చేస్తాను. నేను నీతిమంతులైన అమ్మాయిలకి ఆమడ దూరంలో ఉంటాను. అతడి మాటలలో ప్రత్యేకమైన ఆకర్షణ ఉంది. 'నాకైతే ఆ అమ్మాయి ఎంతో మంచిదనిపిస్తుంది, కాని ఏం చేస్తాం? ఆకలి అనేది ఒకటుందిగా...' అని అన్నాడు. కొంచెం సేపు మౌనంగా ఉన్నాడు. ఇతడికి స్త్రీల పట్ల ఎంతో గౌరవం ఉంది. స్త్రీని ఎంతో పవిత్రంగా చూడాలనుకుంటాడు అని నాకనిపించింది.

ఆ రోజుల్లో మంటో నాలుగు సినిమా కథలు రాసాడు. అతడి మేనల్లుడు మసూద్‌పర్వేజ్‌కి పంపించాడు. మసూద్ షాలీమార్ స్టూడియోలో పనిచేసేవాడు. మంటోకథ 'కంట్రోలిస్తాన్'న్ని చాలామంది ప్రశంసించారు. అతడు అహమద్‌ని కలవడానికి పూనా కూడా వెళ్లాడు.

శశిధర్ ముఖర్జీకి మంటోకి మధ్య అప్పుడప్పుడు మనఃస్పర్ధలు వస్తూనే

ఉన్నాయి. అప్పుడప్పుడు ఎంతో స్నేహంగా ఉండేవారు. అప్పుడప్పుడు ఒకరిముఖాలు ఒకరు చూసుకునేవారు కాదు. మంటో మాట మీద ఆయన ఎందరికో ఉద్యోగాలు ఇచ్చాడు. మంటో ఎంతో సహృదయుడు. ముఖర్జీది శాడిస్ట్ నేచర్. ఆయన ఎవరిని ఎప్పుడు ఎట్లా బాధపెట్టాలా అని సమయం కోసం ఎదురుచూస్తూ ఉండేవాడు. అష్క్ ఈయన సహాయంతో మంటోని ఏడిపించడానికి ప్రయత్నం చేసేవాడు. మంటోని ఉచ్చులో బిగించడానికి చూసేవాడు. ఇద్దరితోనూ సంబంధం నిలుపుకోవాలంటే తాటి మీద నడవడం లాంటిదే. సంబంధ- బాంధవ్యాలలో ఏమాత్రం అభిప్రాయ భేదాలు వచ్చినా అతడు చాలా బాధ పడేవాడు. అశోక్‌కుమార్ ఇటువంటి సమయంలో ఆయనకి ఎంతో ధైర్యం చెప్పేవాడు. విభజన అయిన కొన్ని రోజుల తరువాత అతడు ముఖర్జీ నుండి విడిపోయి బొంబాయి టాకీస్‌ని మళ్లీ నిలబెట్టాలన్న ఉద్దేశ్యంతో ప్రయత్నాలు చేయడం మొదలుపెట్టాడు. ఇక్కడ కూడా ఉన్నదున్నట్లు చెప్పేతత్వం అతడిలో ఉండటం వలన, తిరుగుబాటు చేసే స్వభావం ఉండటం వలన అతడికి ఎన్నో కష్టాలను ఎదుర్కోవాల్సి వచ్చింది. నజీర్ అజ్‌మరీ కథపైన మొహమాటం లేకుండా చర్చించడం వలన అందరికి దూరం అయ్యాడు. సినిమా కోసం మంటో కథ కాకుండా ఇస్మత్ చుగ్‌తాయి కథ స్వీకరింపబడడం వలన కూడా అతడిలో ఉన్న రచయిత అహానికి దెబ్బ తగిలింది. తను ఒంటరివాడు అని బాధ పడసాగాడు.

ఏదీఏమైనా ఫిల్మిస్తాన్‌లో పని చేయడం వలన తలకు బొప్పికట్టే అనుభవాలు ఎదురవడం వలన సంపాదన వలన అతడికి కొంత లాభం కలిగింది. సినిమాలలో చాలావరకు వ్యక్తులు లోపల ఒక రకంగా పైకి మరోరకంగా ఉంటారు. ముఖానికి తొడుగులు తొడుక్కుని మాట్లాడతారు. ఎంతోమంది వ్యక్తుల స్వభావాలని, ప్రవర్తలని పరిశీలించాడు. ఈ అనుభవం అతడికి భవిష్యత్తులో చాలా పనికి వచ్చింది. కొత్త కొత్త రూపాలతో, కొత్త కొత్త దృష్టి కోణాలతో ఈ అనుభవాలు, సంస్మరణల రూపంలో, కథల రూపంలో వ్యక్తం అయ్యాయి. రచనలలోని పాత్రలను మలచడంలో కూడా ఈ అనుభవం ఉపయోగపడ్డది.

బొంబాయిలో రంగుల సినిమా ప్రపంచంలో ఈ సారి కూడా తన ఇష్టప్రకారమే ప్రవేశించాడు. ఇక్కడ ఉండే ఆడంబరాలు, సుఖాలపట్ల అతడు

ఎప్పుడు ఆకర్షితుడు కాలేదు. కేవలం అతడి బ్రతుకు తెరువు కోసం అందులోకి వెళ్లాడు. సినిమా ప్రపంచంలో రంగులు, రకరకాల షేడ్స్, ఆయన అంతరంగంలో భాగం అయ్యాయి. వీటన్నింటిని తన రచనలలో వ్యక్తం చేసాడు. 'చెప్పేది నీతులు, చేసేవి అవినీతి పనులు' అని ఆయన అభిప్రాయం.

మనిషి పైకి ఎట్లా కనిపిస్తాడో అట్లాగే అతడి అంతరంగం ఉంటుంది అని ఎవరన్నా అంటే అతడు ఒప్పుకోడు. తన చుట్టుపట్ల తనతో ఉండే వ్యక్తుల జీవితాలను చూసాడు. ప్రతీ పాత్ర అంతరంగాన్ని పరిశీలించి వాళ్లల్లోని ప్రత్యేకమైన గుణాలను తన కథల ద్వారా వ్యక్తం చేసాడు. 'మేరానామ్ రాధాహై' (నా పేరు రాధ) అనే కథలో రాజకిషోర్ పైపైకి ఎంతో నిరాడంబరంగా ప్రవర్తించినా, మంటో అతడిలో ఉండే అసలైన రూపాన్ని బయటపడేసాడు. ఈ కథలో చివరిలో మంటో తిప్పిన మలుపు చూస్తే అతడికి మనో విజ్ఞానంలో ఎంతగా జ్ఞానం ఉందో అర్థం అవుతుంది. రాజ్‌కిషోర్, నీలమ్‌ల మధ్య జరిగిన సంభాషణలు భావాత్మకమైన అలజడిలో పుడతాయి. అకస్మాత్తుగా ఆగిపోతాయి. చివరి అంశం - 'నా కళ్ల నుండి నిప్పురవ్వలు వెలువడుతున్నాయి. నా ఎముకలలో తెలియని బలం వచ్చింది. నేను గట్టిగా అతడిని పట్టుకున్నాను. నేనా సమయంలో పిల్లులు ఎట్లా పోరాటం చేస్తాయో అట్లా చేసాను. నాకే అర్థం కాలేదు. నేను ఎందుకు అట్లా చేసానో... ఏమీ ఆలోచించకుండా అతడితో నేను పోట్లాడాను... నాకే విజయం లభిస్తుందని మాత్రం నాకు నమ్మకం. అతడు తివాచీపైన శవంలా పడి ఉన్నాడు. నేను ఆయాసపడున్నాను'.

ఈ కథలో పాత్ర రాజకిషోర్ దృష్టితో చూస్తే బహుశ మంటో కూడా ఇదే కోరుకున్నాడు. రాజకిషోర్‌లో సహవాస సుఖం పొందాలన్న కోరిక ఎంతగానో ఉంది కాని అతడిలోని నపుంసకత్వం నీలమ్ ఉద్రేకం ద్వారా బయటపడుతుంది. 'రాజకిషోర్'లో రాజ్‌కిషోర్ తివాచిపైన శవంలా పడి ఉండటం, చల్లపడిపోవడం, నీలం ఆయాసపడటం, ఈ క్రియలన్నీ ఎన్నో సంకేతాలిస్తున్నాయి. నిజానికి రాజకిషోర్ కపటం వలన అతడు తొడుక్కున్న తొడుగు వలన నీలం ఎంతగానో బాధపడ్డది. సంగమ సమయంలో నీలం రాజకీషోర్ నపుంసకత్వాన్ని ఏవిధంగా అయితే అనుభవిస్తుందో 'ఠండాగోష్త్' (చల్లటి మాంసం) లోని కులవంత్ కౌర్ కూడా అదేవిధంగా అనుభవిస్తుంది కాని దీని వలన రెండు కథలను మనం కంపేర్ చేయలేము. 'ఠండాగోష్త్'లో

ఈశ్వర్‌సింగ్‌కి నపుంసకత్వం రావడానికి కారణం అల్లర్ల వలన జరిగిన భయంకరమైన సంఘటన ఫలితం. కాని ఇక్కడ రాజకిషోర్ నపుంసకత్వం వెనక ఇటువంటి ఏ సంఘటనలు లేవు. అయినా సమాగమ-చరమావస్థలో రాజ్‌కిషోర్ ఒక శవంలా పడి ఉండటం అన్న స్థితిని మనం 'ఠడాగోష్త్'లోని ప్రథమావస్థలో వెతకవచ్చు. మంటోలో ఉన్న ఎన్నో దృష్టికోణాలకు నిదర్శనం ఈ కథలు. 'మేరానామ్ రాధాహై' 'బాపూగోపీనాథ్' రెండు కథలు 'చుగద్' (మూర్ఖులు) అనే కథా సంకలనంలో ప్రచురితం అయ్యాయి. ఈ సంకలనం 1948లో ప్రచురితం అయింది. అప్పటికి విభజన జరిగింది. ఈ రెండు కథల వలన ఆయన పాత్రల చరిత్రలను ఎంత నైపుణ్యంగా తీర్చిదిద్దగలడో అర్థం అవుతుంది. అతడి ఊహలకు అనుభవజ్ఞానం తోడై నందువలన చుట్టుపక్కల ఉండే మనస్తత్వాలను క్షుణ్ణంగా పరిశీలించడం వలన కథలు, వ్యక్తి చిత్రాలు పాఠకుల మనస్సుపైన చెరగని ముద్ర వేస్తాయి.

సినిమా ప్రపంచమే కాదు మంటో బొంబాయిలోని మరో లోకాన్ని కూడా చూసాడు. అది క్రిమినల్ లోకం. చాల్‌లలో, గల్లీలో, సారా దుకాణాలలో, వేశ్యా వాటికలలో, జూదం ఆడే క్లబ్‌లలో నగ్న సత్యాలని చూసాడు. మేడి పండు లాంటి ఈ సమాజాన్ని పరిశీలించాడు. పైపైన ఎంతో అందంగా కనిపించే రంగుల అడుగున ఉండే గాఢాంధకారాన్ని, నల్లటి రంగును చూసాడు. పైపై పొరలను ఛేదిస్తూ అట్టడుగున పొరల దాకా చేరుకోగలిగాడు. నైతికతకు ఇంతకు ముందు ఉన్న పరిభాషను, నీతి నియమాల పేరున సమజంలో వ్యాప్తి చెందిన అవైజ్ఞానికమైన ఆలోచనలను, భావాల వెనక ఉన్న అసలు రంగును బయటపెట్టాడు. నైతికతకు ఒక కొత్త పరిభాషను ఇచ్చాడు. ఆచరణలో పెట్టాడు. 'ప్రజలు దొంగచాటుగా వెళ్లే ప్రదేశాలను పాఠకుల పరిచయం చేసాడు. ఏ పాత్రలలో నైతే వెలుగులో ఒక్క క్షణం కూడా కలవడానికి ఇష్టపడరో, సైగలు చేయడానికి కూడా భయపడతారో ఆ వ్యక్తులను ఫ్లడ్‌లైట్‌లో చూపించాడు. ఇదిగో వీళ్లని చూడండి, గుర్తు పట్టండి. ఈ పాత్రలను బాణాల రూపంలో వాళ్ల కళ్లల్లోకి వదిలాడు - 'మీకు వీళ్లు తెలుసు, ఈ పోరంబోకులు, ఈ దళారులు, ఈ హంతకులు, ఈ దొంగలు, ఈ వేశ్యలు, లుచ్చాలు, లఫంగాలు...అందరు... అందరు... మనుషులే వీళ్లకి కూడా మనుష్యుల్లో ఉండే అన్ని ఉద్రేకాలు ఉన్నాయి. వీళ్లు కూడా బాధలు-గాధలు, గౌరవాలు,

అనుమానాలు అన్ని భరిస్తారు. వీళ్లకి మనస్సు ఉంది. ఈ మాంసపు ముద్దలలో కూడా గుండెలు కొట్టుకుంటాయి. మానస సముద్రం భావుకతతో ఉప్పొంగుతుంది. వీళ్ల గురించి ఆలోచించండి. వీళ్లను అర్థం చేసుకోండి. వీళ్లు లుచ్ఛాలు, లఫంగాలే... కాని ఎందుకట్లా తయారయ్యారో ఒకసారి ఆలోచించండి. వీళ్లని తిట్టేటప్పుడు మీరు గొడుగు కింద ఉన్నారన్న సంగతి గుర్తుచేసుకోండి. వీళ్లని ఛీకొట్టే ముందు మీ ముఖాలను ఒక్కసారి అద్దంలో చూసుకోండి. మంటోకి ధార్మికమైన కర్మకాండలపైన నమ్మకం లేదు. మోసపు విలువలంటే, అన్నింటిని ఆఛాదనచేసి గొప్పలు చెప్పడం అంటే ఆయనకి ఏ మాత్రం ఇష్టం లేదు. మోసం చేయడం అంటే ఆయనకి అసహ్యం. రెండో ప్రపంచం యుద్ధం జరిగినప్పుడు మంటో బొంబాయిలోనే ఉన్నాడు. అక్కడ ఉన్న ఆంగ్లో ఇండియన్‌లు, యూదులు, పారసీల ఆడపిల్లలు అమెరికా సైనికులను సంతోషపెట్టడానికి వాళ్ల దగ్గరికి చేరారు. పై వర్గంలో, మధ్యమ వర్గంలో, నిమ్న వర్గంలో ఉన్న వేశ్యల అనుభవాలను అతడు తెలుసుకున్నాడు. చకలా వేశ్యల, దళారుల జీవితాలలో ఎవరూ చూడ సాహసించని కోణాలను అతడు చూసాడు.

వేశ్యలను కేంద్ర బిందువుగా చేసి రాసిన కథలలో సెక్స్‌కి సంబంధించిన విషయాలే కాదు, వాళ్ల జీవితాలలో ఉన్న చిక్కుముళ్లు, కష్టాలు- కన్నీళ్లను కూడా చూసాడు. వేశ్యని ప్రేమ్‌చంద్ ఒక సమస్యగా చూసాడు. ఈ సమస్యకు పరిష్కారం కోసం వెలికాడు. వాళ్ల బతుకులని బాగు చేయాలని తపనపడ్డాడు. మంటో ఈ విషయాన్ని ఈ విధంగా చూడలేదు. మంటో కథలలోని వేశ్య మీర్జారుస్వా, 'ఉమరావ్ జాన్ అదా'లాగా కోరికలు కలదికాదు. ఆడంబరంగా జీవించాలి అని అనుకునే వేశ్య కాదు. ఆమెపై జమీందారి వ్యవస్థ ముద్ర కూడా లేదు. కాజీ అబ్దుల్ గఫార్ లైలా లాగా రొమాంటిక్ కావ్య సుందరి కాదు. మంటో వేశ్యలోని భావుకతసు, భావోద్రేకాలు, కోరికలు, శక్తులు, బలహీనతలు, కల మామూలు మనిషిలా చూడాలంటాడు. మూసి ఉన్న ఆ చీకటి గదులలో, ఆ మురికి కూపాలలో బతకడం కోసం క్షణక్షణం చస్తూ జీవిస్తున్న వేశ్యల బతుకులను ఏ దాపరికం లేకుండా చూపించాలన్నదే అతడి ధ్యేయం. అతడి దృష్టి అనే టార్చ్‌లైట్ వాళ్ల చితుకుల బతుకులలోని ప్రతీ మూలా ప్రసరించడం వలన నగ్న సత్యాలన్నీ బయటికి వచ్చాయి. వాళ్ల

శారీరక–మానసిక బాధలను కుండ బద్దలు కొట్టినట్లుగా చెప్పాడు. 'నా కథలలో హీరోయిన్లు చకలాలో (వేశ్యా వాడలలో) ఉండే వేశ్యలు. రాత్రంతా మేల్కొని పగలు ముసలితనం తమను కబళిస్తోందన్న భయంకరమైన కలలు చూసేపడతులు, గుండెలు దడ–దడలాడుతుంటే వెంటనే లేచి కూర్చునే నిస్సహాయ యువతులు, సంవత్సరాల తరబడి నిద్రలేని వాళ్ల బరువైన కళ్లు, నా కథల విషయాలు. ఆ వేశ్య బాధలు, గాధలు, జబ్బులు విసుక్కోవడం, కసురుకోవడం, బూతులు, ఇవన్నీ నాకిష్టమైనవే. నేను వీళ్ల కోసం రాస్తాను. గృహిణుల ఆలోచనలు, ఆడంబరాలను నేను అంతగా పట్టించుకోను. బాల్యంలోనే అతడి అంతరంగంలో ఈ బీజం బాగా నాటుకుపోయింది. అమృత్‌సర్‌లోని బాజారె–హుస్న్ ప్రభావం అతడిపై ఎంతో ఉంది. ఢిల్లీ జి.బి.రోడ్, బొంబాయిలోని ఫారస్ రోడ్‌లో అతడు చూసినవన్ని అతడి మనస్సులోని అట్టడుగు పొరలో ఉండిపోయాయి. ఈ పొరల అలలలో పూర్తిగా మునిగిపోయాడు. ఛేదించుకుంటూ ముందుకుసాగాడు. వీటిలోంచి పైకి వచ్చిన ముఖాలను, వాళ్ల చరిత్రలను దూరం నుండే గుర్తుపట్టాడు. శల్యపరీక్ష చేసాడు. దీనివలన అతడి రచనలలో ఎన్నటికి మరువలేని పాత్రలు పుట్టాయి. సుగంధీ (హతక్) ఖుషియా (ఖుషియాం) బాబూగోపీనాథ్ (బాబూ గోపీనాధ్) మహమ్మద్ భాయి లాంటి పాత్రలు ఎప్పటికి మరచిపోలేని పాత్రలు. ఎప్పుడైనా ఎవరైనా ఖుషియాని కేవలం ఊహల ద్వారా తయారుచేయబడ్డ పాత్ర అని అంటే అతడు ఇట్లా జవాబు ఇచ్చేవాడు –'నన్ను చూడు! నేనే ఆ భడవా ఖుషి యాని', ఖుషియా కథ చదివిన దేవేంద్ర సత్యార్థి ఇట్లా అన్నాడు – 'ఉఫ్! నేను ఖుషియాని అయి ఉంటే...' ఇది నిజమే ఈ నేల మీద ఉండే భడవాలు అడ్డమైన దారులలో నడుస్తూ సింహాసనాలను అలంకరిస్తారు. పాతాళంలో ఉండే భడవాలు నిజంగానే నమ్మకంగా భడవాగిరీ చేస్తారు – సుగంధి, ఖుషియా, బాబూ గోపీనాథ్, మహమ్మద్ భాయి లాంటి కథా పాత్రల దగ్గర ఎంతో అనుభవజ్ఞానం ఉంది. మంటో కలం నుండి వెలువడిన ఈ పాత్రలు అనేక భారతీయ, విదేశీయ భాషలలో అనువాదం అయి పాఠకుల దాకా చేరాయి. వాళ్ల మనస్సులలో వేశ్యలు కూడా మనుష్యులే అన్న భావం కలిగింది.

'హతక్' (అనుమానం) కథలోని సుగంధి సేర్ ద్వారా ఉపేక్షింపబడుతుంది. అభిమానానికి దెబ్బతగిలినప్పుడు ఎంతగానో బాధ పడుతుంది. తన కసిని,

ఆక్రోశాన్ని వ్యక్తం చేసేటప్పుడు బతుకున్న మనిషి భావోద్రేకాలు బయటపడతాయి. దెబ్బతిన్న ఆమె అహం, ఆమెతో మమేకమైన భావోద్రేకాలు బయపడుతున్నప్పుడు ఆమె జీవితపు ట్రాజడీ ప్రకటిత మవుతుంది. మనోవైజ్ఞానికమైన పీటముడులు విప్పడంలోను, ముడులు వేయడంలోను తలమునకలు కాకుండా మంటో సుగంధి పాత్రకి జీవితాన్నిచ్చాడు. 'ఖుషియా' కథలో కూడా హీనంగా చూడబడే పాత్రలో 'హతక్' కథలోని సుగంధిలోలా ప్రతీకారం తీర్చుకునే గుణం ఉంది కాని ఖుషియా పాత్ర ఇంకా ఎన్నో కొత్త కోణాలను చూపిస్తుంది. ఇదే విధంగా 'కాలీసల్‌వార్' లోని సుల్తానా దగ్గరిగా ఖుదాభక్ష్ వస్తాడు. శంకర్ కూడా వస్తాడు. మంటో సూల్తానాకి ఈ ఇద్దరి మధ్య ఉన్న సంబంధాలను వేరు వేరు భూమికలలో వ్యక్తం చేసాడు. శంకర్ ద్వారా 'కాలీసల్వార్' సుల్తానాకి లభించింది. కాలీసల్‌వార్ అనవర్‌ది. అనవర్‌కి చెవులదిద్దులు దొరుకుతాయి. ఇవి సుత్తాన్‌వి. ఈ విధంగా సంబంధాలలో ఉన్న ముడుతలు వెలికివస్తూ ఉంటాయి. సుల్తానా ఒక మామూలు స్త్రీ కోరికలను, సంవేదనలను వ్యక్తం చేస్తుంది. ఇంకో విధంగా చెప్పాలంటే మంటో వేశ్యలో ఆడదాన్ని, ఆడదానిలో వేశ్యను చూసాడు. అబూ సయీద్ కురైషీ చెప్పిన దాంట్లో పదహారాణాల సత్యం ఉంది – 'ఒక వేళ అతడు చెప్పేది అవతలి వాళ్లు అర్థం చేసుకోలేదంటే ఇది అతడి తప్పుకాదు. అవతలి వాళ్లు అర్థం చేసుకునే విధానంలోనే తప్పు ఉంది. అతడు మహాత్మా బుద్ధుడిలా వేశ్యను సహృదయంగా చూసాడు. సమాజంలోని కుష్టురోగుల గాయాలను శుభ్రం చేసాడు. ఈ గాయాల స్థానం ఎక్కడ ఉందో చూపించాడు.

బాల్యంలో మంటో

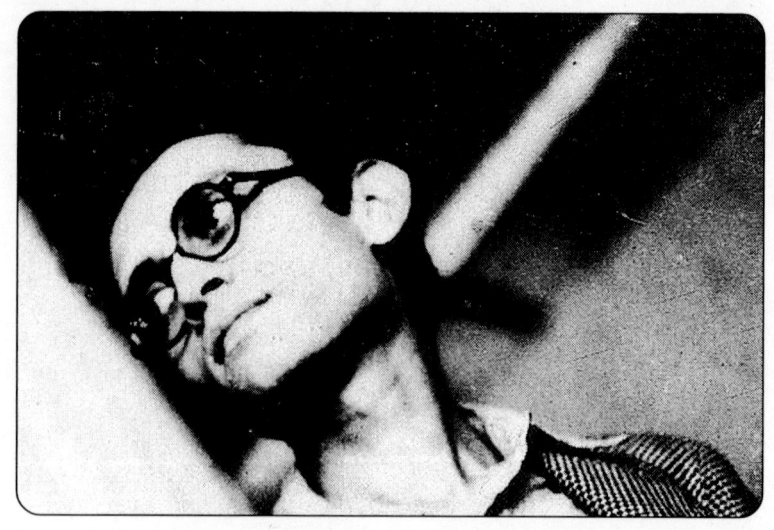

యౌవనంలో మంటో

భార్య సఫియాతో మంటో

బాంబేలోని మంటో నివాసం

కూతురు నిఘాత్తో మంటో

భార్య సఫియ, భార్య సోదరి
జకియా హమీద్ జలాల్

మేనల్లుడు హమీద్ జలాల్‌తో...

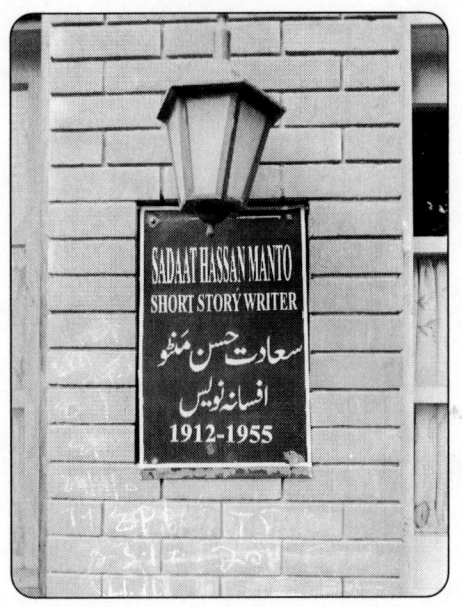

బీడన్‌లోని మంటో నివాసం

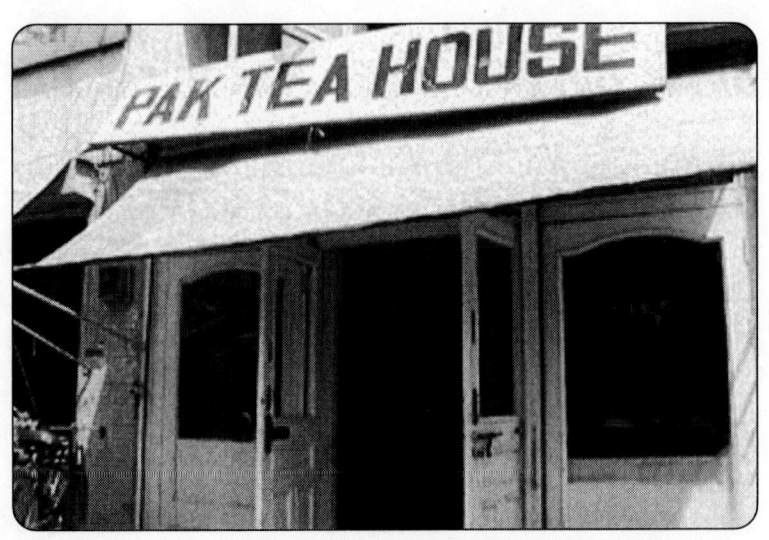

లాహొరులోని పాక్ టీ హౌస్

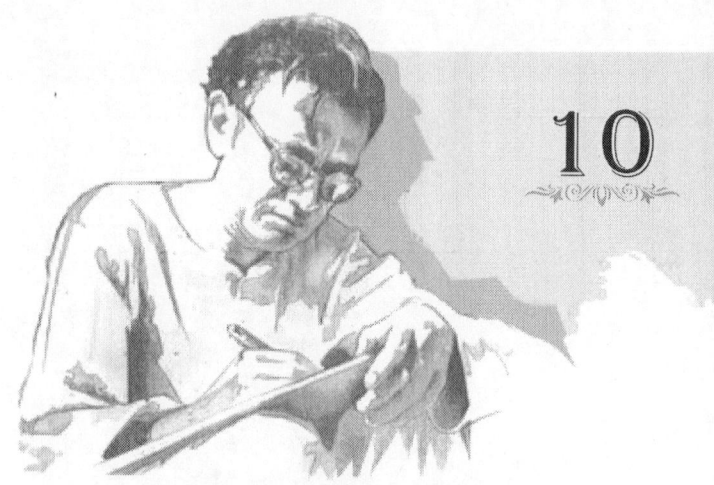

10

సరిహద్దులు లేని రచనలు

మంటో అమృత్‌సర్, లాహెూర్, ఢిల్లీ, బొంబాయి ఎక్కడ ఉన్నా సరే అందరి మనస్సులో చెరగని ముద్ర వేసాడు. ఆయన స్నేహితులు, ప్రశంసించే వాళ్లే కాదు, ఆయన శత్రువులు, ఆయనని నిందించేవాళ్లు కూడా ఆయనని మరచిపోలేదు. ఆయన స్నేహితులకు ప్రాణ స్నేహితుడు. ప్రతి కవి సమ్మేళనాలలో ఎంతో సున్నితంగా అల్లరి చేసేవాడు. నవ్వించేవాడు. ప్రతి దానికి వచ్చేవాడు. పరిహాసాలతో, వ్యంగ్య బాణాలతో, పొడుపు కథలతో ఆ సభలకు జీవం పోసేవాడు. ఆయన రాసిన కథ 'బూ' (కంపు)ని చదివాక మర్యాదస్థులు ఆయనపై దుమ్మెత్తి పోసారు. కోర్టులో కేసుకూడా నడిచింది. ఒక వ్యక్తి మంటోతో అన్నాడు – 'లాహోరులోని కొందరు ప్రముఖులైన సఫాయి కర్మచారులు మీరు 'బూ' అనే కథ రాసారని దీని కంపు దూరదూరాల దాకా వెళ్లింది అని కోర్టుకు ఫిర్యాదు చేసారు'. వెంటనే లాహెూర్‌కి జిగర్ మురాదాబాదీ వచ్చారు. అక్కడ స్థానికులైన కొందరు పేరున్నవారు, కవులు ఆయనని కలవడానికి వచ్చారు. జిగర్ అందరికి షేక్ హాండ్ ఇస్తూ ఆహ్వానిస్తున్నారు. మంటో ఆయనకి షేక్ హాండ్ ఇస్తూ 'మీరు ఒకవేళ మురాదాబాద్‌కి గుండె అయితే నేను లాహోరుకి మూత్రపిండాన్ని' అన్నాడు.

నిజానికి మంటో చేసే అల్లర్లు, చిలిపి పనులు, తిట్లు, ఏ దాపరికం లేని మాటల వలన అందరికి కొంత కష్టం కలిగేది. అయినా ఆయన ముందు ఉండే పల్చటి తెరను తొలగించి ఆయన అంతరంగంలోకి తొంగి చూసాక ఎదుటివాళ్లు ఆయన పట్ల ఆకర్షితులయ్యేవారు. కృష్ణ చందర్ ఆయన హృదయంలోని అట్టడుగు పొరలను చూచి ఆయనని అర్థం చేసుకున్నాడు. ప్రారంభంలో సత్యార్థికి కూడా అతడంటే ఏమిటో తెలియ లేదు. అందుకు ఆయన ఏవిటి, ఈ వింతమనిషి అని అనుకునేవాడు. కాని ఎప్పుడైతే ఆయన హృదయంలోని రూపాన్ని తెలుసుకోగలిగాడో ఇక అంతే పూర్తిగా ప్రభావితుడై పోయాడు. హసన్ అబ్బాస్, అబూసయీద్ కురైషీ ఆయనకు ప్రాణ స్నేహితులు. యౌవనంలో అడుగు పెడుతున్న సమయంలోని స్నేహితులు, ఏరా-పోరా అంటూ పోట్లాడే మిత్రులు, నిజానికి అతడిలోని శక్తులను - బలహీనతలను స్వీకరించి అతడితో నడిచారు. బొంబాయిలో ఉన్నప్పుడు ఎంతో మంది స్నేహితులయ్యారు. ఎంతో మంది రచయితలకు అతడు ఆత్మీయుడయ్యాడు. వ్రజప్రేమీ బొంబాయిలో ఉన్న సమయంలో మంటోకి ఎంతో దగ్గరయ్యాడు. అతడితో, అతడి సాహిత్యంతో స్నేహితులు, స్నేహితులు కానివారు, సాహిత్యకారులు, సాహిత్యకారులు కాని వారు అందరు కలిసి పోయేవారు. అసలు ఆ వ్యక్తిలో ఏదో ఆకర్షణ ఉంది. ఎంతోమంది అతడిని ఇష్టపడేవాళ్లు. అతడిని విమర్శించేవాళ్లు కూడా బహుశ మోహమాటం లేకుండా అతడు మాట్లాడే తీరుని చూసి భయపడి ఉంటారు. వాళ్లు కూడా అతడి పట్ల ఆకర్షితులయ్యే వాళ్లు. అష్క్ అతడి మాట తీరుకు భయపడేవాడు కాదు. ఎందుకంటే ఆయనది కూడా కుండబద్దలు కొట్టి చెప్పే స్వభావమే. అహం, పట్టుదల ఇద్దరిలో ఒకే స్థాయిలో ఉన్నాయి. ఎవరికి ఎవరూ తీసిపోరు. ఇద్దరు ఒకరితో ఒకరు దూరంగా ఉంటూ ఒకరిని ఒకరు ఇష్టపడేవారు. అట్లాగే తెలిసో-తెలియకో ఇద్దరి మధ్య దూరాన్ని ఉంచుకునేవారు.

మంటో బొంబాయిలో అశోక్‌కుమార్, శ్యాం వాచా, వ్రజ ప్రేమీలతో ఎంతో సన్నిహితంగా ఉండేవాడు. అశోక్‌కుమార్ శ్యాం మీద ఎంతో ఆత్మీయమైన సంస్మరణలు కూడా రాసాడు. వీళ్ల మధ్య స్నేహమే కాదు వీళ్ల కుంటుంబాల మధ్య కూడా సత్‌సంబధాలు ఉండేవి. బొంబాయిలో రచయిత్రి ఇస్మత్ చుగ్ తాయితో ఆత్మీయ సంబంధం ఉండేది. ఆవిడ సఫియా స్నేహితురాలు. మంటో స్నేహితుడు, షాహిద్ లతీఫ్ భార్య ఇస్మత్ చుగ్‌తాయి. ఆవిడ 'లిహాఫ్' కథ

రాసింది. ఈ 'లిహాఫ్' కథపై చాలా విమర్శలు వచ్చాయి. ప్రారంభంలో ఇద్దరు చర్చలు చేసేవారు. విమర్శించుకునేవారు. ఒకరికన్నా ఒకరు గొప్ప అన్న అభిప్రాయం ఇద్దరిలోను ఉండేది. నెమ్మది నెమ్మదిగా ఈ ధోరణి తగదు అని తెలుసుకున్నారు. అయినా రచయితగా, రచయిత్రిగా లోపల ఉన్న అహం, స్నేహం ఉన్నా ఒకరినొకరు ఏ విషయంలో సమర్ధించేవారు కాదు. ఎటువంటి విమర్శ చేయడానికి వెనుకాడే వారుకాదు.

షాహిద్ లతీఫ్ అతడి పాత స్నేహితుడు. అతడితో కలిసి పనిచేసాడు. బొంబాయి తిరిగివచ్చాక షాహిద్ లతీఫ్, ఇస్మత్ చుగ్తాయిలతో అతడి సంబంధం ఎంతో గాఢంగా సాగింది. నెమ్మది-నెమ్మదిగా కుటుంబాల మధ్య కూడా స్నేహం పెరగసాగింది. మొట్టమొదటిసారి ఇస్మత్ చుగ్తాయి లతీఫ్‌తో పాటు మున్నవ్వర్ ఆఫీసులో మంటోని కలిసింది. ఆ సమయంలో రాజకీయ ఎత్తులు పై ఎత్తుల వలన వాతావరణం అంతా అలజడి - అందోళనలతో ఉంది. మంటో ఈ కలయిక గురించి ఇట్లా రాసాడు - 'ఆది 1942 సంవత్సరం కాంగ్రెస్ లీడర్లందరు మహాత్మగాంధీతో పాటు అరెస్ట్ అయ్యారు. నగరం అంతా అల్లర్లు మొదలయ్యాయి. వాతావరణం అంతా రాజకీయాలతో వేడెక్కింది. అందువలన స్వతంత్ర సంగ్రామం గురించిన చర్చ జరిగింది. ఆ తరువాత విషయం మారింది. కథల గురించిన చర్చ మొదలయింది. ఇస్మత్ చుగ్తాయి కథ 'లిహాఫ్' అప్పటికే ప్రచురితం అయింది. మంటోకి ఈ కథ అంటే ఎంతో ఇష్టం. కాని కథ చివరి వాక్యం సరిగాలేదని అతడి అభిప్రాయం. కృష్ణ చందర్‌కి ఈ విషయం చెప్పాడు. కథని చర్చించే సమయంలో ఇస్మత్‌కి కూడా చెప్పాడు -'మీరు చివరి వాక్యం అనవసరంగా రాసారు. ఒక ఇంచ్ ఎత్తుగా ఉన్న దుప్పటిలో నేను ఏం చూసానో... ఎవరైనా నాకు లక్ష రూపాయలు ఇచ్చినా నేను ఎప్పుడు చెప్పను'.

'ఈ వాక్యంలో ఏం దోషం ఉంది?' మంటో జవాబు ఇద్దామని అనుకుంటూనే ఉన్నాడు - ఆడపిల్లలు ఏ విధంగా అయితే వినకూడని దాని పేరు వింటే సిగ్గుపడతారో అదేవిధంగా ఇస్మత్ ముఖంలో సిగ్గు కనిపించింది. 'నాకు చాలా నిరాశగా అనిపించింది. ఎందుకంటే నేను ఈ కథలో ఉన్న అన్ని కోణాల గురించి చర్చించుకుందాం అని అనుకున్నాను. ఇస్మత్ వెళ్లిపోగానే ఈమె అక్షరాలా ఒక ఆడదే అనిపించింది.

ఈ కథ చర్చతో ఆరంభం అయిన వాళ్ల స్నేహం వాళ్ల జీవితాలలో దాదాపు చివరి వరకు ఉంది. ఇద్దరు ఒకరి కథలను ఒకరు ఏ మొహమాటం లేకుండా చర్చించేవాళ్లు. ఇద్దరు ఈ విధంగా ఎటువంటి సంకోచం లేకుండా మాట్లాడుకోవడం చూసి చుట్టుప్రక్కల వాళ్లు తప్పర్థం చేసుకున్నారు. చెవులు కొరుక్కోసాగారు. ఇద్దరు పెళ్లి చేసుకున్నారు అని కూడా చెప్పుకోసాగారు. మంటో ఈ విషయాన్ని ఇస్మత్ చుగ్తాయి సంస్మరణలో తన తీరులో రాసాడు – 'ఒకవేళ మంటో ఇస్మత్‌ల పెళ్లి జరిగి ఉంటే ఈ దుర్ఘటన ప్రభావం సమకాలీన సాహిత్యంలో ఒక ఆటంబాంబ్ అయిఉండేది. కథలు కథలుగా ఉంటాయా? కలిపి-తెంపి పొడుపు కథలుగా మారవా? నికాహ్‌నామా మీద ఆవిడ సంతకం ఉండేది. ఆవిడ కలం చివరి దస్తావేజు, కాని గుండెల మీద చేయిపెట్టి నికాహ్‌నామా అయిందని ఎవరు చెప్పగలుగుతారు. నికాహ్‌నామా పైన ఇద్దరు కథలు రాసే వాళ్లు. కాజీసాహెబ్ సంగతి ఇక చెప్పేదేముంది? ఇద్దరు సంతకాలు చేసేవాళ్లు. సాక్ష్యం కూడా ఉండేది. ఇస్మత్ మంటోలో మధ్య స్నేహానికి ప్రజలు తప్పుడు అర్థం చెప్పేవాళ్లు. ఇస్మత్ మంటోని సోదరుడా! అని పిలిచేది. మంటో ఇస్మత్‌ని సోదరీ అని పిలిచేవాడు. అసలు అప్పటికే వాళ్లిద్దరికి పెళ్లిళ్లు అయ్యాయి. వీళ్ల ప్రవర్తనల వలన విసుగుచెందిన మంటో 'అవును ఈ దుర్ఘటన జరగబోయి ఆగిపోయింది అని అన్నాడు.

బొంబాయి టాకీస్‌లో ఇస్మత్ భర్త షాహిద్ లతీఫ్‌తో మంటో ప్రతిరోజు కలిసేవాడు. ఇస్మత్‌తో ప్రారంభంలో పొరపొచ్చాలు వచ్చినా, ఒకరిని ఒకరు నాలుగు మాటలు అనుకున్నా తరువాత మాత్రం ఒకరినొకరు అర్థం చేసుకుంటూ స్నేహాన్ని పెంచుకున్నారు. ఇద్దరు ఒకరి రచనలను ఒకరు విమర్శించుకునే వారు. ఏదో విమర్శించాలి కాబట్టి విమర్శించుకున్నాం అని కాకుండా రచయితలను హృదయానికి హత్తుకుని అంటే వాటిలో అంతగా లీనమై చర్చించుకునేవారు.

మంటో నవల 'బగైర్ ఉన్వాన్' (బగైర్ - లేకుండా, ఉన్వాన్ - శీర్షిక, ప్రతీ వస్తువుకి ఆరంభం, యౌవనారంభం, రీతి, భూమిక, పక్క) చదివాక ఇస్మత్‌మంటో పైన వ్యంగ్యభాణాలు విసిరింది.

'అబ్బా! ఏం ప్రేమ మీది? అంతా బోలు... బోలు... నేను మీ ప్రేమని ఎంతో గొప్పగా ఊహించుకున్నాను. నిప్పున్న ప్రేమను. నేను ఊహించాను'.

'చస్తే... బోలు కానేకాదు...' కోపంగా అన్నాడు మంటో.

'పూర్తిగా చెత్త.... థర్డ్‌రేట్....వాహ్ ఏం ప్రేమ? పటికబెల్లం తీసుకుని వెళ్లిపోయావు.... ఓ పెద్ద గొప్ప పని చేసావు'.

అంతకన్నా ఏం చేయగలను? ఆమెతో పడుకోనా? అల్లరి-చిల్లరి సంతానాన్ని ఇచ్చి ఇవాళ గుర్తు చేసుకుంటూ నా మొగతనాన్ని గురించి గొప్పలు చెప్పుకోనా!'

ఇద్దరి మధ్య ఎప్పుడు దేనికో దాని కోసం గొడవలు, మనఃస్పర్ధలు, కాని వెంటనే మళ్లీ కలుసుకుంటారు. ఆత్మీయంగా మాట్లాడుకుంటారు. మంటో నిజం మాట్లాడతాడు కాని ఈ నిజాన్ని వీలైనంత వరకు అవతలి వాళ్లను ఏ మాత్రం నొప్పించకుండా చెబుతాడు. అదే అతడిలో ఉన్న కళ. ఇస్మత్ అంతే. ఏ మాట మాట్లాడటానికి ఏ మాత్రం జంకదు. ఒక చోట ఆమె ఇట్లా రాసింది - మంటో ఏ బూతు మాటైనా మాట్లాడటానికి వెనుకంజ వేయడు. ముఖం మీద చెప్పేస్తాడు. చెప్పేటప్పుడు ఎంతో అమాయకంగా, ధైర్యంగా చెప్పేస్తాడు. మంటో సూటిగా చెప్పే తీరు, నిప్పులాంటి నిజాన్ని అవతలివాళ్లు స్వీకరించేలా ఉంటుంది. నమ్మశక్యంగా ఉంటుంది. అసలు ఇద్దరు హేమా హేమీలు. ఐదు నిమిషాలు కలుద్దాం అని అనుకున్న వాళ్లు ఐదు గంటలు సాహిత్య చర్చలు జరిపేవాళ్లు. పిచ్చాపాటి మాట్లాడేవాళ్లు. మంటోతో గంటల తరబడి చర్చలు జరిపాక ఇస్మత్ స్పందన ఇట్లా ఉంది - 'మేధా శక్తులకు పదునుపెడుతున్నట్లుగా ఉంది. బూజులు లేకుండా మైండ్ లోపల అంతా శుభ్రమవుతోంది. ఒక్కొక్కసారి చర్యలు చాలా దీర్ఘంగా ఉంటాయి. మలుపులు తిరుగుతుంటాయి. నూలుకండెలు ఒక దానితో ఒకటి పెనవేసుకుని పీట ముడులా వీడతీయ రాకుండా ఉన్నాయా అని అనిపిస్తుంది. అసలు ఆలోచనా శక్తి మీద ఎవరో మంత్రం వేసారా అని అనిపిస్తుంది. నాకు ఓటమిని దాచడంలో ఎంతో నేర్పు ఉంది. కాని మంటో భావుకుడై పోయాడు. అతడికి ఏడుపు కూడా వచ్చేది, పొద్దున్నే ఇద్దరి మధ్య పోట్లాట జరిగేది. కాని మళ్లీ సాయంత్రం కలిసే అవకాశం కలిగేది. కాని అసలు ఏమీ జరగనట్లే ఆవేశ-కావేశాలతో మాట్లాడేవాడు. మళ్లీ అంత ఆత్మీయంగాను మాట్లాడేవాడు'.

ఇద్దరు ఏ ఒకరి కుటుంబంలోనైనా సమస్యలు వస్తే కలిసి

పరిష్కరించుకునేవారు. మంటో తన భార్య సఫియాను ఎంతో ప్రేమిస్తాడని ఆమెను గౌరవిస్తాడని ఇస్మత్‌కి తెలుసు. మొట్టమొదటిసారి కలిసినప్పుడు సఫియా ఇంట్లో లేదు. అయినా ఇస్మత్‌కి ఆమె ఉన్నట్లుగానే అనిపించింది 'నేను వెళ్లిపోయేటప్పుడు మంటో సఫియాని గుర్తు చేసుకున్నాడు. సఫియా ఎంతో మంచి అమ్మాయి, ఎంతో బాగా వంట చేస్తుంది. మీరు ఆమెతో కలిస్తే ఎంతో సంతోషపడతారు' అని ఆయన అన్నట్లుగా ఆమె రాసింది.

మంటో సఫియాని హృదయపూర్వకంగా ప్రేమించేవాడని నిస్సందేహంగా చెప్పవచ్చు. ఆమె కూడా ప్రేమమయి. తెలివితేటలు కలది. ఎప్పుడు నవ్వుతూ ఉండేది. ఆమెలో కూడా పూలరంగడి మనస్తత్వం ఉంది. అతడు రాసిన ఒక ప్రసంగం వలన విషయం తెలుస్తుంది. మంటో 'రహస్య మయినీనా' అనే సంస్మరణలో మొహిసిన్, అతడి భార్య షాహిదాల మధ్య జటిలంగా మారుతున్న సంబంధాలను గురించి ఎంతో ఆకర్షణీయంగా చిత్రీకరించాడు. వీళ్లిద్దరిని తీసుకుని ఒక చోట ఇస్మత్ చుగ్‌తాయి, సఫియాల మధ్య జరిగిన సంభాషణలు రాసాడు. ఇస్మత్ చుగ్‌తాయి షాహిదా అలీగఢ్‌లో తనతో పాటు చదివిందని చెప్పింది. ఒడ్డు-పొడుగుగా ఉంటుంది. ఆమె సీదా-సాదా మనిషి'.

సఫియా వినగానే 'ఈ అభిప్రాయం నీకెట్లా కలిగింది?' అని అడిగింది. 'ఆమె నాకు బాగా స్నేహితురాలు, నాకు ఆమె బాగా తెలుసు'.

'నా పట్ల నీ అభిప్రాయం ఏమిటి?'

'నీవు అసలు సిసలైన ఆడదానివి.'

'మరి ఆమెలో... అహం ఉందా?'

'ఊహ! ఏమీ లేదు. కాని నీవు షాహిదాలాగా కావు!'

'అంటే?'

'ఆమె మూర్ఖురాలు. నీవు కాదు. భర్తను ఎట్లా సంభాళించాలో నీకు తెలుసు'.

ఆమెకు తన భర్తను సంభాళించడం రాదు.

'నీవెట్లా చెప్పగలవు?'

'నేను నీకు ముందే చెప్పాగా ఆమె నాకు బాగా తెలుసునని. వాళ్ల

కుటుంబం అంతా నాకు తెలుసు. ఆమె మామూలుగా ఉండేది. మేం కాలేజీలో ఆమెను, ఎంతో అల్లరి పట్టించేవాళ్లం. పాపం... మౌనంగా ఉండేది. ఉడుక్కునేది.'

ఈ సంభాషణ వలన ఒక విషయం తెలుస్తోంది. సఫియా, షాహిదాలా, సాదా-సీదా మనిషి కాని షాహిదాలా ఆమె మూర్ఖురాలు కాదు. భర్తను ఎట్లా సంభాళించాలో తెలుసు. మంటో లాంటి నిర్మోహ మాటస్థుడిని, కోపిష్టివాడిని సంభాళించ కల శక్తి కల ఆమె వైపు అందరు ఆకర్షిలవుతారు.

మంటో లాంటి పెద్ద రచయిత తన భర్త కావడం ఆమెకు ఎంతో గర్వ కారణంగా ఉండేది. అయినా అతడు విచ్చలవిడిగా ప్రవర్తించకుండా కళ్లెం తన చేతిలోనే ఉంచుకునేది. ఆయన అల్లరి - చిల్లరి మాటలను, చేష్టలను ఆమె సహించేదికాదు. నవ్వుతూ... వ్యంగ్యమైన మాటలతో అతడిని దారిలోకి తెచ్చుకునేది. ఇది ఆమెకు వెన్నతో పెట్టిన విద్య. అతడికి పగ్గాలు వేయడం, తన దారిలోకి తీసుకురావడం ఆమెకు బాగా తెలుసు. అసలు ఈ విషయంలో ఆమెతో పోటీ ఎవరూ పడలేరు.

సఫియా ఇంటి గొడవలు, బాధ్యతల నుండి మంటోని దూరంగా ఉంచింది. అతడు రాసుకోడానికి వాతావరణాన్ని అనుకూలంగా తయారుచేసింది. అందుకే ఆయనకి సాహిత్యమే ఊపిరి అయింది. చేతిలో పైసా లేని రోజులలో కూడా ఆమె సహనాన్ని కోల్పోలేదు. మంటో చివరి రోజుల్లో ఆయన దిగజారిన పరిస్థితుల గురించి వ్రజ ప్రేమీ రాసినప్పుడు సఫియా ఆయనకు ఉత్తరంలో ఇట్లా రాసింది 'నేను ఎంతో అదృష్టవంతురాలిని. ఎందుకంటే నేను ఓ మంచి సాహిత్యకారుడితో జీవితం గడిపాను. ఆయనకు నా పట్ల ఎంతో ప్రేమ ఉండేది. నిజానికి మేం ఎంతో ఆనందంగా కాలం గడిపాము. ఇద్దరి మధ్య ఉన్న ఉదాత్తమైన ప్రేమ వలన ఎన్ని ఒడిదుడుగులు వచ్చినా, ఎన్ని కష్టాలు వచ్చినా ఇద్దరు సుఖదుఃఖాలని సమానంగా పంచుకునేవారు. ఈ విషయంలో సఫియా ధైర్యం, సహనం, అర్థం చేసుకునే శక్తి వలన కష్టనష్టాలను అధికమించింది. భార్య నుండి భర్త ఏదైతే ఆశిస్తాడో వాటన్నింటిని సఫియా మంటోకి ఇచ్చింది. 'సఫియా ఒకవేళ మంటో జీవితంలోకి రాకపోయి ఉండి ఉంటే మంటో ఈనాడు మంటోలాగా ఉండేవాడు కాదు. మంటో వ్యక్తిత్వాన్ని సఫియా తీర్చిదిద్దింది అని నిస్సందేహంగా చెప్పవచ్చు.

ఇస్మత్ తన సోదరుడు మీర్జా అజీమ్ బేగ్ చుగ్‌తాయి (ప్రసిద్ధ ఊర్దు హాస్య రచయిత) మృత్యువు తరువాత ఒక సంస్మరణ రాసింది. దాని పేరు 'దోజఖ్' 'సాకీ' పత్రికలో ప్రచురితం అయింది. దీనిని చదివాక మంటో సోదరి నాసిరా ఇక్‌బాల్ – 'సాదత్! ఈ ఇస్మత్‌కి బుద్ధిలేదు. తన సోదరుడిని కూడా వదలలేదు. లేనిపోనివన్నీ ఏమిటేమిటో రాసింది' అని అన్నది.

'ఇక్‌బాల్! నా మృత్యువు తరువాత నీవు ఇట్లాగే నా గురించి రాస్తానని వాగ్దానం చెయ్యి. ఖుదా మీద ఒట్టు నేను ఇవాళే చనిపోడానికి సిద్ధంగా ఉన్నాను' అని మంటో అన్నాడు.

ఇస్మత్ తన మృదువైన చేతులతో సోదరుడి కోసం పాడె కట్టింది. శవం పెట్టింది. తాజ్‌మహల్ షాజహాం ప్రేమకి నగ్నమైన ప్రకటన అని చెప్పగలుగుతాం. కాని దోజఖ్ (నరకం) ఇస్మత్ సరిహద్దులేని ప్రేమకి సౌమ్యం, మృదువైన సైగ లాంటిది. మంటో దృష్టిలో ఆమె రాసిన నాటకాలలో అంత పసలేదు. కాని కథలలో లోతైన దృష్టి కనిపిస్తుంది. ఇస్మత్‌లోని సృజనాత్మక శక్తిని ఎంతో మెచ్చుకునేవాడు.

మంటో, ఇస్మత్ సంబంధాల మధ్య ఓ పెద్ద మలుపు వచ్చింది. విభజన, రాజకీయాలు, అల్లర్లు మొదలైన వాటిని కేంద్ర బిందువులుగా తీసుకుని మంటో ఎన్నో కథలు, ఆర్టికల్స్ రాసాడు. కాని విభజన జరిగిన నాటి నుండి అతడు ఎంతో నిరాశ–నిస్పృహలకు లోనైయ్యాడు. స్నేహితులకు తన మనస్సులోని బాధను వ్యక్తం చేసేవాడు. శ్యాం, అశోక్‌కుమార్, ఇస్మత్‌లకి తనలోపలి భావాలను బాహాటంగా చెప్పేవాడు. మంటో పాకిస్తాన్‌కి వెళ్లిపోవాలనుకున్నాడు. 'మంటో మమ్మల్ని కూడా పాకిస్తాన్ రమ్మనమని అన్నాడు. పాకిస్తాన్‌లో మనకు ఎంతో భవిష్యత్తు ఉంది అని చెప్పేవాడు. అక్కడి నుండి పారిపోయిన వాళ్ల కోఠీలు (భవనాలు) మనకు దొరుకుతాయి. అక్కడ మనవాళ్లే అందరు ఉంటారు. మనం తొందరగా పైకి రాగలుగుతాం అని ఆయన అన్నారని ఇస్మత్ రాసింది. ఆవిడ రాసిన ప్రకారం ఆవిడ పాకిస్తన్‌కి రాను అని చెప్పడం వలన మంటోకి చాలా కోపం వచ్చింది 'నాకు తెలుసు మంటో ఎంత పిరికివాడో... ఏ విధంగానైనా సరే ఆయన తన ప్రాణాలను కాపాడుకోవాలనుకున్నాడు. తన భవిష్యత్తు కోసం పారిపోయిన వాళ్లు సంపాదించిన ఆస్తి–పాస్తుల మీద అతడు

కన్ను వేసాడు. నాకు అతడంటే అసహ్యం కలిగింది అని ఆమె రాసింది. ఇస్మత్ రాసింది తప్పు అని చెప్పడానికి మన దగ్గర ఏ ఆధారాలు లేవు. అయినా మంటో ఏ టోన్‌లో చెప్పాడో అంతకంటే పై టోన్‌లో అన్ని మాటలని పరిశీలిస్తే ఆమె ఎంత ధైర్యవంతురాలో అర్థం అవుతుంది. కాని నిజానికి పాకిస్తాన్ వెళ్లాక మంటో ఎలాట్‌మెంట్ విషయంలో ఎటువంటి ఆశక్తి చూపెట్ట లేదు. మంటో పట్ల ఇస్మత్‌కి ఉన్న స్నేహం-ద్వేషం తెలుస్తోంది. పాకిస్తాన్ వెళ్లాక అక్కడి పరిస్థితులతో విసుగు చెంది మంటో హిందుస్తాన్‌కి రావాలనుకున్నాడు. బొంబాయిలో ఉండాలనుకున్నాడు. ఇస్మత్‌కి ఒక ఉత్తరం రాసాడు. ఏ విధంగా అయినా సరే నన్ను హిందుస్తాన్‌కి రప్పించు. ఒకవేళ ముఖర్జీ ద్వారా పిలిపిస్తే ఇంకా చాలా మంచిది. కాని ఇస్మత్ ఈ విషయాన్ని ఏ మాత్రం పట్టించుకోలేదు. బహుశ ఆ సమయంలో మంటో వెనక్కి రావడం ఆమెకి ఇష్టం లేదేమో. నిజానికి మనస్సు ఎంతో మాయావి. రచయితల మనస్సుల మాయలకు మరి సరిహద్దులు లేవేమో. ఆ సమయంలో మంటో పేరు ప్రతిష్టలు ఆకాశనంటుతున్నాయి. నిజానికి ఇస్మత్ కూడా ఏమీ తీసిపోలేదు. మంటో ఉండగా ఆయనని అధికమించి పేరు ప్రతిష్టలు సంపాదించిందా లేదా! లేకపోతే అతడి తరువాత ఆమెకు పేరు ప్రతిష్టలు వచ్చాయా అన్నది వేరే ప్రశ్న. కాని రచయితగా మరో రచయిత పట్ల ఈర్ష్యా-ద్వేషాలు ఉండటం ఎంతో సహజం. నిజానికి మంటోని ఆమె ఎంతో మంచి స్నేహితుడిగా చూసేది కాని ఒక రచయిత్రిగా ఆమెలో ఈర్ష్య కూడా ఉండేది.

'మంటోకే అఫ్‌సానే' (మంటో కథలు) 'అఫ్‌సానే ఔర్ డ్రామే' (కథలు - డ్రామాలు) మొదలైన పుస్తకాలు ఈ సమయంలోనే ప్రచురితం అయ్యాయి. 'చుగద్' సంగ్రహంలోని కథలు మంటో బొంబాయి నుండి వెళ్లిపోయిక ప్రచురితం అయ్యాయి. కాని అవన్నీ ఈ సమయంలో రాసినవే. 1946లో రేడియో నాటకాల సంగ్రహం 'కర్‌వట్' ప్రచురితం అయింది. అతడు నిరంతరం రాస్తూనే ఉన్నాడు అని చెప్పడానికి ఇదే సాక్షి. ఈ సమయంలోనే ఇస్మత్ చుగ్‌తాయి పైన సంస్మరణలు రాసారు. కాని 1948లో ప్రచురితం అయింది. మంటో ఉద్దేశ్యంలో - సాహిత్యం. దేశ సరిహద్దులలో బందీ కాకుండా చూడాలి. ఏ రచన అయినా సరే ఏదో ఒక దేశంలో, ఏదో ఒక కాలంలో రాయబడుతుంది. అంతమాత్రం చేత అది ఏ దేశానికి కాని ఏ కాలానికి కాని బందీ కాదు.

సాహిత్యం దేశాల సరిహద్దులని దాటి మనుషులందరి మనస్సులను కలుపుతుంది. అందువలన కథ రాసే ముందే ఏ రచయిత ఇంతకు ముందే నిర్ధారింపబడిన చట్రంలో కథను బిగించడానికి ఇష్టపడడు. ప్రత్యేకంగా ముందే రూపురేఖలు కాని అచ్చులను కాని తయారు చేసుకోడానికి ఏ ప్రముఖ రచయితలు ఇష్టపడరు. మంటోకి కూడా ఇట్లా చేయడం ఏ మాత్రం ఇష్టం లేదు. ఆయన దృష్టిలో కథ రాసే ముందు రచయిత మైండ్ ఖాళీగా ఉంటుంది. కాని జేబు మాత్రం నిండి ఉంటుంది. దానంతట అదే కథ ఎగిరి గంతేసి బయటకి వస్తుంది. కథ దానంతట అదే బయటపడుతుంది అని చెప్పడంలో, రచన మీద ఎటువంటి వత్తిడి ఉండ కూడదు అన్న నిజాన్ని చాటుతోంది. అతడి రచనలన్నీ రచన భట్టీ నుండి వాటంతట అవే సహజంగా వెలువడ్డాయి. కథల విషయం ఏదైనా సరే, వేశ్యల బతుకుల వ్యథలు కాని, స్త్రీ పురుష సంబంధాలు కాని, విభజన వలన జరిగిన అల్లర్లు, రక్తపాతం అన్నింటిలోనూ సహజత్వం ఉంది. ఎక్కడ కృత్రికంగా లేదు. స్త్రీ, పురుషుల మధ్య సెక్స్ వాంఛ అతి సహజమైనదని అతడి అభిప్రాయం. ఇతడి అభిప్రాయాలు ప్రాచీన కాలం నుండి వస్తున్న ఆచారాలకు, సంప్రదాయాలకు విరుద్ధం. ఈ ఆచార సంహితకు విరుద్ధంగా అతడు రాసాడు.

మంటో అఫ్సానానిగార్ మరియు జిన్సీమసాయిల్ అనే ఆర్టికల్‌లో ఒక చోట ఇట్లా రాసాడు – 'స్త్రీ, పురుషుల మధ్య ఒక గోడ ఉంది. దాన్ని పడగొట్టాలని, నిలబెట్టాలని ప్రతీ యుగంలో ప్రయత్నాలు జరుగుతూనే ఉంటాయి. వీళ్లు దీనిని కేవలం నగ్నత్వం అని అంటారు కాని వీరు సమాజంపైన పట్టిన తుప్పుని చూడలేదు'.

మరోచోట మంటో ఇట్లా రాసాడు 'నేను సెక్స్ మీద రాయను. నేను సెక్స్ గురించే రాస్తాను అని అనుకునేవాళ్లు. నన్ను తప్పుగా అర్థం చేసుకుంటున్నారు. నేను నా కథలలో కొందరు ప్రత్యేకమైన స్త్రీలు, పురుషుల గురించి రాస్తాను. నా కథలో హీరోయిన్‌ని ఆమె కేవలం తెల్లవస్త్రాలను, మామూలు జీవితాన్ని ఇష్టపడుతుంది కనక భర్త విసుక్కుంటే, కసురుకుంటే నేను తప్పంటాను. తక్కిన స్త్రీలు దీనినే ఆచారంగా భావించకూడదు.

సంబంధాలను కథలలో ఏ విధంగా మలిచాడో మనకు అర్థం అవుతుంది.

కొంతమంది ప్రత్యేకమైన స్త్రీ–పురుషులే అతడి కథలలోని పాత్రలు. వాళ్లిద్దరి మధ్య ఉన్న గోడలను పగులగొట్టే శక్తి అతడిలో ఉంది. అతడిపై అశ్లీల రచయిత అన్న ముద్ర పడ్డా ఇది మాత్రం సత్యం. సమాజంలో ఉన్న అవైజ్ఞానికమైన నైతికతను అతడు ఇష్టపడలేదు. దీనికి విరుద్ధంగా ఒక యుద్ధమే చేసాడు. ఎంటువంటి తుఫానులైనా గాలి దుమారాలైనా ఎదుర్కోడానికి సిద్ధం అయ్యాడు. అతడు సమాజాన్ని క్షుణ్ణంగా పరీక్షించాడు. ఇది మేడిపండు అని తెలుసుకున్నాడు. తమని తాము ఎంతో పవిత్రులుగా చెప్పేవారందరు పైపైకే చెబుతారని, చెప్పేవి నీతులు, చేసేవి అనైతిక పనులు అని తెలుసుకున్నాడు. కుహనా సంస్కారాలని పోషించేవాళ్లకి అతడు శత్రువు అయ్యాడు. అయినా దేనికి తలవంచలేదు.

ఎవరైనా పిల్లవాడు ఎటువంటి ఆచ్ఛాదన లేకుండా, మొహమాటం లేకుండా ఎన్నో దృష్టి కోణాతతలతో కథ చెబుతూ చెబుతూ తన గురించి కూడా ఎట్లా చెప్పేస్తాడో అదే విధంగా మంటో ముఖానికి ఎటువంటి తొడుగు లేకుండా చెప్పే స్వభావం కలవాడు. మంటో వ్యక్తిలోని అంతరంగం దాకా వెళ్లి ఒక్కొక్క పొరను తొలగిస్తూ అతడి అసలు సిసలైన ముఖాన్ని బయటకు తెస్తాడు. అతడిది ఒక ప్రత్యేకమైన శైలి. పాఠకుడు మంటో కథలు చదివేటప్పుడు ఎప్పుడు బోర్‌గా ఫీల్ కాడు. మనస్సు బరువెక్కదు. పైగా కథలో చదివించే గుణం ఉంటుంది. 'పాంచ్ దిన్' కథని దీనికి ఉదాహరణగా తీసుకోవచ్చు. ఇందులో ప్రొఫెసర్ చరిత్రని ఎంతో సాహసంగా చిత్రీకరించాడు. 'మనుష్యుడు పశువు కాదు దేవుడు కాదు, ప్రకృతి సహజంగా ఉండే మనిషే మనిషి' అనే లారెన్స్ సిద్ధాంతాలను పూర్తిగా నమ్మకపోయినా, అర్థం పర్థం లేని నైతికత అనే ఉచ్చును మాత్రం తెంపాలని అనుకునేవాడు. 'పాంచ్ దిన్' కథలోని పాత్ర ప్రొఫెసర్‌కి క్షయ రోగం వస్తుంది. జీవితం అంతా అతడు మనషిలో ప్రకృతి సహజంగా ఉండే కోరికలన్నింటిని చంపుకుని బతికాడు. కాని చివరి ఐదు రోజులు ఆడపిల్లలతో సెక్స్ సంబంధం పెట్టుకుంటాడు. చివరి క్షణాలలో తన జీవితం అంతా ఒక బూటకం అని ఒప్పుకుంటాడు.

మంటో మనుష్యుడి సహజ స్వభావాన్ని అట్లాగే ఉంచుకోవాలంటాడు. మనిషి వ్యక్తిత్వ సహజ వికాసాన్ని వికృతం కావడం, అవరోధాలు కలగడం అతడు సహించలేడు. 'జీవితం అంతా కలం మొనతో పై పై మెరుగులు – మోసాలు అనే వస్త్రాలన్ని చింపిపడేసాడు. ఈ వస్త్రం ధర్మానికి సంబంధించిందైనా,

అవైజ్ఞానికమైన నైతికతకి సంబంధించింది అయినా కావచ్చు. వీటి నుండి విముక్తి పొందిన సహజ సిద్ధమైన కోరికల అభి వ్యక్తి కావచ్చు. ఉదాహరణగా 'స్వరాజ్యకేలియే' అన్న కథలోని గులామ్అలీ 'మోజెల్' కథలోని మోజెల్ని తీసుకోవచ్చు. 'మేరా నామ్ రాథా' లోని రాజకిషోర్ ద్వంద్వ ప్రవృత్తిని ట్రాజడీని చూడవచ్చు. ఈ విధంగానే స్త్రీ-పురుషుల ప్రేమ, సెక్స్ సంబంధాల మధ్య ఉండే అలజడి, మనస్సులలో మారుతున్న భావాలు మొదలైన వాటిని మంటో ధైర్యంగా తన కథలలో చిత్రీకరించాడు. 'సడక్ కే కినారే' కథలో స్త్రీ, పురుషుల అంతరంగిక జీవితానికి సంబంధించిన అనుభవాలను, భావోద్రేకాలను వాటి వల్ల కలిగే కష్టాలను - కన్నీళ్లను ఎంతో కళాత్మకంగా చిత్రీకరించాడు.

ఇదే విదంగా 'బూ' కథలో కూడా సెక్స్ అనుభవాన్ని ఆదిమ వాసనను ఎటువంటి ఆచ్ఛాదన లేకుండా అతిసూక్ష్మంగా చిత్రీకరించాడు. ఘాటన్ అనే అమ్మాయి శరీరానుండి వచ్చే వాసనలో ప్రకృతి తాజాతనం నిండి ఉంది. నేరేటర్ చైతన్యాన్ని పూర్తిగా బిగించేస్తుంది. ఆ అమ్మాయి ప్రకృతికి ప్రతిబింబం. ప్రకృతితో తాదాత్మ్యం చెందాక విద్యావంతురాలైన భార్య నుండి వచ్చే సుగంధం అతడిని ఏమాత్రం కట్టేయలేకపోయింది. మనోవైజ్ఞానిక దృష్టితో చూస్తే సెక్స్ శీలం మధ్య ఉండే రేఖలలో ఎటువంటి బేధం లేదు. ఈ కథను బలవంత్ గార్గీ మొట్టమొదట చదివినప్పుడు అందులో పూర్తిగా తలమునకలయ్యాడు. అసలు సమయమే తెలియలేదు (బలవంత్ గార్గీ : సాదత్ హసన్ మంటో, హసీన్ చెహరే - రోజ్నామా హిందీ సమాచార జలంధర్, 30 మార్చి 1986) కాని ఇంతగా ప్రభావితుడైన అతడు ఈ కథను ఎంతో విమర్శించాడు. దీనిపై అశ్లీలమైన కథ అని ముద్రవేసి కోర్టు దాకా ఈడ్చాడు. లాహోరులో కేసు నడిచింది. మంటోకి ఈ కేసు విషయంలో ఎన్నోసార్లు లాహొరుకి వెళ్లాల్సివచ్చింది. దీనిని గురించిన విస్తృత వివరణ 'ఏక్ ఏక్ కతరేకా దేనా పడా ముఝే హిసాబ్' అధ్యాయంలో ఇవ్వబడ్డది. ఒకసారి ఈ కేసు విషయంలో లాహోర్ నుండి వెళ్తూ మంటోకి ఒకసారి 1944లో ఢిల్లీలో ఉండాల్సి వచ్చింది. అతడి కొడుకుని ఇక్కడే పూడ్చారు. ఈ సంఘటన అతడు జీవితాంతం మరచిపోలేదు. తన స్నేహితులైన అబ్బాస్ అబూ సయీద్ కురైషీలతో కూడా కలిసాడు. మంటో దాదాపు ఒకటిన్నర రెండు సంవత్సరాల తరువాత ఢిల్లీ వచ్చాడు. అందరు కలసి పార్టీ చేసుకున్నారు. హసన్ అబ్బాస్, అబూసయీద్లను

టాంగాలో కూర్చోపెట్టుకుని ఫతేహ్‌పూర్ బజారు నుండి మసీదు నీడలో రక్షణ పొందుతున్న వేశ్యవాడలకి తీసుకువెళ్లాడు. ఎంతోమంది వేశ్యలు పిల్లలలాగా భయపడుతున్నారు. వాళ్లని అక్కడికి వచ్చిన వాళ్లు ఎంచుకోకపోతే నిరాశ నిస్పృహలతో ముఖాలు వేళ్లాడేసుకున్నారు. యుద్ధం వలన వాళ్ల వ్యాపారం కుంటుపడిపోయింది. తరువాత ముగ్గురు అక్కడి నుండి వెళ్లిపోయారు.

నిజానికి స్త్రీ–పురుషుల సంబంధాలను సహృదయతతో, కొత్తగా, ఎవరినీ లెక్కచేయకుండా అంతర్ దృష్టితో మంటో తన సాహిత్యంలో చిత్రీకరించాడు. దీని వలన అతడిపై సమాజం కళ్లెర్ర చేసింది. ఎన్నో చేదు అనుభవాలు అతడు చవిచూడాల్సి వచ్చింది. అయినా ఆయన ఎప్పుడు వెనుకంజ వేయలేదు. తన కాలంలో క్షణక్షణం చస్తూ ఊపిరి ఆడక పడుతూ లేస్తూ ఘోరంగా బతుకుతున్న ఆడవాళ్ల జీవితాలలోని పెను చీకటిని, గాలి దుమారాలని నిర్భయంగా బయటపెట్టాడు. వాళ్ల పట్ల అతడి దృష్టి ఒక కళాకారుడి దృష్టి. స్త్రీని అనేక దృష్టి కోణాలతో చూసి 'నైతికత' కి ఒక అర్థాన్ని ఇచ్చాడు. ఈ నైతికత మానవత్వంతో కూడిన నైతికత. మంటో మతం ప్రస్తుతం ఉన్న మతాలన్నింటికన్నా భిన్నమైనది. స్త్రీలో ఎన్ని బలహీనతలు ఉన్నా ఎంత అనైతికంగా బతికినా, ఆమెలోని పవిత్రత ఎప్పటికీ అట్లాగే ఉంటుంది. ప్రకృతే ఆమెకు ఆవరాన్ని ఇచ్చింది. లోకదృష్ట్యా నైతికత అంటే ఏమిటో తెలిసినా అతడు కేవలం నైతికతను గురించి మాట్లాడలేదు. ఏ కథ నైతికతని అనే ఒక బిందువును మాత్రమే చూపిస్తూ రాయలేదు.

మంటో ఎప్పుడు ఏ పార్టీ వైపు నుండి మాట్లాడలేదు. అతడు ఏ రాజకీయ పార్టీలోను మెంబరు కాదు. కమ్యూనిస్ట్ అని అతడిపై ఎన్నో సంవత్సరాల నుండి ముద్రపడ్డా అతడు ఆ పార్టీలో ఎప్పుడూ లేడు. ఆయన కాంగ్రెస్‌పార్టీలో కాని, ముస్లింలీగ్‌లో కాని, కమినిస్టుపార్టీలో కాని మెంబరు కాలేదు. లెఫ్టిస్టుల పార్టీ సిద్ధాంతాలకు అతడికి మధ్య పొంతన ఉన్నా అతడు పూర్తిగా అందులో చేరలేదు. ఎందుకంటే తనని ఫలనా పార్టీవాడు అని చెప్పుకోవడం అతడికి ఇష్టంలేదు. తన కథలలో ఆర్టికల్స్‌లో చాచాసామ్ అనే పేరున ఉత్తరం రాసాడు. ఈ ఉత్తరాలలో పెట్టుబడి దారి వ్యవస్థను దుయ్యపట్టాడు. సమాజంలో సమానత్వం రావాలి కాని అసమానత్వానికి పునాది అయిన పెట్టుబడీదారి

వ్యవస్థను దుయ్యపట్టాడు. వీళ్లు ఆయన ఆత్మలో దాగిఉన్న నిప్పురవ్వలు. వీటినే ఆయన కథల ద్వారా వ్యక్తం చేసాడు.

మంటో స్త్రీ అభిమానానికి, గౌరవానికి ప్రాముఖ్యత ఇచ్చాడు. స్త్రీని కేవలం శృంగారపు సాలభంజికలాగా చూడలేదు. రొమాన్స్ అచ్చులలో స్త్రీని అతడు ఎప్పుడు చూడలేదు. ఆదర్శాల ఉచ్చులో బిగించకుండా బతుకులలోని వాస్తవాన్ని చూపించాడు. కుహూనా సంస్కారాల భూమి నుండి లాక్కుని వెళ్లిపోయాడు. మరో లోకంలోకి తీసుకువెళ్లాడు. అతడు స్త్రీలోని బాధను అర్థం చేసుకున్నాడు. ఆమె అంతరంగంలో ఉన్న శక్తిని గుర్తుపట్టి ఆమెను కథల ద్వారా వ్యక్తపరిచాడు.

11

బరువైన క్షణాలను లెక్కపెడుతూ...

అసలు మంటో హిందుస్తాన్‌ని వదిలేసి పాకిస్తాన్‌కి వెళ్లిపోయాడు అంటే ఎవరు నమ్మలేదు. అతడు కూడా ఎవరికీ చెప్పలేదు. అసలు ఏం జరిగి ఉంటుంది? విభజన జరిగిన నాలుగు నెలలకు అతడు అకస్మాత్తుగా తనకిష్టమైన నగరం బొంబాయిని వదిలేసి 1948లో కొన్ని రోజులు కరాచీలో ఉండి తరువాత లాహోరుకి వెళ్లిపోయాడు. అతడి భార్య, కూతురు నికహత్ (పుట్టుక జూలై 1946) హిందుస్తాన్ విభజనకి కొన్ని రోజుల ముందు లాహోరు వెళ్లిపోయారు. ఇందువలననే అతడు వెళ్లిపోయాడా? అతడు ఫ్లాట్‌లో ఒక్కడే ఉండేవాడు. ఒంటరితనంతో అతడు బాధ పడేవాడు. అందువలన భార్య, బిడ్డలు దూరంగా ఉంటే ఉండలేకపోయాడు. వాళ్లని కలవాలని తపన పడ్డాడా? వాళ్ల ఉత్తరాలు, సందేశాలు, అతడిని వాళ్ల దగ్గరికి లాక్కువెళ్లాయా? మంటో తన భార్యని, కూతురిని ఎంతో ప్రేమించేవాడని నిస్సందేహంగా చెప్పవచ్చు. లాహోరు నుండి సఫియా ఉత్తరాలు రాస్తూ ఉండేది. అక్కడి విషయాలు తెలుస్తూ ఉండేవి. ఈ ఉత్తరాలలో విభజన వలన చెలరేగిన అల్లర్లు, వాటి వలన నిలవ నీడ లేకుండా ప్రజలు పడుతున్న కష్టాలు అవీ ఉండేవి కావు. కాని ఉత్తరాల వలన ఉదాశీనంగా మారిన లాహోరు కళ్లకు కట్టినట్లుగా కనబడేది. ఇటువంటి వాతావరణంలో

భార్య బిడ్డల చింత ఉండకుండా ఉండదు. ఇది సహజం కాని అతడు పాకిస్తాన్‌కి వెళ్లిపోవడానికి వేరే కారణాలు ఉన్నాయి.

మంటో తను హిందుస్తాన్ వదిలేసి పాకిస్తాన్ వెళ్లినందుకు, బొంబాయి వదిలి లాహోరుకి వెళ్లినందుకు ఎన్నోసార్లు పశ్చాత్తాపపడ్డాడు. ఎందుకు వెళ్లాడు? ఈ ప్రశ్న పాఠకులను, విమర్శకులను కలచి వేసింది. అసలు మంటోలో మత సామరస్యం ఎంతో ఉండేది. సంబంధాలలోను, ఆలోచనలలోను, కార్యాచరణలోను అతడికి మతద్వేషం లేషమాత్రం లేదు. మతకల్లోలాల వలన జరిగే హింసను ఆయన ఖండించాడు. ఈ విషయాన్ని తీసుకుని రెండు ఆర్టికల్స్ రాసాడు. అల్లర్లను కేంద్ర బిందువుగా చేసుకుని ఎన్నో కథలు రాసాడు. ఇటువంటి రచయిత అసలు పాకిస్తాన్‌కి ఎట్లా వెళ్లాడు? ఎందుకు వెళ్లాడు? అందరు ఈ విషయం గురించి తలలు బద్దలు కొట్టుకున్నారు. ఎవరి ఇష్టం వచ్చినట్లు వాళ్లు అనుకోసాగారు - అక్కడ పెద్ద ఇళ్లు ఎలాట్ అవుతాయని కొందరు అనుకున్నారు. కొన్ని బలహీన క్షణాలలో మంటో ఇస్మత్ చుగ్తాయితో కొందరి స్నేహితులతో ఈ మాటలు అన్నాడు - అతడు నవ్వుతూ అన్న మాటలు ఇవి. ఈ మాటలు పట్టుకుని అందరు చిలువలు-పలువలు అల్లారు. అసలు పాకిస్తాన్ వెళ్లాక అతడికి ఎటువంటి ఎలాట్‌మెంట్ కాలేదు.

ఒకసారి బలవంత్ గార్గీ మంటోని కలిసాడు. బొంబాయి నుండి పాకిస్తాన్‌కి ఎందుకు వెళ్తున్నాడో చెప్పాడు 'నా స్నేహితులు నేను పాకిస్తాన్‌కి ఎందుకు వెళ్తున్నానని అడుగుతున్నారు. నేను పిరికివాడినా? మహమ్మదీయుడనని వెళ్తున్నానా? వాళ్లు నా మనస్సులోని మాటలను తెలుసుకోలేకపోయారు. నేను పాకిస్తాన్ ఎందుకు వెళ్తున్నానంటే అక్కడి రాజకీయ నాయకుల అసలు ముఖాలని బయటపెట్టాలనే వెళ్తున్నాను'. అతడు ఇంకో మాటను కుండబద్దలు కొట్టినట్లుగా బలంగా చెప్పాడు 'హిందుస్తాన్‌లో ఉర్దూ భాషకి భవిష్యత్తులేదు. ప్రస్తుతం అంతా హిందియే ఇక్కడ రాజ్యం చేస్తోంది. నేను రాస్తాను. ఉర్దూలో రాయగలుగుతాను. ప్రతీ భాషకి తనదైన ఒక సంస్కృతి ఉంటుంది. ఒక సంపద ఉంటుంది. ఎన్నోసార్లు భాష మనలో అనేక భావాలకు జన్మనిస్తుంది. రక్తంతో దీనికి సంబంధం ఉంది. ఒక మంటో బొంబాయిలో ఉన్నాడు. మరో మంటో లాహోరులో ఉంటాడు. నిజానికి మంటో అన్న ఈ మాటలు అతడు హృదయపూర్వంగా అన్నవే. మోసం ఏమీ లేదు. అతడు పాకిస్తాన్ వెళ్లాక

రాజ్యం ఏలుతున్న కపటులైన రాజకీయ నాయకుల బండారం బయటపెట్టడానికి ఏమాత్రం జంకలేదు. ఇస్లాంని కాపాడాలి అని అంటూ ముల్లాల మనస్తత్వంతో రాజకీయ నాయకులు ప్రవేశపెట్టిన మత సంబంధం అయిన చట్టాలను మంటో దూయబట్టాడు. ఉన్నదంతా పోగొట్టుకుని నిలువ నీడ లేక ముహాజిర్‌లు ఎందరో అక్కడి వెళ్లిపోయారు. వెళ్లిపోయాక అక్కడ వాళ్ల దయనీయ స్థితి గురించి 'ఇక్‌బాల్ దివస్' సందర్భంలో చెప్పాడు. రాజకీయ నాయకుల ఊసరవెల్లుల మనస్తత్వాన్ని బయటపెట్టాడు. ప్రతీవాళ్లకి వాక్ స్వాతంత్ర్యం ఉందని వాదించాడు. వాక్ స్వతంత్ర్యం పై పెట్టబడిన నిషేధాలను తీసేయాలని పోరాటం సలిపాడు. మంటో తన భాషని తన రక్తంలో ముంచి విభజన వలన కలిగిన గాయాలను కథల ద్వారా వ్యక్తం చేసాడు. ఎవరైనా దీనిని మరిచిపోగలుగుతారా? ఈ కథలలో ఆ సమయంలోని అరాచక రాజనీతిపై అప్పుడప్పుడు సరాసరి బాణాలు విసిరితే అప్పుడప్పుడు చాటుగా విమర్శించాడు. ఈ కథలలో (టోబాటేక్‌సింగ్, ఖోల్‌దో, ఠండాగోస్త్, యజీద్, టిట్‌వాలాకి కుత్తా, నంగీ ఆవాజేం, సియాహ్ ఆషియే మొదలైన కథల విశ్లేషణ కొన్ని చోట్ల జరిగింది). రాజకీయాల టెక్స్ట్‌తో పాటు ముడివడి ఉన్న మానవ జీవితం టెక్స్ట్ మనలని ఆకర్షిస్తుంది. రాజకీయాలు నెమ్మది నెమ్మదిగా మన కళ్లకు కట్టినట్లు కనిపిస్తాయి. నిజానికి ఈ రాజకీయం అట్టడుగు పొరలలో కుసంస్కృతి కూడా ఉంది.

ఈ సంస్కృతిని కూడా మంటో ఎంతో నేర్పుగా తన సాహిత్యంలో చిత్రీకరించాడు. ఎన్నో ప్రశ్నలను లేవనెత్తాడు. అరాచక రాజకీయాల సంస్కృతి వేళ్లను కదిలించాడు. అందుకే అట్టడుగు పొరలలో మరుగున పడి ఉన్న మానవత్వం తల యెత్తుతుంది.

మంటో పాకిస్తాన్ వెళ్లడానికి మరో కారణం చెబుతారు. అశోక్‌కుమార్‌కి మంటో కథ నచ్చలేదు. ఇస్మత్ 'జిద్దీ' కథపై కమాల్ ఆమ్‌రోహి కథపై 'మహల్' సినిమాలు తీసాడు. దీనిని మంటో అవమానంగా భావించాడు. అందుకే పాకిస్తాన్ వెళ్లిపోయాడు. ఈ కారణం ఏదో పైకి చెప్పిన దానిలా అనిపిస్తుంది. కాని ఇందులో సత్యం లేదు. అవమానం అనిపించి ఉండి ఉండవచ్చు కాని అంతమాత్రన పాకిస్తాన్‌కి మూట-ముల్లె కట్టుకుని వెళ్లిపోయాడని చెప్పడంలో అర్థం లేదు. సినిమా ప్రపంచం గురించి అక్కడి పని గురించి, పద్ధతుల

గురించి మంటోకి లోతుగా తెలుసు. ఒక్కమాట మార్చడానికి కూడా అతడు ఇష్టపడేవాడు కాదు. కాని సినిమాల కోసం డైరెక్టర్ ఏమైనా మార్పులు చేర్పులు చేయాలంటే అంతగా అభ్యంతరం చెప్పేవాడు కాదు. 'మంటో మేరా దుష్మన్'ని రాసిన అష్కకి కూడా ఈ విషయం తెలుసు. అయినా ఆయన కూడా ఎందుకు మంటో పాకిస్తాన్ వెళ్ళాడో చిలవలు-పలువలు అల్లి రాసాడు. విభజన అల్లర్ల వలన బాధపడ్డ అతడి మనఃస్థితిని చూసి చూడనట్లుగా ఉపేక్షించి అతడు పాకిస్తాన్ వెళ్లడానికి కారణం అతడి అహం దెబ్బ తినడమే అని రాసాడు. నిజానికి విభజన మత కలహాలు మంటో మనస్సును ఎంతో బాధ పెట్టాయి.

అశోక్‌కుమార్ వాచాలతో కలిసి మంటో శశిధర్ ముఖర్జీ నుండి వేరుపడ్డాడు. అతడు బాంబే టాకీజ్ వ్యవహారాలు చూసేవాడు. పెద్ద, పెద్ద పదవులు ముస్లింల చేతులలోకి వెళ్లాయి. దాని వలన అశోక్‌కుమార్‌కి, వాచాకి బెదిరింపులతో ఉత్తరాలు వచ్చేవి. ఆ సమయంలో ఒకప్పుడు హిందూ-ముస్లింల మధ్య ఉన్న సద్భావన-స్నేహం లేకుండా పోయాయి. ఒకరిమీద ఒకళ్లు అనుమాన పడసాగారు. ద్వేషించుకోసాగారు. మారుతున్న రాజకీయ పరిస్థితుల వలన తక్కిన నగరాలలో లాగా బొంబాయిలో కూడా ఒత్తిడి పెరగసాగింది. బాంబే టాకీజులో కూడా ఇదే పరిస్థితి మొదలయింది. చుట్టుపక్కల హింసతో కూడిన సంఘటనలు ఎక్కువ కాసాగాయి. మంటో పరిస్థితులను అర్థం చేసుకోసాగాడు. అశోక్‌కుమార్‌కి, వాచాకి మంటో ఎన్నోసార్లు ఈ విషయం గురించి చెప్పాడు. చుట్టుపక్కల హింసాత్మకమైన సంఘటనలు జరుగుతూనే ఉన్నాయి. వాటి ప్రభావం వీళ్ల మీద పడుతూనే ఉంది. మంటో ఎన్నోసార్లు తను బాంబేటాకీజ్‌కి దూరంగా ఉండాలనుకుంటున్నాడని, ఇందులో ముస్లింలు తన వలనే చేరుతున్నారని హిందువులు అనుకుంటున్నారని అశోక్‌కుమార్‌కి, వాచాకి చెప్పాడు. కాని వాళ్లు అనవసరంగా ఇట్లా ఆలోచిస్తున్నారని మంటోతో అన్నారు. మంటో ఒక చోట ఇట్లా రాసాడు -'అసలు ఏం చేయాలో అర్థం కాలేదు. నాతో నేనే చెప్పుకున్నాను - మంటో భాయీ ఇక నీకు ముందుకు పోయే మార్గం లేదు. మోటారు కారు ఆపేసెయి. ఇక్కడి నుంచి తప్పుకో... నేను మాట్లాడకుండా పాకిస్తాన్‌కి వెళ్లిపోయాను. నా ఉద్దేశ్యంలో ఆయన చెప్పిన ఈ మాటలు సరిఅయినవే అని అనిపిస్తాయి. మంటో చూస్తూ-చూస్తూ ఉండగానే విభజన వలన అంతా తారు-మారు అయింది. అల్లర్ల జ్వాలలో

సాంస్కృతిక వృక్షానికున్న పూలు-ఆకులు అన్ని కాలిపోయాయి. అంతా బూడిద అయిపోయింది. మానవతా విలువలు మంట కలిసిపోయాయి. ఈ అల్లర్లు బయట జరుగుతున్న ట్రాజడీ గుర్తులు మాత్రమే కాని మంటోకి ఈ సంఘటనలు కేవలం బయట జరిగిన సంఘటనలు కావు. ఇది ఒక చాకు. అతడి అంతరంగాన్ని కోస్తూ... తీస్తూ లోపలిదాకా దిగబడ్డ ఆ చాకు ఈ అసలు హిందుస్తాన్ నా మాతృభూమియేనా అన్న సందేహం అతనిలో వస్తోంది. ప్రతీరోజు దయాదాక్షిణ్యాలు లేకుండా ఒకరిని ఒకరు చంపుకోవడం... రక్తపాతం... మరి ఈ పారుతున్న రక్తం ఎవరిది? అసలు ఆ ఎములను ఎక్కడ కాల్చాలి? ఎక్కడ పూడ్చాలి? మతం అనే మాంసాన్ని గద్దలు-రాబందులు పీక్కు తింటున్నాయి.

విభజన సమయంలో మంటో స్నేహితుడు అబూసయీద్ కురైషీ లాహోరులో ఉన్నాడు. మంటో బొంబాయిలో ఉన్నాడు. లాహోరులో జరిగే అల్లర్లు, హత్యలు, రక్తపాతం, ఇళ్లు, మనష్యులు మంటలలో దగ్ధం అవుతున్న సంఘటనలు, దోపిడీలు మొదలైన వాటి గురించి అబూసయీద్ ద్వారా మంటో తెలుసుకుంటూ ఉండేవాడు. విభజన జరిగిన కొంతకాలానికి అబూసయీద్ లాహోరు నుండి అమృత్‌సర్‌కి తన ఇల్లు చూసుకోడానికి, కొంత అవసరమైన సామాన్లు తేవడానికి వెళ్లాడు. అక్కడ లాహోరులో కూడా ప్రపంచయుద్ధం అరువాత హృదయ విదారకమైన దృశ్యాలు ఏ విధంగా కనిపించేవో అదేవిధంగా కనిపించాయి. కటడా జమైల్ సింహ్, మంటో ఉండే సందు వకీలనాకి వెళ్లాడు. తన ఇల్లు మంటో ఇల్లు మొత్తం నేలమట్టం అయిపోయాయి. ఆ ఇళ్ల శిథిలాలు చూసి తనని తాను సంబాళించుకోలేక పోయాడు. మోహన్ రాకేష్ కథలోని 'మలబా' పాత్ర గినిమియాంకి శిథిలాలు చూసాక కలిగిన అనుభవమే అతడికీ కలిగింది. అబూ సయీద్ ద్వారా అమృత్‌సర్‌లోని హృదయ విదారకమైన దృశ్యాల గురించి విన్నాక, తను ఎంతగానో ప్రేమించే అమృత్‌సర్ అంతగా నాశనం అయిపోయిందని తెలుసుకున్నాక అతడు పడ్డ బాధను మనం ఊహించుకోవచ్చు. గుండెలు పిండేసే ఆ బాధను ఆ శూన్యాన్ని ఎట్లా భరించాడో మన ఊహకు కూడా అందదు అసలు వీటిని వ్యక్తం చేసే మాటలే లేవు.

దినచర్య సాగుతూనే ఉంది. చేయాల్సిన పనులు మంటో చేస్తూనే ఉన్నాడు. సినిమా స్నేహితులతో, సాహిత్య మిత్రులతో కలిసి నవ్వుతూ

మాట్లాడుతూ మంటో కాలం గడుపుతున్నాడు. అయినా మనసులో విపరీతమైన బాధను అనుభవిస్తూనే ఉన్నాడు. విభజన తరువాత దాదాపు నాలుగు నెలలు బొంబాయిలో మిత్రుల మధ్య గడిపాడు. అన్నీ చేదు అనుభవాలే. అల్లర్ల వలన కలిగిన బాధ, భయం, వీటితో పాటు ముడిపడి ఉన్న క్రూరమైన ప్రతిక్రియలను భరిస్తున్నాడు. 'మురళీ కీ ధున్' (తాజ్‌లోని శ్యామ్) రేఖా చిత్రంలో మంటో ఆ సమయంలో బొంబాయిలో జరిగిన హింసాత్మకమైన సంఘటనల గురించి ఇట్లా రాసాడు – 'కొంతకాలం గడిచాక, హిందూ ముస్లింల మధ్య రక్తపాతం, యుద్ధం జరుగుతున్నప్పుడు, రెండు వైపులా వేలమంది చనిపోతున్నప్పుడు, నేను శ్యాం, రావల్‌పిండి నుండి పారిపోయి వచ్చిన ఒక సిక్కుల కుటుంబం దగ్గర కూర్చున్నాము. వాళ్లల్లో ఒక వ్యక్తి తను పడ్డ బాధల గురించి వినిపించాడు. మనస్సును కలుక్కుమనిపించే సంఘటనలు, శ్యాంపైన వీటి ప్రభావం పడకుండా ఉండదు. అతడి మనస్సులో– కలుగుతున్న అలజడిని, గాలిదుమారాలని నేను అర్థం చేసుకోగలను. నేను అక్కడి నుండి వెళ్లిపోయేముందు శ్యాంని అడిగాను – నేను ముస్లింను. నన్ను హత్య చేయాలని నీకు అనిపించడం లేదా?"

శ్యాం ఎంతో కఠోరంగా జవాబిచ్చాడు. 'ఇప్పుడు కాదు, కాని ఏ సమయంలో అయితే తురకోళ్లు చేసిన అరాచకాల గురించి విన్నానో అప్పుడు నిన్ను హత్యచేసి ఉండేవాడిని'. శ్యాం నోటి నుండి ఈ మాటలు వినగానే నాకు మిన్ను విరిగి మీద పడ్డట్లుగా అనిపించింది. ఆ సమయంలో బహుశ నేను అతడిని హత్య చేసేవాడినేమో. కాని తరువాత ఆలోచించాను అప్పటి ఆ సమయానికి ఇప్పటి ఈ సమయానికి చాలా తేడా ఉంది. ఈ విషయం తెలుసుకున్నాక ఆ అల్లర్ల వెనక ఉన్న మనో వైజ్ఞానిక భూమికను అర్థం చేసుకోగలిగాను. వందల వేల మంది అమాయకులైన హిందూ–ముస్లింలు ఎందుకు ఇంత ద్వేషంతో ఒకరిని ఒకరు చంపుకుంటున్నారో అర్థం అయింది.

ఆ సమయంలో మంటో మనస్సులో ఎటువంటి గాలి దుమారాలు లేచాయో ఈ రేఖా చిత్రం ద్వారా తెలుస్తోంది. నిజానికి ప్రాణస్నేహితులు శత్రువులై పోయారు. ఒకరిపట్ల ఒకరికున్న ప్రేమ ద్వేషంగా మారిపోయింది. 'సహాయ్' అనే కథలో ఈ భావం వ్యక్తం అయింది.

జుగల్ ముమ్‌తాజ్‌తో అంటాడు – మన వాడలో అల్లర్లు మొదలయితే నేను ఏం చేయాలా అని ఆలోచిస్తున్నాను. ఏం చేయాలనుకుంటున్నావు అని

ముమ్ తాజ్ అడిగింది. నేను నిన్ను చంపేయాలనుకుంటున్నాను అని జుగల్ కఠోరంగా జవాబు చెప్పాడు.

రేఖా చిత్రంలో మంటో భావుకత మంటో బాధ్యత ఈ కథలో వ్యక్తం అవుతున్నాయి. రేఖాచిత్రం, కథ రెండింటిలోనూ మంటో అనుభవాలు వ్యక్తం అవుతున్నాయి. అసలు ఒక్కొక్కసారి ఆయన కథలు ఆయన ఆత్మకథలే అని అనిపించకమానవు. ఆత్మకథని కథ, జ్ఞాపకాల రూపంలో వ్యక్తం చేయగల శక్తి మంటోలో ఉన్నంతగా మరే ఉర్దూ రచయితకి లేదు. బహుశ ఇటువంటి కళని మనం మరెవరిలోనూ చూడలేం. మంటో రాసిన సంస్మరణలలో, కథలలో అతడి సమయంలో జరిగిన సంఘటనలు, ఆ సంఘటనలు జరిగిన సమయంలో అతడి మనఃస్థితి, వ్యక్తిగత అనుభవాలు అప్పుడప్పుడు సరాసరి ఏ ఆఛాదన లేకుండా వ్యక్తం అయితే, కొన్ని మరో తరహాలో వ్యక్తం అయ్యాయి. అసలు ఆ కాలంలో మంటో తన సమకాలికుల జీవితాలు, జరిగిన సంఘటనలు, సంఘటనలను మనో విజ్ఞానం దృష్టిలో చేసిన విశ్లేషణ, బతుకులలోని అట్టడుగు పొరలలో ఉన్న వేళ్లదాకా వెళ్లి, తనను తాను చేసుకున్న స్క్రీనింగ్‌ని పరిశీలిస్తే మనం కొన్ని సత్యాలను తెలుసుకోగలుగుతాం. బొంబాయిలోని చివరిరోజుల్లో అతడు తనపైనే తను విసుక్కునేవాడు. కసురుకునేవాడు. ఆత్మతో యుద్ధం చేసేవాడు.

ఎంతవరకు సహిస్తాడు? చివరికి బొంబాయిని వదిలి వెళ్లిపోవాలని నిర్ణయించుకున్నాడు. అతడు సర్దుకోవడం మొదలుపెట్టాడు. 'బోఝిల్' ఘడియాం గిన్‌తే... గిన్‌తే... (బరువైన క్షణాలను లెక్కపెడుతూ... లెక్కపెడుతూ... సాహిర్ లుధియానవీ) ఈ బరువైన క్షణాలు లక్షల రెట్లై అతడి కళ్ల ముందు నిల్చున్నాయి. ఈ భయాందోళనలు – అలజడులు తప్పవు అని నిర్ణయించుకున్నాడు. అతడికి కాశ్మీర్ నుండి లాహోర్‌వైపు ప్రస్థానం గావించిన తన పూర్వజులు గుర్తుకు వచ్చారు. తను ఎప్పుడు వాళ్లు భయపడి పారిపోయి ఎందుకు వచ్చారు, పరిస్థితులను ధైర్యంగా ఎదిరించాల్సింది అని అనుకునేవాడు. ఇప్పుడు తన పరిస్థితిని చూసాక వాళ్లను అర్థం చేసుకోవడం మొదలుపెట్టాడు. ప్రాణాలకు ముప్పు వచ్చినప్పుడు అక్కడే ఉండటం ఎంత కష్టమో, అర్థం అయింది. ఎవరికైనా సరే తన దాకా వస్తే కాని పరిస్థితి అర్థం కాదు అన్న సంగతిని తెలుసుకున్నాడు. ఆలోచిస్తూ... ఆలోచిస్తూ... వర్తమానంలోకి వచ్చాడు. సామాన్లన్ని కట్టి

ఉన్నాయి. చివరిక్షణాల్లో శ్యాం ఒక్కడే అతడితో ఉన్నాడు. అతడు కట్టి ఉన్న సామాన్లను చూసి అడిగాడు 'బయలుదేరుదామా?' నేను సరే నని మాత్రం అన్నాను.

సామాను ఎక్కించడంలో నాకు అతడు సహాయం చేసాడు. నాకు వీడ్కోలు చెప్పేటైమ్ వచ్చినప్పుడు అతడు బ్రాండీ బాటిల్ తీసాడు. రెండు పెగ్‌లు చేసి నాకో పెగ్ ఇచ్చాడు. నాకిస్తూ హిప్‌టుల్లా అని అన్నాడు. నేనూ 'హిప్‌టుల్లా' అని జవాబు చెప్పాను. శ్యాం పెద్దగా నవ్వుతూ నన్ను కౌగలించుకున్నాడు.

'ఒరేయ్ పందీ!'

'అవును పాకిస్తాన్ పందిని' నా కళ్లల్లో నీళ్లు తిరిగాయి. శ్యాం గట్టిగా అరవడం మొదలుపెట్టాడు 'జిందాబాద్ పాకిస్తాన్, జిందాబాద్ హిందూస్తాన్' ట్రక్‌వాడు నా కోసం ఎదురుచూస్తున్నాడు. నేను కిందికి వెళ్లిపోయాను.

షిప్‌యార్డ్ దాకా నాతో వచ్చాడు. షిప్ బయలుదేరడానికి ఇంకా చాలా టైం ఉంది. అతడు జోకులు చెబుతూ నాకు కొంత ఆహ్లాదాన్ని కలిగించాలని చూసాడు. విజిల్ వినిపించగానే నా చేతిని గట్టిగా నొక్కాడు. గేంగ్ వే నుండి కిందికి దిగాడు.

మంటో లాహోరు వెళ్లిపోయాడు. తనకు ఎంతో బాగా తెలిసిన లాహోరు. కాని ఏ లాహోరు నుండి అయితే బొంబాయి వెళ్లిపోయాడో, ఇప్పుడు ఆ లాహోరు కానేకాదు. అల్లర్లతో రక్తపాతంతో గాయపడ్డ లాహోరును అసలు అతడు గుర్తుపట్టలేకపోయాడు. అతడు ఈ విషయం గురించి శ్యామ్‌కి ఉత్తరం రాసాడు. జనవరి 18, 1948న శ్యాం జవాబు వచ్చింది. 'ఇక్కడ అందరు నిన్ను గుర్తు చేసుకుంటున్నారు. నీ అల్లరిని మిస్ అవుతున్నారు. నీవు చెప్పా పెట్టకుండా పాకిస్తాన్ వెళ్లిపోయావని వాళ్లకి కోపంగా ఉంది. ఆశ్చర్యంగా ఉంది. బాంబే టాకీస్‌లో మహమ్మదీయుల ప్రవేశం కోసం అందరి కన్నా ముందు ఉండే మొదటి వ్యక్తి తన దృష్టిలో తను అమరుడు అన్న భావంతో పాకిస్తాన్ వెళ్లి పోయాడు.

మంటో పాకిస్తాన్‌కి వెళ్లడానికి వెనక ఎన్నో కారణాలు ఉండి ఉండవచ్చు. కాని అసలు మంటో పాకిస్తాన్‌కి వెళ్లి ఏం చేసాడు? అన్నదే పెద్ద ప్రశ్న. అతడిలో ఉన్న రచయిత ఏమైయ్యాడు. సృజనశక్తి ఎక్కడ మరుగున పడిపోయింది?

కొత్త పరిస్థితులు అతడి మనస్సును చంపేసాయా? ఊహు... కాదు... పాకిస్తాన్ వెళ్లాక అతడి ఆలోచనలలో, అతడి భావాలలో చాలా పెద్దమార్పు వచ్చింది. పరిస్థితుల వలన ఏవో మామూలు కథలు రాయాల్సి వచ్చింది కాని ఈ సమయంలోనే మూసలు-నియమ నిష్ఠల నుండి విముక్తి పొంది కళకి ఒక కొత్త కొలత, ఒక కొత్త మోడల్ ఇచ్చాడు.

నిజానికి ఎంతో కళాత్మకంగా గొప్పగా కథలు రాసిన రచయిత 'ఠండాగోష్త్' 'టోబాటేక్‌సింగ్' 'ఫుంద్‌నే' మొదలైన కథలు ఎట్లా రాయగలిగాడు? ఆ సమయంలో అతడి ఆర్థిక పరిస్థితి బాగాలేదు. కథలు రాసి నాలుగురాళ్లు సంపాయిస్తే కాని ఇల్లు గడవదు. ఆకలి చల్లారదు. ఇక తప్పలేదు. కాని ఈ సమయంలో అతడి కలం నుండి వెలువడిన కథలు అతడి ప్రతిభకు మనస్సులో రగులుతున్న అగ్ని జ్వాలకు తార్కాణం 'ఠండాగోష్త్' 'టోబాటేక్ సింహ్' 'ఫుంద్‌నే' రగిలే అతడి ఆత్మనుండి వచ్చిన నిప్పురవ్వలు. అతడిలో ఉన్న సృజనశక్తి అప్పుడు ఇప్పుడు జీవించే ఉంది. పరిస్థితులు ఎంతో ఘోరంగా ఉన్నా అతడు విలువైన పెద్ద పెద్ద కథలు రాసాడు. నిజానికి ఇది ఏనాటికీ మరచిపోలేని సత్యం. సృజనశక్తి బటన్ లాంటిది ఎంత మాత్రం కాదు. అప్పుడప్పుడు ఆన్ అవుతుంది, అప్పుడప్పుడు ఆఫ్ అవుతుంది అనుకోడానికి. ప్రతికూలమైన పరిస్థితులలో కూడా అతడి సాహిత్య కృషి కుంటుపడలేదు. పూర్తిగా ఆగిపోనూలేదు. తన రచనల ద్వారా ఆ సమయంలోని కఠోరమైన క్రూరమైన సామాజిక-రాజనైతిక పరిస్థితులను ఎదిరించే ప్రయత్నం చేసాడు.

అతడిలోని రచయిత తాత్కాలిక పరిస్థితులను కష్టాలు - కడగండ్లను అర్థం చేసుకున్నాడు. వాటితో యుద్ధం చేసాడు. వాటిపట్ల అతడికున్న ఆలోచన-సంవేదనను సబ్వర్సివ్ ప్రక్రియ అని చెప్పగలం. ఈ కాలంలో మంటో రాసిన కథలన్నింటి లోపల అతడు స్వయంగా ఉన్నాడు. అప్పుడప్పుడు లోపల అయితే అప్పుడప్పుడు బయట కాని ఎప్పుడు తనని-తాను ఆ కథలపై బలవంతంగా రుద్దలేదు. కథలను చదివాక అతడు కొన్ని పాత్రల పక్షపాతి అని కొన్ని పాత్రలని ద్వేషిస్తాడని ఏ మాత్రం అనిపించదు. అతడి దృష్టిలో ఎక్కడ అస్పష్టతలేదు. 'బాబూ గోపీనాథ్' లాంటి పాత్రపట్ల అతడికున్న గాఢమైన ప్రేమ, రాజ్‌కిషోర్ పట్ల అతడి సూక్ష్మదృష్టిని మనం గమనించకుండా ఉండలేం. 'టోబాటేక్ సింహ్' 'ఠండాగోష్త్', 'ఖోల్‌దో' కథలలాగా తక్కిన కథలలో కూడా రచనకు ఉండవల్సిన

గుణాలన్నింటిని దృష్టిలో పెట్టుకున్నాడు. ఆ కథలలో పూర్తిగా రచయిత కనబడకపోయినా, కథాత్మక కళకి మాత్రం పెద్ద పీటే ఉంది.

ముమ్‌తాజ్‌షిరీ కథలలో మంటో ఎట్లా నిక్షిప్తమై ఉన్నాడో ఒక ఆర్టికల్ 'మంటో ననూరీ హై నవారీ'లో ఇట్లా రాసాడు. 'ఠండాగోష్త్' 'నంగీ ఆవాజేం' కథలలో మంచిచెడుల బేధాన్ని గుర్తించే మంటో కనబడతాడు. కాని మంటో ఎప్పుడు తన వ్యక్తిత్వానికి కాని, సిద్ధాంతానికి కాని ప్రాముఖ్యత ఇవ్వలేదు. 'ఠండాగోష్త్' 'నంగీ ఆవాజేం' కథలలో రచయితగా అతడు ఎటూ ఉన్నాడు, తక్కిన కథలలో కూడా ఎన్నో కోణాలు ఉన్నాయి. ముమ్‌తాజ్ షిరీం దేనినైతే నైతిక జీవనతత్వం అని అంటున్నాడో అది మంటో కథలలోని విశ్లేషణ సృజనలకి సంబంధించిన భాగమే. ఇది వాటిల్లో ఉన్న పాత్రల చరిత్రలకు, వికాసానికి సబంధించిన భాగమే. ఇది వాటిల్లో ఉన్న పాత్రల చరిత్రలకు, వికాసానికి ఎటువంటి ఆటంకంగా నిల్చోదు. కథల చివరిమలుపులకి కూడా ఆటంకాన్ని కలిగించదు.

విభజనకి సిద్ధంగా ఉన్నప్పుడు చివరి క్షణాలలో గాంధీ కూడా అక్షరాలా ఒంటరి వాడై పోయారు. తన ఆదర్శాలు మండి-మండి బూడిదై పోయాయి. బూడిదలా ఆయన తనతో పాటు ఎవరు నడవని స్థితిలో ఒక్కరైపోయారు. గాంధీగారు తన శవంపైన విభజన జరగాలి అని అన్నారు. మతాన్ని ఆధారంగా చేసుకుని రెండు రాష్ట్రాలుగా విభజన చేయడాన్ని ఆయన ఎంతో బలంగా వ్యతిరేకించారు. అయినా నిస్సహాయంగా నిల్చుండిపోయారు. టోబా టేక్ సింహ్ పిచ్చివాడైయ్యాడు. ఇందులో వింత ఏముందని? కథ చివరిలో అతడు అరుస్తూ ఒక్కసారిగా పాకిస్తాన్ - హిందూస్తాన్ సరిహద్దుల మధ్య కిందపడిపోతాడు. హిందుస్తాన్ విభజన, మత కల్లోలాలు, విభజన తరువాత టోబాటేక్ సింహ్ వలన ఇంతకంటే మానవీయ విప్లవం ఏం జరుగుతుంది? టోబాటేక్‌షింహ్ కూలిపోవడం అంటే మానవతా విలువలు, సాంస్కృతిక విలువలు అన్నీ మట్టిలో కలిసిపోయాయి. వీటి కోసం గాంధీ గారు జీవితాంతం యుద్ధం చేసారు. టోబా టేక్‌సింహ్ చేసిన యుద్ధం దీని కన్నా ఎక్కువే అని చెప్పవచ్చు. ఎవరో అరకొకరో అర్థం చేసుకునే వాళ్లు ఉన్న లోకంలో, హంతకుల లోకంలో, వేల-లక్షల మందిని బూడిద చేసిన అరాచక రాజనీతి ఉన్న లోకంలో టోబాటేక్ సింహ్ పిచ్చివాడైపోయాడు. మహాత్మాగాంధీ ఆత్మబలాన్ని

పొగొట్టుకున్నారో లేదో తెలియదు మానసికంగా క్షోభ చెందారో లేదో తెలియదు కాని బిషన్ సింహ్ ఉర్ఫ్ టోబాటేక్ సింహ్ మాత్రం లోపల బయట ఎంతో సంఘర్షణ చేసాడు. చివరికి కూలిపోయాడు అన్న సత్యాన్ని మనం చూస్తాం. నిజానికి ఈ కూలిపోవడం, భావనాత్మకంగా, మానసికంగా మనలని హంట్ చేస్తూనే ఉంటుంది.

నిజానికి శారీరకంగా మంటో హిందుస్తాన్ నుండి పాకిస్తాన్, బొంబాయి నుండి లాహోరుకి వెళ్ళిపోయాడు. అయినా ఈ రెండు దేశాలు, రెండు మహానగరాల మధ్య ఎప్పుడు రెక్కలు అల్లార్చుతునే ఉన్నాడు. ఫినిక్స్ పక్షిలా మంటలో పడుతూ చస్తూనే ఉన్నాడు. మళ్లీ తన రచనల–బూడిద నుండి పునర్జన్మ పొందుతూనే ఉన్నాడు. ప్రజల జ్ఞాపకాలలో కొత్తగా ఎప్పుడు గర్జిస్తూనే ఉన్నాడు. ఇరవయ్యో శతాబ్దంలో కాదు, ఇరవై ఒకటో శాతాబ్దంలో కూడా, ఇంకా రాబోయే కాలంలో కూడా జీవించే ఉంటాడు అని చెప్పడంలో ఏమాత్రం సందేహం లేదు. అన్ని కాలాల పాటు, ఎల్లవేళలా మంటో బతికే ఉంటాడు.

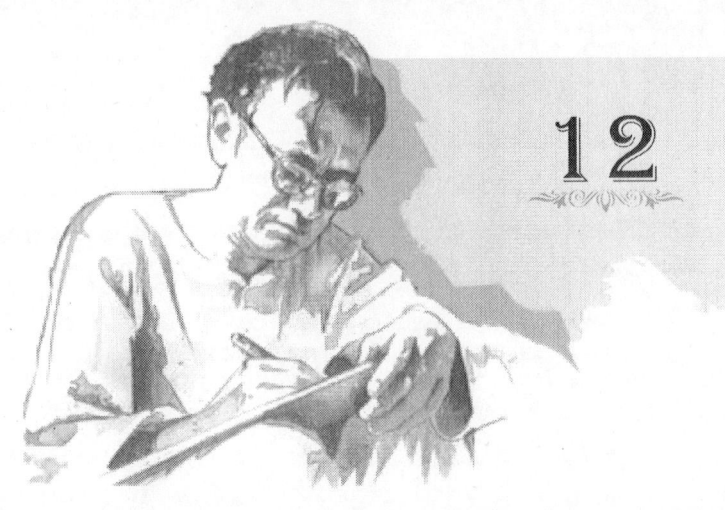

12

రాత్రి కాటేసిన ఆ ఉదయం

ఆగష్టు 15, 1947న హిందుస్తాన్‌కి స్వాతంత్ర్యం వచ్చింది. స్వతంత్ర వచ్చిన ఈ తరుణంలో ఒక దేశం రెండు ముక్కలయింది. మంటో మాటలలో 'హిందుస్తాన్‌కి స్వాతంత్ర్యం వచ్చింది. పాకిస్తాన్ ఏర్పాటుకాగానే పాకిస్తాన్‌కి స్వాతంత్ర్యం వచ్చింది. మనిషి ఈ రాజ్యాలకు, పట్టుదలకి బానిస. మతపిచ్చికి బానిస. పశుత్వానికి, వినాసనానికి బానిస. దీని ఫలితం రెండు దేశాలు దాదాపు ఆరునెలలు అల్లర్లు, హింస, భయంకరమైన మత కలహాలతో అట్టుడికిపోయాయి. రెండు దేశాలలో రక్తపు టేరులు పారాయి. స్వాతంత్ర్య హిందుస్తాన్‌లో మంటో దాదాపు నాలు నెలలు ఉన్నాడు. కాని ప్రతిక్షణం మృత్యువు వెంటాడుతున్నట్లుగా భయం, ఆందోళనలతో క్షణక్షణం చస్తూ బతికాడు. బహుశ అందుకే మంటో 1947 సంఘటనను 'విభజన', 'పంపకం'తో జోడించాడు. 'స్వాతంత్ర్యం'తో జోడించలేదు. నిజానికి 'విభజన'తో పాటు వచ్చిన 'స్వాతంత్ర్యం' ఒక స్వాతంత్ర్యమా? 'విభజనను స్వాతంత్ర్యంగా భావించడం సంతోషకరమైనదా? మంటో ఈ విధంగా ఆలోచినస్తూ బాధపడుతూ ఉండేవాడు.

రూలింగ్ పార్టీ వాళ్లందరికి 'స్వాతంత్ర్యం' అంటే ఒక ఒప్పందం పూర్తి కావడం. పెద్ద ఎత్తున జరిగే పండగ. కాని సాధారణ ప్రజల ప్రారబ్ధంలో

స్వాతంత్ర్యం రాగానే విభజనకి గురి కావాల్సి వచ్చింది. మనుషులు మతం పేరుతో విభజింపబడ్డారు. విరిగిముక్కలైన స్వప్నాలను చూడాల్సిన ఖర్మ పట్టింది. అధికారం సాధారణ ప్రజల మధ్య ఇక్కడి నుండి పెద్ద అగాధం మొదలైయింది. లోతైన నిశ్శబ్దాన్ని చూడడమే కాదు, ఫీల్ కూడా అయ్యారు. తక్కినవి ఎటూ ఉన్నాయి అయినా విభజన-నిశ్శబ్ధం, పెనుచీకటి మాటి-మాటికి వేరు వేరు రూపాలలో మన ఎదురుకూండా నిల్చుంటాయి. మన గర్వాన్ని వెక్కిరిస్తూ ధిక్కరిస్తాయి. ఈ నిశ్శబ్దాన్ని ఈ పెనుచీకటిని రచయితలు తమ రచనల ద్వారా వ్యక్తపరిచారు. అబ్దుల్లా హుసైన్ తన పెద్ద నవల 'ఉదాస్ నస్లేం'లో విస్తారంగా వివరించారు. ఇంత జార్ హుసెన్ తన చిన్న నవల 'బస్తీ' ద్వారా ఈ విషయాన్ని మనస్సులకు హత్తుకునేలా రాసారు. చారిత్రక నేపథ్యంలో సంబంధాలను డిసెక్షన్ చేస్తూ యష్పాల్ 'ఝూఠా సచ్'లో నిశ్శబ్దాన్ని పెనుచీకటిని కళ్లకు కట్టేలా చిత్రీకరించారు. మత కలహాల విరుద్ధంగా ఈ నిశ్శబ్దాన్ని పెనుచీకటిని కళ్లకు కట్టేలా చిత్రీకరించారు. మతకలహాల విరుద్ధంగా మండుతున్న చితుకుల నుండి వచ్చే చిన్న మంట రూపంలో భీష్మసహాని 'తమస్' నవలని రాసారు. పడిపోతున్న మానవతా విలువలు, కూలిపోతున్న సుసంస్కృతిని మంటో తన కథలలో చూపించారు. విభజన, పెనుచీకటిలో వెలువడ్డ హాహాకారాలని వందల రూపాలలో భారతీయ భాషల కథలలో మనం వింటాం. ఈ హాహాకారాలతో వణుకుతున్న సగం సగం నీడలు అశాంతితో మనలో విస్తరించడం మనకు అనుభవంలోకి వస్తుంది.

మంటో ఈ హాహాకారాల విరాట స్వరూపాన్ని తన బయటా లోపలా చూసాడు. ఈ ఆలోచనను చీల్చుకుంటూ ఒక ప్రశ్న ఎప్పుడు తన ఎత్తుతునే ఉంది 'మనం అసలు స్వతంత్రులం అయ్యామా లేదా? పరిపూర్ణంగా ఉన్న హిందుస్తాన్ రెండు ముక్కలయింది. విభజన ఒక పెద్ద రాకాసి అయి ఎదురుకుండా నిల్చుంది. ఇటువంటి పరిస్థితులలో బొంబాయిలో అతడు ఎంతకాలం ఉన్నాడో అంతకాలం మతకల్లోలాలు అతడిని కలవరపరుస్తూనే ఉన్నాయి. లాహోరు వచ్చాక మతకల్లోలా నీడలు అతడిని వదలలేదు. ఇది ఒకప్పటి లాహోరు కాదు. ఇక్కడి ప్రకృతి మారిపోయింది. మనుష్యలు మారిపోయారు. 'జహమత్-ఎ-మహర్-ఎదర్ ఖ్ షాం'లో మంటో ఇట్లా రాసాడు. 'మూడు నెలల పాటు నేను ఏ నిర్ణయానికి రాలేకపోయాను. పరదాపైన ఎన్నో సినిమాలు

నడుస్తున్నాయి. కాని ఒకదానితో ఒకటి అన్ని గజిబిజిగా ఉన్నాయి. అప్పుడప్పుడు బొంబాయి బజార్లలోని గల్లీలు, అప్పుడప్పుడు లాహోరులోని రష్‌గా ఉండే రెస్టారెంట్లు, అసలు నేను ఎక్కడ ఉన్నావో నాకు అర్థం అయ్యేది కాదు. రోజంతా కుర్చీలో కూర్చుని కలలు కంటూ ఉండేవాడిని. అతడు ముజాహిర్ల కాంపులలో ప్రజల దీనాతి దీన స్థితని చూసేవాడు. స్వయంగా కాందేశీయులలా వాళ్లతో కలిసిపోయేవాడు. 'లక్షల మంది కాంపులలో కుళ్లి కృశించి పోతున్నారు. వాళ్లకు కనీసం రెండురోజులైనా కడుపునిండా తిండి దొరకదు. ఆడవాళ్లకు ఒంటినిండా బట్టలు కూడా లేవు.

వాతావరణం శ్మశాన్ని తలపింపచేస్తోంది. ఆకాశంలో ఎండాకాలం ప్రారంభంలో ఏ విధంగా అయితే నిరుద్దేశ్యంగా గద్దల అరుపులు ఉదాశీనంగా ఉంటాయో అదేవిధంగా 'పాకిస్తాన్ జిందాబాద్' 'కాయదే ఆజమ్ జిందాబద్' అన్న నినాదాలు చెవులకి పేలవంగా వినిపిస్తున్నాయి. విభజనకు ముందు వాతావరణం తరువాత ఎక్కడా కనిపించలేదు. ఉదాశీనంగా, అశాంతిగా ఉన్న వాతావరణంలో మంటో మనస్సు బరువెక్కి పోయేది. శ్మశానంలా ఉన్న ఈ వాతావరణంలో హిందుస్తాన్ నుండి పాకిస్తాన్‌ని, పాకిస్తాన్ నుండి హిందుస్తాన్‌ని ఏ విధంగా అతడు వేరు చేయగలుగుతాడు? రెండువైపులా రెఫ్యూజీ కాంఫ్‌లలో పరిస్థితి అతిదయనీయంగా ఉంది. లాహెూరులోని రెఫ్యూజీ కాంప్‌లలోని హృదయవిదారకమైన దృశ్యాలను కళ్లకు కట్టినట్లుగా చూపించాడు. 'దాదాపు అన్ని చెట్లు ఎండిపోయి ఉన్నాయి. ఆకులు నేలరాలిపోయాయి. అన్నీ నగ్న దశలో ఉన్నాయి. ఎముకలు కొరికే చలి నుండి రక్షించుకోడానికి వృక్షాల చర్మాన్ని వలచి వాళ్లు చర్మానికి వేడినిచ్చుకోవడం మొదలుపెట్టారు. కొమ్మలను కొట్టేసారు. వాటితో తమ ఆకలిని చల్లార్చుకోడానికి ప్రయత్నించారు. ఎండిపోయిన చెట్ల వలన వాతావరణం ఇంకా ఉదాశీనంగా మారిపోయింది. బిల్డింగుల వైపు చూస్తే అవన్నీ శోకంలో మునిగిపోయాయా అని అనిపిస్తుంది. అందులో ఉన్నవాళ్లు శోకగ్రస్తులే. ముఖంలో నవ్వు కనిపించినా, వాళ్లు ఆడుతున్నా పాడుతున్నా, ఏదైనా పని దొరికితే చేస్తున్నా, అంతా ఏదో శూన్యంలో జరుగుతోందా అని అనిపిస్తుంది. ఈ శూన్యాన్ని ఎవరూ అధిగమించలేక పోతున్నారు. ఎవరు ఈ శిశిరాన్ని మార్చలేక పోతున్నారు. పాకిస్తాన్ వెళ్లాక మంటో జీవితం మోడైపోయింది.

మంటో మనఃస్ఫూర్తిగా ఎన్నడు విభజన జరగాలను కోలేదు. మతాన్ని ఆధారంగా చేసుకుని రెండు రాష్ట్రాలు ఏర్పాటు చేయాలన్న సిద్ధాంతం పాకిస్తాన్‌కి వచ్చాక కూడా ఎన్నడు అతడు ఇష్టపడలేదు. అతడి ఉద్దేశ్యంలో మతం వేరు రాజ్యం వేరు. విభజన వలన నరసంహారం, మారణ హోమం, నాశనం మొదలైనవి చూసాక అతడికి మతం పట్ల అసహ్యం పెరిగింది. నిజానికి అతడు ఎప్పుడు మతపిచ్చి కల మహమ్మదీయుడు కాదు. నమాజు, రోజా చేయాలన్న నియమాన్ని పాటించేవాడుకాదు. 'సాదత్ హసన్'లో వ్రజప్రేమీ ఇట్లా రాసాడు 'నిజానికి ఆశ్చర్యకరమైన విషయం ఏమిటంటే అతడిని అందరూ పరాయి మతస్థుడని, అశ్లీల రచయిత అని అంటారు.

కొంత అశ్లీల రచనలను చేస్తాడని నేను ఒప్పుకుంటాను. మంటో వర్జిత విషయాలపైన రాస్తాడు. అందువలన కొంత అశ్లీల భాషని ఉపయోగిస్తాడు. సమాజం దీనిని స్వీకరించదు. కాని నాకు ఒక విషయం బాగా తెలుసు మంటో ఏదైనా సరే రాసేటప్పుడు మొదటి పుటపై 786 అని రాస్తాడు. దీని అర్థం 'బిస్మిల్లాహ్' భగవంతుడిని నమ్మని వ్యక్తి. కాని పేపరు పైన మాత్రం ఎంతో భావుకుడు. ఆ కాగితపు మంటోని మీరు కాగితపు బాదంపప్పులాగా వేళ్లతో తుంచవచ్చు. కాని అతడు సుత్తితో కూడా పగలని వ్యక్తి.

ఏది ఏమైనా అతడు రెండు దేశాల మధ్య శాంతి స్నేహాలని కాంక్షించాడు. అశాంతి కాదు. శతృత్వాన్ని కాదు. కాని దీనికి వ్యతిరేకంగా జరిగింది. విభజన జరిగినప్పుడు అతడు బొంబాయిలో ఉన్నాడు. అప్పుడు కాశ్మీరు కోసం రెండు దేశాలలో అశాంతి, అల్లర్లు, పాకిస్తాన్ వెళ్లాక కూడా మంటో ఈ విషయంలో ఎంతో బాధపడ్డాడు. 'హిందుస్తాన్, పాకిస్తాన్ రెండు దేశాల నాయకులు కాశ్మీరు వాళ్లే. అయినా ఒకరికొకరు బద్ధ శత్రువులయ్యారు. అందుకే మంటో ఎంతో బాధపడ్డాడు. ఒకవేళ మజునూర్ (1947 అల్లర్ల సమయంలో జీవించేఉన్నాడు). జీవించి ఉంటే పరిస్థితులు మరోలా ఉండేవి అని అతడి అభిప్రాయం" తన కవి హృదయంతో ఆయన తన ఆర్టికల్ 'షాయెరె కాశ్మీర్ మజునూర్ కాశ్మీరీ'లో ఇట్లా రాసారు - ఒకవేళ అతడు బతికే ఉంటే డాక్టరు గ్రాహమ్ ఆవశ్యకత ఎంత మాత్రం ఉండేదికాదు. అతడు తన దైనశైలిలో జవహర్ లాల్ నెహ్రూ నాజిముద్దీన్‌కి (ఈయన కూడా కాశ్మీరువాడే) మనిషి రక్తం నీళ్ల కన్నా తక్కువ కాదు అని చెప్పి ఉండేవాడు. కాశ్మీరీలు మహమ్మదీయులైనా హిందువులైనా

కాశ్మీరులే. నీవు జవహర్‌లాల్ నెహ్రూ గోగజీ షిల్‌జమ్ జీబర్ (అన్నం)ని దస్తర్‌ఖాన్ నుండి తీసివేయలేవు. మరెందుకు ఇట్లా పోట్లాడుకుంటారు? షల్‌గమ్, అన్నం మీద ఒట్టుపెట్టి చెప్పండి మీరు ఒకరి భుజం మీద ఒకరు చేయివేసి కౌగలించుకోగలరా? విభజన, కాశ్మీర్‌లోని అల్లర్లకు సంబంధించిన కథలలో 'టిట్‌వాతేకా కుత్తా' 'ఆఖరీసెల్యూట్'లు ప్రసిద్ధ చెందాయి. వీటిలో ఒక కళాకారుడి నిష్పక్షపాతమైన దృష్టిని మనం చూడవచ్చు. వీటిలో అతడు హిందుస్తానీ మంటో కాదు, పాకిస్తానీ మంటోనూ కాదు. అతుడు కేవలం మంటో మాత్రమే.

అతడు హిందుస్తాన్ పక్షపాతి కాదు, పాకిస్తాన్ పక్షపాతీకాదు. అతడు కేవలం మానవత్వం వైపే మాట్లాడతాడు. మతం, రంగు, జాతి, దేశం రాజ్యాల మధ్య అతడికి ఏ బేధ భావం లేదు. అతడు వీటన్నింటికి మధ్య శాంతి, స్నేహం, ప్రేమ, సోదరభావం మొదలైన వాటి వంతెన కట్టాలని కోరుకున్నాడు'. అసలు మంటో మతం, మానవత్వం, ఇదే అతడి ధర్మం. అతడు మనిషికి స్నేహితుడు. అతడు పూర్తిగా నలిపి నేలరాయబడుతున్న ప్రజలవైపు ఉండేవాడు. వాళ్ల స్వరాన్ని అతడు పలికేవాడు. ఇదంతా అతడు బాధలతో, కష్టాలతో యుద్ధం చేస్తూ సంపాదించాడు. విభజనకి సంబంధించిన కథల లోనే కాదు, తక్కిన కథలతో, నాటకాలలో, ఆర్టికల్స్‌లో దీని ముద్ర కనిపిస్తుంది.

పాకిస్తాన్‌లో అయినా సమస్యలకు పునాది ఒకటేగా? అక్కడ ఉర్దూ సమూలంగా నష్టం అయిపోతుందా? ఇక్కడ పాకిస్తాన్‌లో ఉర్దూ రూపం ఎట్లా ఉంటుంది? మన స్టేట్ మత ప్రాదికమైన స్టేటా? స్టేట్ పట్ల ఎప్పుడు మేము నమ్మకస్తులంగానే ఉంటాము. కాని పరిపాలనా విషయంలో లొసుగులు ఉంటే చెప్పడానికి అనుమతి ఉంటుందా! స్వాతంత్ర్యం పొందాక ఇక్కడ ఆంగ్లేయుల పరిపాలన కన్నా మెరుగైన పరిస్థితులు ఉంటాయా?

'ఇంద్రధనుష్ రౌంద్ గయే' అని అజ్ఞేయ్ అన్నారు. 'ఖోల్‌దో' 'ఠండాగోష్త్' 'టోబాటేక్‌సింహ్' కథలు రాసాడు. పిచ్చివాళ్లను చేసే వాతావరణంలో ఒంటరిగా ఉండిపోయే వ్యక్తుల కథలు. 'ఠండాగోష్త్' 'ఖోల్‌దో' ఈ రెండు కథల పైన కేసులు. ఈ సందర్భంలో మంటో మనస్తత్వం గురించి చర్చ జరిగింది. ఈ క్రమంలో చూస్తే 'టోబా టేక్ సింహ్' కథ విభజన జరిగాక మంటో మనస్తత్వాన్ని అన్ని విధాలా చూపిస్తుంది. టోబాటేక్ సింహ్ నిల్చున్న ఆ కొంచెం నేలముక్కకి ఏ శబ్దాలు లేవు. ఇవి జాతులు, కులాలు, సంస్కృతుల అవతల వరకు

తీసుకువెళ్తాయి. అక్కడ కేవలం ఒక మనిసి ఉన్నాడు. వేళ్లతో నిశ్చలంగా ఉన్న ఒక వృక్షం. ఏ వృక్షినైతే నేను చూస్తున్నానో అది నా లోపల మొలుస్తోంది' అని రిల్కే అన్నాడు.

ఒక సైనికుడు తన బూటుతో భూమిని తవ్వుతూ 'ఇప్పుడు ఇహ కుక్కలు కూడా హిందుస్తానీ కుక్కగా అయినా లేకపోతే పాకిస్తానీ కుక్కగా అయినా జీవించాలి అని అంటాడు. టిట్‌వాలా కుక్కలాగా సాధారణ హిందుస్తానీ ప్రజలు పాకీస్తానీ ప్రజలకు నిన్నటిలాగా నేడు కూడా రాజనైతిక హింసకు తలవంచి బతకాలా? మంటో కులాలు, జాతులతో సంబంధించిన ప్రశ్నలను మనను వేధించి బోధించే ప్రశ్నలను తన కథలలో లేవనెత్తాడు. నేడు కూడా ఈ ప్రశ్నలు కొత్త రూపాలలో తల ఎత్తుతునే ఉన్నాయి.

హిందుస్తాన్‌లో, పాకిస్తాన్‌లో దాదాపు వివిధ భాషలలో విభజన ట్రాజడీని కేంద్రబిందువుగా చేసుకుని రచయితలు కథలు రాసారు. అయినా మంటో విషయం వేరు. అతడు పాత్రల అంతరంగాన్ని ఎంతో బాగా చిత్రీకరించకలడు. పాత్రకు సంబంధించిన బాహ్యాపరిస్థులను కళ్లకు కట్టినట్లుగా రాయగలడు. అతడి మాటలలో అశాంతి కనిపిస్తుంది. ఈ మాటల నుండి లావా రాకముందే మనలని పూర్తిగా భావకులు అయ్యేలా చేసి రాష్ట్రవాదం, మత పిచ్చి గురించి ఆలోచించడానికి మళ్లీ మళ్లీ ప్రేరేపిస్తాడు. 'నంగీ ఆవాజేం' కథలో విభజన పైకి ఎక్కడా కనిపించదు. కాని కథలలో అంతర్లీనంగా ఉంటుంది. పాత్రల వ్యవహారం చేష్టలు మొదలైనవి దీనిని ప్రతిబింబిస్తాయి. ఈ కథలో శరణార్థుల కాలనీలోని దయనీయ పరిస్థితుల చిత్రీకరణ ఉంది. అక్కడి వాళ్ల బతుకులు పశువుల కన్నా హీనం. పశువులలాగా బతకాల్సిన పరిస్థితి వాళ్లది. గోనెపట్టాల తెరల వెనక స్త్రీ-పురుషుల సెక్స్ సంబంధాలను పెట్టుకుంటారు. కాని భోలూ ఏం చేయగలడు. చుట్టపక్కల వాళ్లు మాట్లాడే అశ్లీలపు మాటలు అతడి మనస్తత్వంపై ఎంతో చెడు ప్రభావం చూపిస్తాయి. తన భార్యతో సెక్స్ సంబంధం పెట్టుకోలేకపోతాడు. భార్య అతడిని నపుంసకుడు అని అంటుంది. అతడు మానసిక రోగి అవుతాడు. 'ఇప్పుడు అతడు నగ్నంగా బట్టపీలిక లేకుండా బజారులలో తిరుగుతున్నాడు. ఎక్కడైనా గోనె పట్టా కనిపిస్తే చాలు దాన్ని తీసేసి చింపి పీలికలు చేసి పడేస్తాడు'. భోలూ బిహేవియర్, మనస్తత్వం విభజన సమయంలోని వాతావరణాన్ని ప్రతిబింబిస్తుంది.

'గురుముఖ్‌సింహ్ కీ వసీయత్', 'షరీన్', రామ్‌ఖేలావన్' మొదలైన కథలలో విభజన ముందు తరువాత జరిగిన సంఘటనలను తనకు కలిగిన అనుభవాలను మంటో ప్రతిబింబింప చేయడానికి ప్రయత్నించాడు. 'రామ్ ఖేలావన్' కథలో అల్లర్ల సమయంలోని అరాచకత్వాన్ని వ్యక్తుల మనస్తత్వాన్ని, పాత్రరామ్ ఖేలావన్ చూసిన విరోధాన్ని పాఠకుల మనస్సులకు హత్తుకునేలా చిత్రీకరించాడు. చాకలిరామ్ ఖేలావన్, నారేటర్ ద్వారా ఈ భావాన్ని వ్యక్తపరిచాడు రచయిత -రామ్ ఖేలావన్ దాడి చేయడానికి లాఠీ ఎత్తాడు. ఒక్కసారిగా అతడు కళ్లు చిట్లించాడు. తరువాత కళ్లు వెడల్పు చేసాడు. లాఠీ కింద పడిపోయింది. అతడు నా దగ్గరిగా వచ్చాడు, చూసాడు. 'సాహెబ్!' అతడు తన స్నేహితుల వంక చూస్తూ అన్నాడు - ఇది ముస్లిం కాదు, ఇది బేగం సాహెబ్, సాహెబ్... అతడు కారు తీసుకువచ్చాడు. డాక్టర్ దగ్గరికి తీసుకువెళ్లాడు. అతడు నా ఆరోగ్యాన్ని బాగు చేసాడు. నిజానికి మంటో చూసిన మారణ హోమం, కలిగిన అనుభవాలకు మానవత్వాన్ని మరిచిపోవాలి. కాని అతడు ఎప్పుడు మానవత్వానికి తిలాంజలి ఇవ్వలేదు. కథలలోని పాత్రల ద్వారా కూడా ఇదే సందేశాన్ని ఇచ్చాడు. మంటోలో మానసిక సంఘర్షణ అనునిత్యం జరుగుతూనే ఉండేది. ఒకవైపు తుప్పు పట్టిన నైతిక విలువలు, మరోవైపు మత కల్లోలాల వలన ప్రవహిస్తున్న రక్తం రెండింటిని తీవ్రంగా వ్యతిరేకించాడు.

హిందుస్తాన్‌లో, బొంబాయి ఇంకా తక్కిన నగరాలలో విభజన కావాలి, ఒద్దు అని మధ్యనపడ్డ మనుషులని చూసాడు. పాకిస్తాన్‌లా లాహోరులో కూడా ఇదే స్థితి చూసాడు. చూసిందంతా బాధపడుతూ రాసాడు. రచనలు చేస్తేనే తనకు శాంతి అని గట్టిగానమ్మాడు. అందువలనే లాహోరు వచ్చాక చాలా రచనలు చేసాడు. కథలతో పాటు వ్యక్తి చిత్రాలను కూడా రాసాడు. విభజన అతడి మనస్సును అతలాకుతలం చేసింది. దీనిని నుండి అతడు ముక్తి పొందలేకపోయాడు. ఈ అనుభవం అంతా రచనలలో వ్యక్తం అయింది. చిరంజీవి అయిపోయిందానుభవం.

మంటో అసలు ఏం చేయాలో తెలియని పరిస్థితిలో పాకిస్తాన్‌కి వెళ్లిపోయాడు. అసలు తను కొత్తగా స్వాతంత్ర్యం లభించిన పాకిస్తాన్‌లో ఉండగలడా? ఆ కొత్త పరిస్థితులకు అనుగుణంగా తనకు తను మార్చుకోలడా? అసలు తను ఏ దేశంలో ఉన్నాడు. నిన్నటి దాకా లాహోరు హిందుస్తాన్‌లో

ఉండేది. తన భార్యబిడ్డలని రెండు నెలల క్రితమే పంపించాడు. ఎన్నో సంవత్సరాల క్రితం జీవితం ప్రారంభం అయిన దశలో అమృత్‌సర్ నుండి ఏ లాహోరుకి అయితే వెళ్లాడో, దాదాపు ఒక నెల రోజులు రాకపోకలు జరిపాడో, ఆ లాహోరు అప్పుడు హిందుస్తాన్‌లో ఉన్నప్పుడు ఇంత తక్కువ సమయంలో ఇప్పుడు పాకిస్తాన్ ఎట్లా అయింది. ఇప్పుడు పాకిస్తాన్‌కి వెళ్లిపోయాడు. అక్కడ తల దాచుకున్నాడు. కాని అక్కడ కూడా తగలబడుతున్న ఇళ్లను చూస్తున్నప్పుడు బొంబాయిలో తగలబడ్డ ఇళ్లు గుర్తుకు వచ్చేవి. ఆ అల్లర్లలో శరీరాలే కాదు, నీడలు కూడా తగల బడుతున్నట్లుగా అనిపించేది. సాహిర్ లుధ్యాన్వి మాటలలో అతడి మానసిక పరిస్థితి ఈ విధంగా వ్యక్తం అయింది. భయంకరమైన యుద్ధంలో ఇళ్లు-వాకిళ్లు దగ్ధం అవుతాయి. ఈ సారి ఒంటరితనం తగలబడుతుంటే ఆశ్చర్యం అనిపించదు. యుద్ధంలో శరీరాలు తగలబడతాయి, ఈ సారి నీడలు కూడా తగలబడుతాయంటే ఆశ్చర్యం ఏ మాత్రం అనిపించదు.

లక్ష హిందువులు, ఒక లక్ష మహమ్మదీయులు చనిపోయారు అని అనవద్దు. రెండు లక్షల మంది మనుష్యులు చనిపోయారని చెప్పండి. నిజానికి ఇది పెద్ద ట్రాజడీ కాదా! చనిపోయిన వాళ్ల కన్నా హంతకులు ఒరగ బెట్టింది ఏముందని? ఒక లక్ష హిందువులని చంపి మహమ్మదీయులు అనుకున్నారు హిందూ మతం ఇక బతికి బట్ట కట్టదు అని మొత్తంగా సమూలంగా నాశనం అయిపోయింది. కాని ఈ మతం జీవించే ఉంది. ఇంకా జీవించే ఉంటుంది. ఇదే విధంగా ఒక లక్ష మహ్మదీయులను చంపి హిందువులు ఇస్లాం ఇక లేదు అని అనుకుంటూ కాలర్లు ఎగరేసారు. కాని ఇస్లాంకి వెంట్రుక వాసి కూడా ఎటువంటి హాని జరగలేదు. ఇది సత్యం. అసలు అస్త్ర-శస్త్రాలతో, కత్తులు-కటారులు, పిస్తోళ్లు గుళ్లతో ఏమతాన్నైనా వేటాడవచ్చు అని అనుకునే వాళ్లు మూర్ఖులు. మతం, ధర్మం, విశ్వాసం, నమ్మకం అన్ని శరీరంలోనే కాదు మన ఆత్మలలో మమేకం అయిపోయాయి. కత్తులు-కటార్లు, గుళ్లు మొదలైన వాటి వలన అవన్నీ సమూలంగా ఎట్లా మరణిస్తాయి?

కవి ఫైజ్ అహమ్మద్ ఫైజ్ స్వాతంత్ర్యం - విభజనను 'దాగ్ - దాగ్ ఉజాలా' అని అన్నాడు.

ఇది ఉదయమే కాని రాత్రి కటేసిన ఉదయం

ఇది మచ్చలతో కూడిన ఉదయం-రాత్రి కాటేసిన ఉదయం.

దేని కోసం ఎదురు చూసామో ఆ ఉదయం ఇది కాదు... ఇది కాదు...

ఆకాశం అడవిలోని తారల చివరి మజిలీ ఎప్పుడో ఒకప్పుడు దొరుకుతుంది.

అన్న ఆశతో కలిసి నడిచి ఎదురుచూసిన ఉదయం ఇది కాదు.

ఇంకా ఇప్పటికి అందరి హృదయాలు బరువుగానే ఉన్నాయి.

కళ్లకి మోక్షం వచ్చే ఘడియలే రాలేదు... రాలేదు...

పదండి ముందుకు ... ఇంకా మనం అనుకున్న మజిలీ రాలేదు... రాలేదు...

1947-50ల మధ్య రెండు దేశాలలోనూ చెప్పుకోతగ్గ పుంఖాల పుంఖాల సాహిత్యం రాలేదు. కాని ఈ సమయంలో రచించబడిన చాలా రచనలు ముందు తరం వాళ్లకి ఎరువులలా ఎంతో పనికివచ్చాయి. రాయాలన్న ఉత్సాహం రచయితలలో లేకుండా పోయింది. అందరిలో ఒక స్తబ్ధత వచ్చింది. అసలు వాళ్లలో ఉన్న రచనాశక్తి లుప్తం అయిందా అని అనిపిస్తుంది. 'ఖుదాకీ కసమ్' కథలో మంటో ఒక చోట ఇట్లా రాసాడు -పాత్రికేయులు, కళాకారులు, కవులు తమ తమ కలాలు పట్టారు. వాళ్ల వేటలో వాళ్లు ఉన్నారు. కథలు, కవితలు వెలువడుతునూ ఉన్నాయి. ఈ రచయితలకు ఇళ్ల నుండి బలవంతంగా తీసుకురాబడ్డ ఆడవాళ్లు-వాళ్ల కన్నీళ్లు కనబడలేదు. ఈ పంక్తుల ద్వారా ఆ సమయంలో అసలు సిసలైన సత్యాలు గురించి రాయకుండా తమ సుఃఖాలలో మునిగిపోయిన పాత్రికేయులపైన, రచయితలపైన వ్యంగ్య బాణాలు విసిరారు. ఒక కొత్త వస్తువు వైపు కూడా దృష్టి మరల్చారు. మొదటి నుండి రాస్తున్న విషయ వస్తువును రచయితలు మార్చలేకపోయారు. నడుస్తున్న శవాల్లా జీవిస్తూ ఘోరాతి ఘోరమైన పరిస్థితులలో నరకయాతనపడే నిస్సహాయుల వైపు ఏ రచయిత దృష్టి పోవడం లేదని మంటో చెప్పారు. కృత్రిమంగా మనస్సులో అనుభవించకుండా రాసేవాళ్లు పరిస్థితి విభజన తరువాత దారుణంగా మారింది. అసలు వరదలు ముంచేస్తున్న ఆ ప్రపంచాన్ని కథలలో ఎట్లా ఇమడ్చకలరు? నిజానికి వాళ్లు అభివ్యక్తి చేయలేని పరిస్థితి ఇది. కలాలు ముందుకు నడవడం లేదు. ఈ రచయితలందరు తాబేలు ధర్మాన్ని పాటించారు. ఈ విభ్రాంతి స్థితి

నుండి అటు ఇటు రెండు వైపుల రచయితలు బయటకి రావడానికి కొంత సమయం పట్టింది. అయినా ఈ స్థితి నుండి బయటపడ్డారు. మంటో విషయంలో కూడా ఇదే జరిగింది. విభజన అతడిని అన్ని విధాల కృంగదీసింది. ఈ దుర్ఘటనను కథలలో ముంచాలంటే ఎంతో కష్టతరంగా అనిపించింది. ఈ సమయంలో ఫైజ్ అహమ్మద్‌ఫెజ్, చిరాగ్ హసన్ హసరత్‌లతో పరిచయభాగ్యం అతడికి కలిగింది. వీళ్లిద్దరు ఒక కొత్త దినపత్రికను మొదలుపెట్టాలనుకున్నారు. 'ఇమ్‌రోజ్' అన్న పేరున ఈ పత్రిక రావడం మొదలైంది. మంటో హాస్య–వ్యంగ్య రచనలను ఈ పత్రిక కోసం రాయడం మొదలుపెట్టాడు. 'నాక్‌కి కిస్ మేం' 'దివార్ పర్ లిఖనా' మొదలైన రచనలు దీనికోసమే చేసాడు మంటో. నలువైపుల ఉన్న బాధాతప్త వాతావరణాన్ని వ్యక్తం చేయడానికి వ్యంగ్యం ఒక మంచి మాధ్యమం. హాస్య–వ్యంగ్య రచనలను చేస్తూ తన కలంలోని సిరాని ఎండిపోకుండా ఆయన చూసుకున్నాడు. ఎండిపోకుండా చూసుకోవడమే కాదు కలానికి పదునుపెట్టాడు.

పాకిస్తాన్‌లో మంటో తను ఎంతగా మానసిక సంఘర్షణ అనుభవించాడో, ఎంతగా కుంగిపోయాడో 'యజీద్' సంకలనంలో 'జైబేకఫన్' అన్న పేరున భూమిక రాసాడు. అందులో ఇట్లా రాసాడు 'విభజన వలన విప్లవశంఖారావం నలువైపులా ప్రతిధ్వనించింది. నేను చాలావరకు దీని నుండి దూరంగా ఉన్నాను. ఏమైనాసరే నేను నిరాశక్తతను నా చుట్టుపక్కల రానీయలేదు. నేను ఆ రక్తపు సముద్రంలో మునిగి కొన్ని ముత్యాలను మోసుకువచ్చాను. అవే గ్లానితో నిండిన అశ్రువులు శ్రమతో నిండిన కన్నీళ్లు. నిజానికి ఈ రక్తపాతం మనుష్యుల మధ్య రగిలిన ద్వేషమే ఇద్దరి సోదరుల మధ్య పారిన రక్తపుటేరులు. ఇంకా మానవత్వం మాలో ఎందుకు బతికిఉందని అని అనుకుంటూ కార్చిన కన్నీళ్లనే ముత్యాలను నేను నా రచన 'సియాహ్ హాషియా' ద్వారా మీ అందరికి అందించాను.

'సియాహ్ హాషియా' అనే లఘుకథల సంకలనంలో విభజనకి సంబంధించిన కటు సత్యాలు ఉన్నాయి. ప్రగతిశీల రచయితలు మంటో శవాల జేబులలో నుండి సిగరెట్టు ముక్కలు, ఉంగరాలు ఇంకా ఇటువంటి వస్తువులను సేకరిస్తున్నాడని అంటూ అతడిని హేళన చేసారు. ఆయనకి ఆత్మీయ మిత్రుడైన ఒక క్రిటిక్ ఇదంతా చేసాడు. నిజానికి అతడు నా ముఖాన చెప్పివేయవచ్చు.

కాని ఆ లెటర్‌లో నన్ను ఓపెన్‌గా విమర్శించాడు అని మంటో చెప్పాడు. 'సఫాయి పసందీ', 'హైవానియత్', 'జూతా', 'కసర్-నఫీజ్', 'కరామత్', 'మునాసిబ్ కార్వాయీ', 'సద్‌కే ఉస్‌కే', 'తక్‌సీమ్' మొదలైన రచనలలో ఆక్రోశం, దుఃఖంతో పాటు వ్యంగ్యం కూడా ఉంది కాని విమర్శకులలో కొందరు ఈ అంశం మీద దృషి పెట్టలేదని బాధపడ్డాడు. మంటో– నేనూ మనిషినే అందుకే నాకంత కోపం వచ్చింది. నేను ఆ సమయంలో ఆ బురదకి జవాబు చెప్పడానికి మరో బురదను తయారుచేసాను. ఆ బురద వాళ్లని వదలలేదు. తరువాత నాకే అనిపించింది అట్లా చేయడం తప్పు అని. చెంప దెబ్బకి ఎదురు చెంప పెట్టు నిజానికి భావ్యం కాదు. ఇందులో ఏ మాత్రం సందేహం లేదు. కాని నిశ్శబ్దంగా మాట్లాడకుండా ఊరుకోవడం కూడా ఒక రకంగా సహనమే. అప్రవాహంలా పడి ఉండడమే.

'జైబేకఫన్' ప్రారంభంలో మంటో గాలిబ్ షేర్‌ని పేర్కొన్నాడు.

ఫారిగ్ ముఝె న జాన్ కి మానిందే సుబహ్ ఏ మహర్

హై దాగె ఇష్క్ జీనతే జే బై -కఫన్ హునూజ్.

నిజానికి ఈ షేర్ చూడడానికి చిన్నగా ఉన్నా ఇందులో ఒక సముద్రం ఇమిడి ఉంది. ఎదుటివాడి హృదయానికి హత్తుకుంటుంది. ఎంతో మర్మం అందులో ఉంది - నన్ను ముగింపుగా అనుకోవద్దు. ఎందుకంటే ఉదయభాస్కరుడిలా ప్రేమ మచ్చ ఇప్పటివరకు నా ప్రేత వస్త్రంలో ఖాళీ చోటుకి ఆభరణం. అసలు ఇట్లా చెప్పాలంటే ఆ వ్యక్తిలో సత్యం చెప్పే సాహసం ఉండాలి. ప్రేమ మచ్చను భరించగల శక్తి ఉండాలి. పరిణామాలను ఎదుర్కొనే ధైర్యం ఉండాలి. మంటో ఉదయ భాస్కరుడిలా ప్రేమ మచ్చను తన ప్రేత వస్త్రంలోని ఖాళీ చోటులో వెలుగుతున్న సౌందర్యంలా అనుకున్నాడు, అనుభవించాడు. హిందుస్తాన్ నుండి పాకిస్తాన్ (లాహోరు) కి వచ్చినప్పుడు విభజన పై వ్యంగ్యాని దుఃఖాన్ని 'సియాహీ హాషియే' అన్న పేరున లఘు కథలను రాసాడు. ఈ సమయంలో అతడు చూపిన సహనం, అర్థం చేసుకోగలిగిన తత్వం, అతడిలోని మార్పును సూచిస్తాయి ఈ కథలు. నిజానికి ఈ రచయిత ఉదయభాస్కరుడిలా మెరిసే ప్రేమ మచ్చని తన ప్రేత వస్త్రపు ఖాళీ భాగంలోని సౌందర్యంగా భావించి అనుభవించాడు అని చెప్పడంలో ఏ మాత్రం సందేహం

లేదు. 'సియాహి హాషియే' లఘుకథల సంగ్రహంలో హిందుస్తాన్, పాకిస్తాన్ విభజనా విలాపాన్ని ఆయన ప్రతిబింబింపచేసాడు. అతడిలోని ప్రగతి భావాలకు, చైతన్యానికి దీనిని ప్రామాణికంగా తీసుకోవచ్చు.

అతడి సాహితీ మిత్రలు, సినిమా స్నేహితులు హిందుస్తాన్‌లో ముఖ్యంగా బొంబాయి, ఢిల్లీలో ఉండిపోయారు. వాళ్ల నుండి తప్పించుకుని నిస్సహాయస్థితిలో లాహోరుకి వెళ్లిపోయాడు. స్నేహితులు ఆయన మనస్సులో ఉండిపోయారు. ఆ పట్టణాలు ఎప్పుడు అతడి కళ్ల ఎదుట కదలాడుతూనే ఉండేవి. ఎంతైనా లాహోరు లాహోరే, బొంబాయి బొంబాయే అని ఎన్నో సార్లు అనుకున్నాడు. మంటో నరనరాల్లో బొంబాయి కలిసిపోయింది. అందువలనే అక్టోబర్ 29, 1951లో 'మై చలతా-ఫిరతా బొంబాయీ హుం' అని ఆయనకు చెప్పాల్సిన పరిస్థితి వచ్చింది. ఒక నగరానికి చెందిన వ్యక్తి ఆక్రోశన ఇది. లాహోరు నగరం తన కౌగిల్లో బొంబాయిని ఎందుకు తీసుకుంటుంది? ఒక దేశంలోని మహానగరం మరో దేశంలోని మహానగరాన్ని ఎట్లా కౌగలించుకుంటుంది? నడిచి తిరగాడిన ఈ బొంబాయి పాకిస్తాన్‌లోని సమాజానికి అర్థం కాలేదు. భౌతికంగా మంటో పాకిస్తాన్‌లోని లాహోరులో ఉన్నాడు. కాని ఆయన స్మృతులలో బొంబాయి, ఢిల్లీలతో మమేకం అయిపోయాడు.

స్నేహితులతో ఆయనకున్న భావాత్మక సంబంధం ఇంకా తెగలేదు. అక్కడ జరిగిన సభలు-సమావేశాలు ఎప్పుడు గుర్తుకు వస్తూనే ఉంటాయి. ఎంత ప్రయత్నించినా వీటి నుండి ఆయన బయటపడలేకపోయాడు. బొంబాయిలో ఉన్నప్పుడు రేఖాచిత్రం రూపంలో 'ఇస్మత్ చుగ్తాయి' గురించి రాసాడు. తక్కిన సంస్మరణలు 'గంజే ఫరిస్తే', 'లవుడ్ స్పీకర్', 'మీనా బజార్' మొదలైన పుస్తకాల సంకలనాలలో ఉన్నాయి. లాహోరుకి వచ్చాకే ఇవన్నీ రాసాడు.

ఈ సంస్మరణలలో మంటో స్నేహితులు, రచయితలు, పాత్రికేయులు బుద్ధిజీవుల (అఖ్తర్ షిరానీ, ఆగా హస్ర్వ కాశ్మీరీ, ఇస్మత్ చుగ్తాయి, దీవాన్ సింహ్ మఫ్తూన్, బారీ సాహెబ్, మీరాజీ, బాబూరావ్ పటేల్, రఫీక్ గజనవీ, వి.హెచ్.దేసాయి మొదలైన వాళ్లు) గురించిన విశేషాలు ఉన్నాయి. ఈ రచయితల స్వభావాలు, విరోధాభాసాలు, జీవితపు విశేషాలు మనస్సు అట్టడుగు పొరలలో ఉన్న నగ్న సత్యాలు మంటో అక్షరబద్ధం చేసాడు. వీటితో పాటు కొంతవరకు

ఆయన జీవితం కూడా పాఠకుల ముందుకు వచ్చింది. ఎదుటివాళ్లను విమర్శించడానికి ఎంత మాత్రం వెనకాడలేదు. అట్లాగే తనని తాను కూడా విమర్శించుకోవడంలో ఎంత మాత్రం వెనకాడడు. ఈ విధంగానే బొంబాయి ఫిల్మీ ప్రపంచంలోని రంగులను, బేధభావాలను, వెలిగిన వెలుగులను, ఆరిపోయిన దివ్వెల గురించి కూడా ఆయన చిత్రీకరించాడు. అభినేత్రి-అభినేతల అంతర్‌బహిర్ సంఘర్షణలను హృదయానికి హత్తుకునేలా రాసాడు. అశోక్‌కుమార్, శ్యామ్‌లాంటి యాక్టర్స్ గురించి చదివినప్పుడు వాళ్లు మనకి ఎంతో కాలం నుండి తెలిసినట్లుగా అనిపిస్తుంది. శ్యామ్ అంటే జీవితాన్ని కౌగలించుకుని జీవించాలి అన్న కోరికే శ్యాము. అశోక్‌కుమార్ ప్రేమ అంటే తెలియనివాడు. పారో చేతిని వదిలించుకుంటాడు. కాని శ్యామా సితారాలు ప్రతీ వారికి చేయూతనిస్తారు. కె.కె. కులదీప్ కౌర్ గురించి ఆయన ఇట్లా రాసాడు. ఎట్లాగైతే ఆమె ముక్కు కొసగా ఉందో అదే విధంగా ఆమె పాత్ర కూడా అంతే పదునుగా ఉంది.

సితారాలో ఎంతో మంది స్త్రీలు ఉన్నారు- ఆమె స్త్రీ కాదు. ఒక తుఫాను. ఒకసారి వచ్చి ఆగిపోయే తుఫాను కాదు. నర్గీస్ పేరు ప్రతిష్టలు త్వరగా లభించాలన్న తపనతో ముందడుగులు వేస్తోంది. కాని ఆమె ప్రేమ-గీమ అనే కృత్రిమమైన ఆట ఆడుతూ ఒక రోజు ఏకాంతమైన శుష్కమైన ఎడారివైపు వెళ్లిపోతుంది. అక్కడంతా మరీచిక... తప్ప మరొకటి ఉండదు. 'ఖుదా మీద ఒట్టు... స్వర్గంలో ఎంత మధురాతి మధురంగా పాడే వాళ్లైనా నూర్‌జహాన్ పాట వింటే సిందూరం వికశించిందా అని వాళ్లకి అనిపించకమానదు. మంటోలోని సాహసం, వ్యగ్యం, సంవేదన వ్యక్తి చిత్రాలకు ప్రాణం పోసి సంస్మరణలుగా మార్చేస్తాయి.

'మీనా బజార్' 'షికారీ ఔరతేం' కథల సంకలనలలో చాలా వ్యక్తి చిత్రాలు ఉన్నాయి. మహమ్మద్ అలీ జిన్నాను డ్రైవర్ల దృష్టి కోణంతో చూస్తూ రాసిన సంస్మరణ ఎంతో విలువైనది. ఈ జీవిత చరిత్రలు వన్ డైమెంషనల్ సంస్మరణలు కావు. వీటిలో రకరకాల కోణాలు ఉన్నాయి. కర్వ్‌లు ఉన్నాయి. వీళ్లందరు నిజాయితీగా బతికే బొమ్మలుకారు. అసలు నిజాయితిగా బతికే వాళ్ల మీద ఏం రాయాలి? అన్న సంగతి అతడికి అర్థం కాలేదు. అహమ్మద్ నదీమ్ పైన స్కేచ్ రాయమని అడిగినప్పుడు ఆయన ఎంతో ఉదాశీనంగా

అయిపోయాడు –కాస్మీ గురించి స్కెచ్... అసలు అతడు మనిషేనా? ఎన్ని కాగితాల మీద ఎంత రాసినా... కాస్మీ ఎంతో సజ్జనుడు అనే రాయవలసి వస్తుంది. అసలు ఈ సంస్మరణలను స్కెచ్‌లని ఉర్దూలో ఖాకే అని ఎందుకంటారో తెలియదు. వీటిల్లో జీవితంలోని ఎత్తు–పల్లాలు, సంవేదన–సౌందర్యాలు ఉన్నాయి.

'గంజేఫరిష్తే' ముందు మాటలో (11-01-1952) ఆయన ఇట్లా రాసాడు. చనిపోయిన తరువాత ప్రతివ్యక్తి చరిత్రని, వ్యక్తిత్వాన్ని లాండరీలో పంపించాక అక్కడ శుభ్రపరిచాక రహమతుల్లా అలేహ్ గూటంపై వేళ్లాడేస్తాం అన్న సిద్ధాంతం ఏ ప్రపంచంలో అయితే ప్రచారంలో ఉందో, ఏ సభ్య సమాజం దీనికి తలవంచుతోందో ఆ సమాజాన్ని నేనూ తిరస్కరిస్తాను. అసలు ఇటువంటి అవైజ్ఞానికమైన సిద్ధాంతాలు, భావాలు ఉండటం మానవాళికే సిగ్గుచేటు. అసలు నాకు కృత్రిమ అలంకరణలు, ఆర్భాటాలు అంటే ఇష్టం లేదు. ఆగాహస్రీ మెల్లకళ్లని నేను సరిచేయలేకపోయాను. వాడి నోటి నుండి బూతులే వచ్చాయి కాని పూలను వర్షింపలేకపోయాను. మీరాజీ తప్పుడు ప్రవర్తనను నేను ఇస్త్రీ చేయలేకపోయాను. నేను నా స్నేహితుడైన శ్యామ్‌కి తప్పుడు దోవపట్టిన ఆడవాళ్లని మరదళ్లు అని పిలవవద్దు అని ససేమిరా చెప్పలేకపోయాను. ఈ పుస్తకంలో (గంజేఫరిష్తే) వచ్చిన దేవదూత లందరు గుండు కొట్టించుకున్న వాళ్లే. నిజానికి ఈ ఆచారాన్ని నేను ఎంతో మంచిగా తెలివిగా పాటించాను. దాన్నే మీకు చూపించాను. నిజానికి ఈ సంస్మరణలలో మంటో ఈ పాత్రలకు స్నేహితుడు కాదు. శత్రువు కాదు. కాని వాళ్లపట్ల సహానుభూతిని చూపించాడు. ఎంతో గాఢమైన భావుకతతో తటస్తంగా వీళ్లని చిత్రీకరించాడు. సుగంధం ఆకులను నులిమి నలిపేస్తే రాదు వాటిని గాలిలోకి విసిరస్తేనే వస్తుంది. ఈ సుగంధం ఢిల్లీ, బొంబాయి, లాహోరు వరకు వ్యాపించింది. ఈ సంస్మరణలు రాస్తూ మంటో విభజన వలన వ్యాపించిన చీకటిని (నలుపు) స్మృతులతో శుభ్రం చేస్తున్నాడు. లాహోరులో ఉంటూ బొంబాయి, ఢిల్లీల జీవితాన్ని జీవిస్తున్నాడు.

13

లాహోరు : తనదీ - పరాయిదీ

లాహోరు వచ్చాక మంటో తన పాత, కొత్త స్నేహితుల కోసం వెతకడం సహజమే. అహమ్మద్ నదీమ్ కాస్మీ, సాహిర్ లుథియానవీలను అతడు కలిసాడు. ఇంకా తక్కిన స్నేహితులు కలిసారు. కాని స్నేహంతో ఉప్పొంగిపోతూ కాదు. భావుకతతో కాదు, ఉదాశీనంగా... వాళ్లందరు కూడా తన లాగే విభజన వలన కలిగిన దిగ్భ్రాంతిలోనే ఉన్నారు. స్నేహితులందరు కలుసుకుంటూ ఉండేవాళ్లు. వాళ్లు ఎంతో కుతూహలంగా బొంబాయి సినీతారల గురించి అడిగేవారు. మంటో లాహోరులో జరుగుతున్న మార్పుల గురించి వీస్తున్న కొత్త గాలి గురించి తెలుసుకుంటూ ఉండేవాడు. విభజన వలన బొంబాయిలో లాహోరులోని మతకల్లోలాల వలన జరిగిన హింస, రక్తపాతాల విషయాలను కూడా చర్చించే వాళ్లు. అందరు ఎంతో బాధపడేవాళ్లు. మనస్సులన్నీ శిశిరం అయిపోయేవి. మానస సముద్రాలన్నీ విషాదంగా మారిపోయేవి. సంధ్యా సమయం అయ్యేది. ఇక డ్రింక్‌లు తీసుకునే కార్యక్రమం మొదలయ్యేది. తాగుతూ మాట్లాడుకునే వాళ్లు. బారీ సాహెబ్ విషయం వచ్చింది. మంటో అడిగాడు -

'బారీ సాహెబ్ ఎట్లా ఉన్నారు? ఎక్కడ ఉన్నారు?'

'అతడి గురించి ఇప్పుడెందుకు? ఇదివరికటిలా లేడు.'

'అసలు అతడు ఎక్కడున్నాడో చెప్పు?'

'అతడు ఒక చోట ఉండడని నీకు ఎట్లాగూ తెలుసు. ఒకచోటి నుండి మరోచోటికి... అతడి సంగతి నీకు తెలియందా? ప్రస్తుతం విదేశాల్లో ఎక్కడో ఉన్నాడు. కాని ఏ సమయంలోనైనా వస్తాడు.'

'మరి ఆ రొమాంటిక్ కవి అఖ్తర్ షిరానీ ఏమైయ్యాడు?'

'అతడు ఇక్కడే ఉన్నాడు'. స్నేహితుడు ఓ గుక్క తాగుతూ అన్నాడు 'అతడు తాగుడికి అలవాటుపడ్డాడు. ఏదో ఒకరోజు చస్తాడు. చూస్తూ ఉండు'.

మరునాటి దాకా ఈ పార్టీ నడుస్తూనే ఉండేది.

మంటో అఖ్తర్ షిరానీని కలవాలని మనఃస్ఫూర్తిగా అనుకున్నాడు. అతడు అన్నివైపుల నుండి ఎన్‌క్వైరీ చేసాడు. 'ఇక్‌బాల్ దివస్' సందర్భంలో 'కవిసమ్మేళనం' జగరబోతోందని, అతడే అధ్యక్షత వహిస్తూన్నాడని, ఆ సమయంలో అతడు తప్పకుండా వస్తాడని తెలిసింది. మంటో అక్కడికి వెళ్లాడు. కలిసాడు. అఖ్తర్‌షిరానీ మత్తులో ఉన్నారు. ఆ మత్తులో కూడా మంటోని గుర్తుపట్టారు. కౌగలించుకున్నారు. ఇంత మత్తులో అఖ్తర్ అధ్యక్షత సరిగా నిర్వహిస్తాడా అని రచయితలకి అనుమానం కలిగింది. వాళ్లందరు ఆయన స్టేజీపైన రాకపోతేనే నయం అని అనుకున్నారు. అతడిని ఆపే బాధ్యతని మంటోకి ఒప్పచెప్పారు. కాని మంటో ఏం చేయగలుగుతాడు? ఆయన 'నన్ను స్టేజీ ఎక్కనీయకుండా ఎవడాపుతాడో చూస్తాను' అంటూ స్టేజీ పైకి వచ్చారు. ఆ మత్తులో ఇష్టంవచ్చినట్లు మాట్లాడటం వలన కవి సమ్మేళనం పూర్తి కాకుండానే అందరు వెళ్లిపోయారు.

కొన్ని రోజుల తరువాత అఖ్తర్ షిరానీ లాహోరులోని మమో హాస్పిటల్‌లో ఉన్నాడు అన్న విషయం తెలిసింది. మంటో అతడి స్నేహితులు షిరానికి ఎంతో సేవ చేసారు. డాక్టర్లు కూడా వీలున్నంత వరకు చికిత్స చేసారు, కాపాడాలనే చూసారు. అయినా కూడా ఆయనని ఆల్కాలిక్ కోమా నుండి బయటికి తీసుకురాలేకపోయారు. సెప్టెంబర్ 9, 1948లో ఆయన చివరి శ్వాస తీసుకున్నారు. అఖ్తర్ షిరానీ స్వర్గస్థుడవడం వలన మంటోకి కూడా ఇదే పరిస్థితి ఎదురయింది. ఈ సమయంలో అఖ్తర్ షిరానీ ప్రతి నిమిషం ఆయనకి గుర్తుకు వచ్చేవారు. తరువాత మంటో ఆల్కాలిక్ కోమాలోకి వెళ్లిపోయాడు.

పిచ్చాసుపత్రిలో కూడా ఉన్నాడు.

లాహోరు వచ్చాక మంటోకి మళ్లీ ఈతి బాధలు మొదలయ్యాయి. కూడు, గూడు బట్టలకి మళ్లీ వేట మొదలయింది. బొంబాయిలో తిండికి అంతగా లోటు లేదు. బతుకు బండి బాగానే నడిచింది. కాని లాహోరుకు వచ్చాక మెతుకు మెతుకు కోసం పరితపించాల్సి వచ్చింది. భార్య–బిడ్డలని పోషించడానికి రోజు చిల్లర ఖర్చులకి కూడా దమిడీ ఆదాయం లేదు. ఒకవేళ ఏదైనా చిన్నా చితకా పని దొరికినా ఎక్కువ కాలం ఉండేది కాదు. బొంబాయిలో సినిమాలలో ఉద్యోగం చేసినప్పుడు సంపాదన బాగానే ఉండేది. కాని ఆయన ఖర్చు కూడా బాగా పెట్టేవాడు. అంతో ఇంతో దాచినా ఎక్కువకాలం జీవించేటంత ధనం లేదు. ఏం చేయను? భార్య పిల్లలని ఎట్లా పోషించను. ఈ ప్రశ్న తల ఎత్తగానే ఉదాశీనంగా అయిపోయేవాడు. శ్రమచేయడానికి సిద్ధమే కాని ఆత్మాభిమానాన్ని చంపుకుని కాదు. ఆర్థికంగా దిగజారిపోతున్నప్పుడు నెమ్మది–నెమ్మదిగా అతడు ధైర్యం కోల్పోసాగారు. నాలుగువైపుల నుండి నిరాశ నిస్పృహలే ఎదురయ్యాయి. ఇక ఏం చేయలేని స్థితిలో ఇస్మత్ చుగ్‌తాయికి ఉత్తరం రాసాడు 'ఏదోవిధంగా నన్ను హిందుస్తాన్‌కి పిలిపించే ప్రయత్నం చేయి ముఖర్జీకి చెప్పు. బొంబాయికి పిలిస్తే నేను ఎంతో సంతోషిస్తాను'. నిజానికి ఈ ముఖర్జీ కారణంగానే అతడి ప్రవర్తన వలన విసిగిపోయి వచ్చేయాల్సి వచ్చింది. కాని ఇప్పుడు నిస్సహాయ స్థితిలో అతడితో మళ్లీ పనిచేయడానికి తయారయ్యాడు. దమ్మిడీ ఆదాయం లేదు. తిండితిప్పలకు చాలా కష్టమైపోయింది. చేతిలో దమిడీ లేదు. ఇక తప్పని పరిస్థితిలో ఎంత వద్దనుకున్నా భార్య పుట్టింట్లో ఉండాల్సి వచ్చింది. భార్య, ముగ్గురు పిల్లలతో అక్కడికి వెళ్లిపోయాడు.

నిజానికి లాహోరులో పని దొరకకుండా పోదు అన్న నమ్మకం మంటోలో ఉండేది. లాహోరు ఫిల్మ్ స్టూడియోలో, ఏదో ఒక పత్రికాఫీసులో, రేడియో పాకిస్తాన్‌లో ఏదో ఒక ఉద్యోగం దొరుకుతుందని అనుకున్నాడు. కాని ఏదీ జరగలేదు. ఫిల్మి స్టూడియోల సింధీ యాజమానులు వెళ్లిపోయారు. స్టూడియోలకు తాళాలు వేసేసారు. ఆయన స్వభావం వలన పత్రికాఫీసు వాళ్లు ఉద్యోగం ఇవ్వడానికి వెనక్కి తగ్గేవాళ్లు. దూరపుకొండలు నునుపు అన్నట్లు లాహోరు... లాహోరు అని ఎంతో ఆశపడి వచ్చిన మంటోకి నిరాశే ఎదురయింది.

తన పేరు-ప్రతిష్టలు చూసి లాహోరు ప్రజలు తనకి ఆత్మీయంగా స్వాగతం పలుకుతారని, పెద్ద పెద్ద ఉద్యోగాలు దొరకడంలో ఏమాత్రం కష్టం ఉండదని నిఖరంగా నమ్మిన మంటో ఎక్కడ? ఉద్యోగాల వేటలో ఎక్కే గడప దిగే గడప, నాలుగు మెతుకుల కోసం అల్లాడుతున్న ఈ మంటో ఎక్కడ? వాస్తవం అనే కొండను ఢీకొట్టగానే అతడి ఆత్మవిశ్వాసం ముక్కలు చెక్కలైంది.

ప్రారంభంలో బొంబాయిలో అంతో-ఇంతో దాచుకున్న ధనంతో బతుకు బండి ఈడ్వడం వలన ఆయనకు అంతగా బాధ అనిపించలేదు. కాని ఇంటి ఖర్చులకి, క్లిఫ్టన్ బార్‌లో ఖర్చయిపోయింది. ఇక అప్పుడు కళ్లు తెరుచుకున్నాయి. కఠోరమైన యదార్థాన్ని తెలుసుకున్నాడు. ఎంతో ప్రయత్నం చేసాక ఫిల్మ్‌స్టూడియోలో 'బేలీ' పేరున ఫిల్మ్‌కి సంభాషణలు రాసే పని దొరికింది. కాని ఆ ఫిల్మ్ సక్సెస్ కాలేదు. అందువలన పని దొరకలేదు. అసలే విమర్శలకు గురియైన రచయిత కొంత కోపిష్ఠి స్వభావం. అతడంటేపడని వాళ్లు పన్నే పన్నాగాల ముందు అతడు నిలవలేకపోయాడు. కాస్మీ సహాయంతో అతడు పెషావర్ రేడియోలో ఉద్యోగం చేయాలనుకున్నాడు. కాని అదీ కుదరలేదు. కొన్ని రోజులు ఏ పత్రికాఫీసులలోనైనా పనిచేసినా అక్కడివాళ్ల తక్కువ స్థాయి ఆలోచనలను ఎంతమాత్రం సహించలేకపోయాడు. అంతే ఉద్యోగం మానేసేవాడు. మళ్లీ కొత్త ఉద్యోగం, ఫైజ్ అహమద్ ఫైజ్, చిరాగ్ హసన్ హసరత్ 'ఇమ్‌రోజ్' పత్రికలో లఘు హాస్య రచనలు చేసేవాడు. తరువాత ఇవన్నీ 'తల్ఖ్, తుర్ష్, షరీం' పేరు గల సంకలాలలో ప్రచురించబడ్డాయి. ఏ లాహోరు గురించి అయితే కలలు కన్నాడో, ఏ లాహోరులో అయితే జీవితాన్ని జీవించడం మొదలుపెట్టాడో అదే లాహోరు అతడి కలలను పండించలేకపోయింది. అతడి మానసికస్థితి అతడు పడే బాధ భార్య సఫియా అర్థం చేసుకుంది. ఇద్దరు కలిసి ఈతిబాధలను అనుభవించారు. ఆమె అతడిని ఎప్పుడు ఏదీ అడిగేది కాదు. పిల్లలు అంతే. అందరు పరిస్థితులను ధైర్యంగా ఎదుర్కొనేవారు.

రోజు రోజుకి మంటో పరిస్థితి దిగజారడం మొదలుపెట్టింది. ఎక్కువగా తాగడం మొదలుపెట్టాడు. అశాంతితో గిలగిల తన్నుకునేవాడు. తన వేళ్ల నుండి తాను వేరయ్యాడు అన్న భావం అతడి మనసును తొలిచేసింది. జీవితంలో చివరి రోజులలో పిచ్చాసుపత్రిలో కొంతకాలం ఉంటే, మామూలు ఆస్పత్రిలో కొంతకాలం ఉన్నాడు. కథలు రాయడం, పత్రికలకు ఇవ్వడం, డబ్బులు

తీసుకోవడం అతడికి తప్పలేదు. ఒక సమయంలో అతడు పరిస్థితలు వలన కథలు రాసిస్తానని అడ్వాంస్ డబ్బులు తీసుకునేవాడు. అడ్వాంస్ తీసుకున్నందుకు కథలు కిందో మీదో పడి రాసి ఇచ్చేవాడు.

జులై 23, 1950 నుండి జులై 31, 1950 వరకు ప్రతిరోజు ఒక కథరాసేవాడు. 'గోలీ' 'రహమతే ఖుదావందీకేఫూల్', 'సాఢే తీన్ ఆనే', 'పీరన్', 'ఖుర్షిట్', 'బాసిత్', 'శారద'.

మే 11, 1954 నుండి 1 జూన్, 1954 వరకు ప్రతీరోజు ఒక కథ రాసేవాడు. 'భాయి-భాయి' 'మయాజన్నే' 'జాన్మహమ్మద్' 'బారిష్' 'ఆఫ్‌షా ఎరాజ్' 'అమీనా' 'తస్వీర్' 'మిలావట్' 'బస్స్టాండ్' 'నయీమా' 'బత్తమీజీ', 'కాదిరాకాసాయా' 'ఖుద్ఖుషీ' 'పేషావర్ సే లాహోర్ తక్', 'ఏక్ జాహిదా, ఏక్ షాహిదా' 'ఘుడ్డా ఖూసట్', 'అనార్కలీ'. దాదాపు 19 కథలు రాసాడు. 'బల్‌రాజ్ మెనరా' మహమ్మద్‌ల సంభాషణను పరిశీలిస్తే 19 కథలే కాదు 1954లో మంటో దాదాపు వంద కథలు, మంచి కథలు సాధారణమైన కథలు రాసారని చెప్పవచ్చును. ఈ కథలన్ని వైవిధ్యపూరితమైనవే.

ఆయనకి ఈతి బాధల వలన ప్రతిరోజు ఒక కథ రాయాల్సివచ్చేది. ఏ రచయితకైనా అంతరంగం నుండి ఒక్కసారిగా పొరలి పొంగివచ్చే కథలు ఎంతో తృప్తినిస్తాయి. కాని డబ్బు కోసం రాయాలి కనక రాయడం అన్న భావన అతడిని తొలిచేస్తుంది. బహుశ అందుకేనేమో ఈ బాధని మరచిపోవాలన్న ఉద్దేశ్యంతో అతడికి తాగుడు అలవాటయింది. అంటే ఒక కథ ఒక పెగ్గు అతడి జీవితం అయినాయి. ప్రతిరోజు ఒక కథ రాయడం, డబ్బుల కోసం పబ్లిషర్ల చుట్టు తిరగడం, తక్కువ డబ్బులకు కథలను అమ్ముకోవడం, అతడిని ఎంతో బాధించింది. ఒక వేశ్యలా తను ఎక్కువకో, తక్కువకో తన సృజనా సాహిత్యాన్ని అమ్ముకోవాల్సి వచ్చింది. 'తన కళకు వీడ్కోలు పలికి పరాయి వాళ్ల ఒడి నింపుతున్నాన్న బాధ అతడి జీవితాంతం వెంటాడుతూనే ఉంది.

నిజానికి పబ్లిషర్లు వజ్రాలలాంటి అమూల్యమైన అతడి కథలను దమ్మిడీకి కొనటం అతడి మనస్సును అల్లకల్లోలం చేసింది. అతడు ప్రతీ క్షణం చస్తూ ఎట్లా బతికి ఉంటాడో మనం ఊహించవచ్చు. ఆటుపోట్లు ఒకవైపు - కళను అమ్ముకోవాల్సి వస్తోందే అన్న దుఃఖం మరోవైపు. ఆగా బాబర్ చెప్పిన దాంట్లో

పదహారణాల సత్యం ఉంది – మంటో కళకి నిజానికి వేశ్య దుర్భర బ్రతుకు జీవితాన్ని ఇచ్చింది. సృజనాత్మకకతకు నిత్య వసంతం అయింది. అంటే అతడు వాళ్ల కన్నీటి గాథలను ఎప్పుడు చిత్రీకరిస్తూనే ఉన్నాడు. కాని వేశ్యల జీవితాలకి జీవం పోసిన ఆయనే ఒక వేశ్య అయిపోయాడు. ప్రత్యేకమైన సోఫాలో తెల్లటి వస్త్రాలు ధరించి కూర్చున్న సాదత్ హసన్ మంటో వేశ్యలానే అనిపించేవాడు. అతడి మేథస్సు అనే దీపపు బుడ్డీ మండుతూనే ఉండేది. అతడిని ఈ విధంగా వేశ్యవృత్తిలో పెట్టిన వాళ్లు లాహోరు పబ్లిషర్లు. మంటోకి తన ఈ అమూల్యమైన వజ్ర సంపదను సొల్లు వాగుడు వాగే వాళ్లకి ఏభై, నలభై, ముప్పై రూపాయలకు అమ్ముకోవాల్సి వచ్చింది. ఈ పబ్లిషర్లు అతడిని రాయమన్నారు, రాయాలని ఎగేసారు, కాని సమయానికి అతడికి చేయూత నివ్వలేదు. అతడి జీవితం అస్తవ్యస్తం అయింది అంతా కోల్పోయాడు.

ఈ సమయంలో రాసిన కథలు సాధారణమైనవే. తక్కిన కథలలో మంటో ముద్ర ఎట్లా కనిపిస్తుందో అట్లాంటి ముద్రే ఈ కథలలో కూడా కనిపిస్తుంది. ఈ కథలలో ప్రతీరోజు మంటో పడ్డ బాధలు వ్యక్తం అయ్యే ఇటువంటి పరిస్థితిలో కూడా ఆయన ఎవరైనా తన మీద పెత్తనం చేస్తే సహించేవాడు కాదు. వాళ్ల – వాళ్ల ఇష్టానుసారంగా రాయాలన్నా కథలలో మార్పులు–చేర్పులు చేయాలన్నా ఆయన ఒప్పుకునేవాడు కాదు. ఈ సమయంలో ఒక సంఘటన గురించి చెప్పుకోవాలి. ఒకసారి మంటో అమెరికా పాకిస్తాన్‌తో చేసుకున్న ఒప్పందంలో ఉన్న లొసుగుల గురించి రాసాడు. అతడి ఉద్దేశ్యంలో పాకిస్తాన్‌కి తన బానిసగా చేసుకోవాలనే ఉద్దేశ్యంతోనే అమెరికా ఇట్లా చేస్తోంది – 'చాచాసామ్‌కేనామ్'లో మూడో ఉత్తరంలో వ్యగ్యంగా ఇట్లా రాసాడు. మన సైనికులతో చేసుకుంటున్న ఒప్పందం ఎంతో ముఖ్యమైనది. ఈ మాట మీద నిలబడాలి. హిందుస్తాన్‌తో ఉన్న సంబంధాన్ని కూడా కొనసాగించాలి. ఇద్దరి పాతబడ్డ ఆయుధాలను పంపించండి ఎందుకంటే ఇంతక్రితం జరిగిన యుద్ధంలో ఉపయోగించిన ఆయుధాలను మీరు బాన్ చేసారు. మీకు పనికిరాని ఈ అస్త్ర–శస్త్రాలు ఉపయోగపడతాయి. మీ దగ్గర ఉన్న కార్‌ఖానాలు కూడా నిరుపయోగం కాకుండాపోతాయి. ఎన్నోసార్లు వివిధ ఉత్తరాలలో అమెరికా పాలసీని సరిగా లేకపోతే వ్యగ్యంగా విమర్శచేసాడు. నిందించాడు. దీని వలన రాజకీయంగా పెద్ద దుమారం వచ్చింది. పాకిస్తాన్‌లోని అమెరికా హై కమీషనర్ మంటోని

సంతోషపెట్టడానికి అంబాసిడర్‌ని పంపించాడు. ఈ ప్రసంగాన్ని మంటో రాసారు - ఒకసారి అమెరికన్ హైకమీషనర్ అధికారి ఒకడు నా దగ్గరికి వచ్చాడు. అతడు ఒక కథని తన కోసం రాయమని అడిగాడు. నేనన్నాను - జనాబ్! నేను ఉర్దూలో రాస్తాను. నాకు ఇంగ్లీషులో రాయడం రాదు.

ఆ అధికారి అన్నాడు -'జనాబ్! మాకు ఉర్దూలోనే కథలు కావాలి. మాది ఉర్దూ పత్రిక ఒకటి ఉంది'.

'అట్లాగా! తప్పకుండా రాస్తాను'.

'మీరు ఒక కథకి ఎంత తీసుకుంటారు?'

'నేను ఒక కథకి రెండు వందలు తీసుకుంటాను'.

ఆఫీసర్ ఆశ్చర్యంగా అన్నాడు - రెండొందలు... అంతేనా! ఒక కథకి కనీసం ఐదు వందల రూపాయలు తీసుకోవాలి'.

'సాహెబ్! రెండు వందల రూపాయలే... ఇంక సంభాషణని పొడిగించకండి'.

మరుసటి రోజు ప్రొద్దున్నే ఆ ఆఫీసర్ వచ్చాడు - 'చూడండి... రెండు వందలే అంటూ పట్టుబట్టకండి. మూడు వందలు తీసుకోండి'.

'సరే...'

మంటో మూడొందలు తీసుకుంటూ అన్నాడు - 'నేను మీ దగ్గర నుండి వంద రూపాయలు ఎక్కువ తీసుకున్నాను. కాని ఒక్క విషయం గుర్తుపెట్టుకోండి. రాసే స్వేచ్ఛ నాకుంటుంది. మీరు చెప్పినట్లు రాయడం కాని, రాసిన దానిలో మార్పులు-చేర్పులు కాని కుదరవు. అంటే ఏ విధంగానూ నేను మీకు హక్కులు ఇవ్వను'.

'అమెరికా హాట్‌కోట్‌లు ఎంతో బాగున్నాయి. లుండా బజార్ ఇవి లేకపోతే వెల-వెల పోతోంది. కాని మీరు పాంట్లు ఎందుకు పంపించరు? మీరు పంట్లాములు విప్పేయరా? మీరందరు పెద్ద మోసగాళ్ళు. ఇక్కడికి కోట్‌లు పంపిస్తారు. అక్కడికి పంట్లాములు. యుద్ధం వచ్చినప్పుడు మీ కోట్‌లు, మీ పంట్లాములు, మీరు పంపిన వెపెన్స్‌తోటే యుద్ధం చేస్తాము. ఎంత గొప్ప విమర్శ ముల్లులా గుచ్చుకునే విమర్శ హిందుస్తాన్-పాకిస్తాన్ మధ్యలో ఏ

యుద్ధాలు అయితే జరిగియెూ, ఇదేగా జరిగింది. ఆలోచించండి. హిందుస్తాన్-పాకిస్తాన్ పట్ల అమెరికా పాలసీలో ఏదైనా మార్పు వచ్చిందా? ఈ పాలసీ మొత్తం మింగేసే పాలసీ కాదా! రచయితలు, మేథావులు తెలిసో తెలియకో ఆ పాలసీల వలలలో చిక్కుకోవడం లేదా?

మంటోలోని వైరుధ్యాలు, పడ్డకష్టాలు, అతడి జీవితం, సాహిత్యానికి మధ్య ఉన్న సంబంధాన్ని అర్థం చేసుకోకుండా జీవితం అంతా తాగుబోతుగా బతికాడు. ఒక తీరు-తెన్ను లేకుండా పడవలో ప్రయాణం చేసాడు అని నిర్ణయించడం సరియైనది కాదు. తాగడం, బతకడం, రాయడం, పరిస్థితులు, మానసిక స్థితి మొదలైన వాటి గురించి కేవలం ఉపరితలం నుండి ఆలోచించి నిర్ణయం తీసుకులేం. ఫైజ్ అహమ్మద్ ఫైజ్ 'ఎలిస్‌కేనామ్ ఖత్'లో మంటో తను గడిపిన రోజులను జ్ఞాపకం చేసుకుంటూ రాసాడు - 'చేఖవ్, ఫ్రాయిడ్, మోపాసాల మీదే కాదు, మరెన్నో విషయాల మీద వేడి వేడిగా చర్చలు జరిగేవి. దాదాపు ఇరవై సం॥ గడిచాయి. కాని ఇదంతా నిన్ననే జరిగింది అని అనిపిస్తుంది. విపరీతంగా తాగేవాడు. ఇష్టం వచ్చినట్లుగా బతికేవాడు. ఆరోగ్యాన్నంతా పాడుచేసుకున్నాడు, కాని అసలు ఆయన ఎందుకు ఇట్లు చేసాడు అని ఆలోచించరు. ఇట్లాగే కీట్స్ విషయంలో కూడా జరిగింది. మౌజార్ట్ విషయంలో ఇదే జరిగింది. ఆర్థిక ఇబ్బందుల వలన కళ-జీవితం మధ్య సంఘర్షణ ఉంటుంది తప్పదు. రెండింటిలో దేన్నో దాన్ని త్యాగం చేయక తప్పదు. మంటో కళ కోసం బతుకును ఫణంగా పెట్టాడు. ఆయన జీవితం బయట ప్రపంచంలో వ్యాపించి ఉన్న కఠోరత్వం-క్రూరత్వం విషయాలలో దూరం నుండి తొంగిచూస్తే మనం ఒక సత్యాన్ని చూడవచ్చు. ఈ స్థితిలో జీవితం, మరణం ఒకే నాణానికి రెండువైపులా ఉండే పార్శ్వాలు. మంటో బతుకు-చావుల రుచిని ఒకేసారిగా చూసాడు.

14

కేసుల్లో ఇరుక్కున్న ఐదు కథలు

మంటో కథలు మూడు 'కాలీ సల్వార్', 'ధువాం', 'బూ'ల మీద విభజనకి ముందే హిందుస్తాన్‌లో కేసులు నడిచాయి. విభజన తరువాత పాకిస్తాన్‌లో రెండు కథలు 'ఠండా గోష్త్', 'ఊపర్ నీచే ఔర్ దర్మియాన్'లపై కేసులు నడిచాయి. 'ఖోల్‌దో' కథపైన కేసు నడవలేదు కాని దీనిని ప్రచురించారని 'నుక్రూష్' పత్రికని ఆరునెలలు నిషేదించారు. ఐదు కథలపై అశ్లీలతను ఆరోపించారు. మొదటి మూడు కథలపై కేసులు నడిచాయి. ఆయనకి బొంబాయి నుండి లాహోరుకు వెళ్లాల్సి వచ్చేది. 'ఠండాగోష్త్' 'ఊపర్ నీచే ఔర్ దర్మియాన్' పైన కేసులు నడిచినప్పుడు ఆయన లాహోరులోనే ఉన్నారు. ఈ ఐదు కథలు చాలా వివాదస్పదమైన కథలు. మంటో కథలు ఒక ప్రత్యేకమైన నమూనాలో ఉంటాయి. కథాశిల్పంలో ఒక ప్రత్యేకత ఉంది. ఇంతకు ముందు ఈ కథలు చదివినవాళ్లు ఇప్పుడు చదువుతున్నవాళ్లు, అసలు ఈ కథలు అశ్లీలంగా ఉన్నాయా! వీటిమూలంగా మంటో పైన కేసులు నడిచాయాయని అని ఆశ్చర్యపడక మానరు. కేసులు పెట్టిన వాళ్లలో ముఖ్యంగా మతఛాందస్తులు, పాకిస్తాన్ కావాలని కోరిన మహమ్మదీయులు ఉన్నారు. ఆ సమయంలో ఉన్న ప్రోగ్రెస్సివ్ రైటర్స్, మంటో మిత్రులు ఏ కారణం వలన మంటో పక్షాన ఓపెన్‌గా ఎందుకు నిలబడలేదో అర్థం కాదు.

విభజన కానప్పుడు హిందుస్తాన్‌లో ఏ కథలపైన కేసులు ఉన్నాయో వాటి గురించి తెలుసుకుందాం. 'కాలీసల్‌వార్' 'ధువాం' ప్రచురితం అయ్యాయి. సాకీ బుక్ డిపో యజమాని, ఎడిటర్ షాహిద్ అహమ్మద్ దెహలవీ ప్రచురించాడు. ఈ రెండు కథల మీద కేసులు నడిచాయి కాని అశ్లీలత నేరంపైన కేసును కొట్టేసారు. మూడో కథ 'బూ' అర్టికల్, 'అరబెజదీద్' 1944లో 'అదబేలతీఫ్' వార్షిక విశేషక సంచికలో ప్రచురింపబడ్డాయి. 'అరబెజదీద్'లో 'బూ' ప్రచురింపబడగానే సాహిత్యలోకంలో దుమారం రేగింది. మంటో జోగేశ్వర కాలేజీ బొంబాయిలో విద్యార్థులు ఎదుట 'ప్రభాత్' 'ఖైయ్యూమ్' 'ఆయినా' (బొంబాయి) మొదలైన పత్రికల సంపాదకులు 'బూ' కథ రాసిన రచయితని గవర్నమెంట్ వెంటనే అరెస్ట్ చేయాలని ఏకంగా ఒక ఉద్యమాన్నే నడిపారు. అదబె-లతీఫ్ పత్రిక యాజమాన్యాన్ని ఇటువంటి బూతు కథను ప్రచురించినందుకు కటకటాల వెనక పెట్టాలని పట్టుబట్టారు. కేసు విచారణ మొదలయింది. ఆ సమయంలో మంటోకి చాలా అనారోగ్యంగా ఉంది. కాస్మీ ఆటపట్టిస్తూ అన్నాడు. ఇంజెక్షన్లు లేకుండా బతకలేనంతగా మీరు శ్రమ పడకండి. మీ ఆవశ్యకత ఎంతైనా ఉంది. కాని మంటో ఏం చేయగలుగుతాడు. రాయలేకుండా ఉండలేడు. అర్థం పర్థం లేని ఆరోపణలను ఎదుర్కోవడం ఆయన తలరాతేనేమో. పంజాబ్ ప్రభుత్వం అదబే జదీద్‌లో కొంత వ్యతిరేకమైన భావాలు ఉన్నాయని కేసు పెట్టింది. 'బూ' కథపై అశ్లీలత ఆరోపింపబడ్డది. కేసు లాహోరు కోర్టులో నడుస్తోంది. మంటోకి అన్ని పనులు వదిలివేసుకుని బొంబాయి నుండి లాహోరుకి వెళ్లాల్సివచ్చేది. మిస్టర్ బన్‌వరీలాల్ మెజిస్ట్రేట్‌గా ఉన్నాడు. కాని తీర్పు వచ్చే సమయానికి మెహందీ అలేఖాం ఆయన బదులుగా మెజిస్ట్రేట్‌గా అపాయింట్ అయ్యాడు. మే 2, 1945లో ఆయన తీర్పు ఇట్లా ఇచ్చాడు - సాదత్ హసన్ మంటోపై కేసు కొట్టివేయబడ్డది ఎందుకంటే మిస్టర్ బన్‌వరీలాల్ ఇంతకు ముందే కొట్టేసారు.

ఈ కేసు ఇంతటితో సమాప్తం అయితే ఎంతో బాగుండేది. కాని మెహందీ అలీఖాం తీర్పుకి విరుద్ధంగా ఎడిషనల్ జడ్జీ కోర్టులో మళ్లీ అపీల్ చేసారు. నవరంబరు 24, 1945లో తీర్పు వచ్చింది. తీర్పు ఇట్లా ఉంది - నా దృష్టిలో ఇది ఒక ప్రేమ కథ. ఒక ఆడపిల్ల - మగపిల్లవాడు మాట్లాడుకునే మాటలు సాధారణంగా ప్రేమికులు మాట్లాడే ధోరణిలో లేవు. మనం మారుతున్న

సమాజాన్ని బట్టి నడవాలి. సౌందర్యం అందరికి ఆనందదాయకమే. ఆర్ట్‌కి మనం విలువ ఇవ్వాలి. కళ చిత్రరూపంలో ఉన్నా, రచనల రూపంలో ఉన్నా, అది సమాజం కోసం తయారు చేయబడుతుంది. కొత్త రూపంలో ఉన్నా సరే. ఏ రచయిత రచనలైనా ఈ గీటురాయి మీదే పరిశీలించాలి.

'బూ' కథపై నడిచిన కేసు నుండి మంటో బయటపడ్డాడు. కాని ఆ సమయంలో బొంబాయి, లాహోరు రావడం-పోవడంలో ఎన్ని కష్టాలు పడి ఉండవచ్చో ఎంత నష్టం కలిగిందో మనం ఊహించవచ్చును. 'తల మీద నుండి పెద్ద బరువు దిగింది' అని ఆయన అనుకున్నాడు.

బరువు దిగింది హమ్మయ్య అనుకుంటూ ఉంటే మరో బరువును మోయాల్సి వచ్చేది. 'ధువాం' కథల సంకలనంలోని రెండు కథలు 'ధువాం' 'కాలీ సల్వార్' మీద అశ్లీలంగా ఉన్నాయి అన్న ఆరోపణ వచ్చింది. 'కాలీసల్వార్' పైన లాహోరు కోర్టులో కేసు నడిచింది. తరువాత కేసు కొట్టేసారు.

'ధువాం' కథ మీద మళ్లీ రెండోసారి కేసు వేసారు. డిసెంబర్ 5, 1944 బొంబాయిలోని గోరే గాంవ్‌లో వారంట్ లేకుండా మంటోని అరెస్ట్ చేసారు. మలాడ్ పోలీస్ స్టేషన్‌లో ఉండాల్సి వచ్చింది. నిజానికి వారంటు లేకుండా అరెస్ట్ చేయడం చట్టవిర్ధుధం. కాని వినే వాళ్లు ఎవరు? బెయిల్ మీద విడుదల అయ్యాడు. జనవరి 8, 1945న మంటోని రెండోసారి వారంట్ పంపించి అరెస్ట్ చేసారు. ఆ సమయంలో అతడు విపరీతమైన బాధతో గిల గిల కొట్టుకున్నాడు. అయినా గుడ్డి న్యాయాలయం అతడి వైపు తీక్షణంగా చూసింది. ఇస్మత్ చుగ్‌తాయి విషయంలో కూడా ఇట్లాగే జరిగింది. ఆమె రాసిన 'లిహాఫ్' 'బోటేం' అనే కథల సంకలనంలో ఉంది. డిసెంబర్ 1944 ఆమెకు చట్టపు ఉచ్చు బిగించాలన్న ఉద్దేశ్యంతో వారంటు లేకుండానే అరెస్ట్ చేసారు. తరువాత బెయిల్ మీద విడిచిపెట్టారు. మంటో ఇస్మత్‌లకి ఫిబ్రవరి 2, 1945న స్పెషల్ మెజిస్ట్రేట్ లాహోరు కోర్డులో హాజర్ కావాలని ఆజ్ఞ జారీ అయింది.

మంటో-సఫియా, ఇస్మత్-షాహిద్ లతీఫ్ కోర్టులో హాజరుకావడానికి బొంబాయి నుండి లాహోరుకి కలిసి వెళ్లారు. ఈ ప్రయాణంలో జరిగిన ఒక సంఘటన గురించి 'ఇస్మత్ చుగ్‌తాయి సంస్మరణ'లో రాసాడు - 'బొంబాయి నుండి లాహోరు చాలా దూరంలో ఉంది. షాహిద్, నా భార్య నాతో పాటు ఉన్నారు. ఇద్దరు మా ఇద్దరిని ఆటపట్టించడం మొదలుపెట్టారు. అశ్లీల

కథలంటూ, అవాకులు–చవాకులు మొదలుపెట్టారు. జైల్లో ఉండే దుర్భర జీవితం గురించి చెప్పడం మొదలుపెట్టారు. ఇస్మత్ పెద్దగా అరిచింది.

ఈ కేసు విషయంలో మంటో ఇట్లా రాసాడు - మేం రెండు సార్లు లాహోరుకి వెళ్లాము. రెండుసార్లు కాలేజీ ఆకతాయి విద్యార్థులు నన్నూ ఇస్మత్‌ని చూడడానికి గుంపులు - గుంపులుగా కోర్టుకి వెళ్లారు.. 'మంటో బ్రదర్! చౌదరీ నజీర్‌కి చెప్పండి. ఇక్కడికి వస్తున్న వాళ్లకు టికెట్ పెట్టమనండి. కనీసం చార్జీ పైసలయిన వస్తాయి' అని ఇస్మత్ అన్నది.

మేం రెండుసార్లు లాహోరుకి వెళ్లాం. ఇద్దరం రెండుసార్లు కర్నాల్ షాపు నుండి వేరు–వేరు డిజైన్‌లలో ఉన్న రెండు డజన్ల సాండిల్స్, చెప్పులు కొన్నాం. బొంబాయిలో ఇస్మత్‌ని ఎవరో అడిగారు – 'కేసు విషయంలో లాహోరు వెళ్లారా?'

'కాదు... చెప్పులు కొనడానికని వెళ్లాం'.

మంటో 'ధువాం' 'బూ' కథల కేసు సమయంలో ఈ విధంగా వాఙ్మలం ఇచ్చాడు.

'నేను 'సాకీ' డిపో ఢిల్లీ నుండి ప్రచురింపబడ్డ 'ధువాం' పుస్తక రచయితని. నేను ఆల్ ఇండియా రేడియోలో ఉద్యోగస్థుడిని. సాఫీ బుక్ డిపో యజమాని మాలిక్ మియాం షాహిద్ అహమ్మద్‌కి దాదాపు మూడు వందల ఏభై రూపాయలకు అమ్మేసాను. దీని హక్కులు సాకీ బుక్ డిపో దగ్గర ఉన్నాయి.

ఈ పుస్తకాన్ని నేను కోర్టులో చూసాను. ఇది రెండో ముద్రణ అని తెలుస్తోంది.

ఇరవై నాలుగు కథలలో వ్యక్తుల జీవితాలలోని వివిధ కోణాలు చిత్రీకరించబడ్డాయి. 'ధువాం' 'కాలీసల్వార్' కథల అశ్లీలమైనవి ... అరోపణ జరిగింది. ఈ రెండు కథలు ఎంతమాత్రం అశ్లీలమైన కథలు కావని నేను ఘంటాపథంగా చెబుతున్నాను.

ఏ రచన విషయంలోనైనా దినపత్రిక సంపాదకుడు, అడ్వర్‌టైజ్‌మెంట్ ఇచ్చేవాళ్లు, గవర్నమెంట్ ట్రాన్స్‌లేటర్ ఇచ్చే తీర్పులో నిజం ఉండదు. వీళ్లు ముగ్గురు తమ అవసరానికి తగ్గట్లుగా అభిప్రాయాలు వెలిబుచ్చి ఉండవచ్చు. లేకపోతే అసలు వాళ్లు ఏ అభిప్రాయాన్నైనా ఇవ్వడానికి తగరేమో. ఎందుకంటే ఎవరైన పెద్ద కవి కథకుడి రచనలపైన విమర్శ చేయగల సత్తా ఉన్నవాళ్లు

ఇందులోని లోతుపాతులు తెలిసినవారే చేయాలి.

విమర్శకులు నా కథల మీద సరియైన రీతిలో విమర్శ చేయలేదు. ఈ కథలు అశ్లీలమైనవి అని చెప్పగానే సరిపోదు. ఏ వ్యక్తికి అయితే వెలుగుని చూడాలన్న కోరిక ఉందో, మంచి-చెడులను చూడగల శక్తి ఉందో, కొంత మార్పులు చేసే ఉద్దేశ్యం ఉందో అతడు ఎంతమాత్రం సంతోషించడు. చీకట్లో వీటి వృద్ధికి ఇంకా ప్రయత్నం చేయవచ్చు. కాని నేను అట్లా చేయను. వీలున్నంత వరకు అసలు వీటిని ఏ ఉద్దేశ్యంతో రాసానో స్పష్టంగా చెబుతాను.

భాషలో నిజానికి అశ్లీలంగా ఉండే పదాలు చాలా తక్కువ ఉపయోగించే విధానం వలన పవిత్రమైన పదాలు కూడా అశీల్లంగా అనిపిస్తాయి. నా ఉద్దేశ్యంలో ఏదైనా, ఏ వస్తువైనా అశ్లీలమైనదికాదు. కాని ఇంట్లో ఉండే కుర్చీలు, హండాలు (పెద్ద-పెద్ద గిన్నెలు) కూడా అశ్లీలమైన రీతిలో చెబితే అవి అశ్లీలమైపోతాయి. కావాలని ఏ ఉద్దేశ్యంతో అయినా ఇదే రీతిలో ఆలోచిస్తే అంతా అశ్లీలంగానే కనిపిస్తుంది.

స్త్రీ-పురుషుల సంబంధం అశ్లీలమైనది ఎంత మాత్రం కాదు. 'ఈ సంబంధం గురించి వ్యక్తం చేయడం కూడా ఎంతమాత్రం తప్పు కాదు. కాని సంబంధాన్ని 64 ఆసనాలతో కలిపి, వీటిని ఫోటోలుగా తీసి రహస్యంగా వీటిని ఏకాంతంలో చూసుకోండి అని చెప్పడం అశ్లీలమైనదే కాదు, అసహ్యకరమైనది, అనారోగ్యకరమైనది. అశ్లీలం-అశ్లీలంకానిది, ఈ రెండింటి మధ్యలో ఉన్న బేధాన్ని ఈ ఉదాహరణ ద్వారా తెలుసుకో గలుగుతారని ఆశిస్తున్నాను.

ఈ ఆర్ట్ గాలరీలో నగ్న స్త్రీల చిత్రాలు ఎన్నో పెట్టారు. వీటిల్లో ఏ చిత్రం కూడా దర్శకులను ఉద్రేక పరచలేదు. వాళ్లల్లో కోరిక లేపలేదు. వీటిల్లో ఒక చిత్రంలో నిండుగా బట్టలు ధరించిన ఒక స్త్రీ ఉంది కాని ఒకచోట ప్రత్యేకమైన ఒక అంగం కనిపించేలా చేసాడు ఆర్టిస్ట్. వస్త్రం కొంచెం తొలగింపబడింది. చూసేవాళ్లలో కోరిక రేకెత్తించాలన్న ఉద్దేశ్యం అందులో కనిపిస్తోంది. దీనిని అశ్లీల చిత్రం అని నిర్ధారించారు. ఎందుకు? ఆర్టిస్ట్ ఆలోచనా విధానం వేరుగా ఉంది. చిత్రకారుడు కావాలనే కొంత మేర వస్త్రం తొలగించాడు. దర్శకుల మనస్సులో, మేధస్సులో కామోత్తేజం కలుగుతుంది. మాటి మాటికి ఆ నగ్న

భాగాన్ని చూడడానికి ప్రయత్నం చేస్తారు. రచనల్లో, కవితల్లో, శిల్పాల్లో అశ్లీలత్వాన్ని వెతకాలంటే అన్నింటికన్నా ముందు దాని నాడి పట్టుకోవాలి. ఒకవేళ ఏ మాత్రం ఇటువంటి భావం కలిగినా, ఆ రచనల్లో కవితల్లో, శిల్పాలల్లో అశ్లీలత ఉన్నట్లే. ఇక ఇప్పుడు 'ధువాం' కథలో ఈ ఆకర్షణ ఉందో లేదో చూద్దాం.

ఈ కథను విశ్లేషణ చేద్దాం. మసవూద్ పది-పన్నెండు సంవత్సరాల వయస్సు కల పిల్లవాడు. అతడి శరీరంలో మొట్టమొదట కోరిక ఎట్లా పుట్టింది? ఇది కథా వస్తువు. ఇందులో ప్రత్యేకమైన ప్రకృతిని, కొన్ని ప్రత్యేకమైన వస్తువులను వర్ణించడం జరిగింది. వీటి వలన మస్‌వూద్ దేహంలో అస్పష్టంగా భావాలు చెలరేగాయి. కోరిక కలిగింది, కాని అతడికి కామం అంటే ఏమిటో తెలియదు. కాని అంతో ఇంతో అనుభూతి కలిగింది. చర్మం లేని మేక నుండి పొగ వస్తుంది. చలికాలం మేఘాలు ఆకాశంలో కమ్ముకున్నాయి. వ్యక్తి అంత చలిగా ఉన్నా ఏదో తీయటి హాయిని అనుభవిస్తాడు. హాండీలో నుండి ఆవిరొస్తోంది. ఆ బాలుడు సోదరి కాళ్లు పడుతున్నాడు. ఇవన్నీ కలిసి మస్‌వూద్ శరీరంలో కోరిక రేపాయి. యౌవనంలోని మొదటి కోరిక కెరటాన్ని అతడు అర్థం చేసుకోలేకపోయాడు. కాని దీన్ని అణచుకోలేకపోయాడు. చేతిలోని హాకీ స్టిక్‌ని విరగకొట్టడానికి ఎంతో ప్రయత్నం చేసాడు. అలసిపోయాడు. ఈ అలసట పేరులేని ఆ అగ్నికణాన్ని ఏదో చేయాలన్న తపనను అణచివేస్తుంది.

'ధువాం'లో ప్రారంభం నుండి చివరివరకు ఒకే రకమైన వర్ణన ఉంది. ఆనందం, అనుభూతి అస్తిత్వానికి సంబంధించినది. ఇందులో పాఠకులలో కోరిక రేకెత్తించే వాక్యాలు లేవు. పదాలు లేవు. ఎందుకంటే కథ సెక్స్‌తో సంబంధించినది కాదు. విమర్శకులు ఈ విధంగా ఆలోచించడం వాళ్ల బలహీనత గసగసాలను ఆఫీమ్ గోళీలాగా తయారు చేయడానికి ఎన్నో స్టేజీలు దాటాలి.

నేను ఈ కథలో ఏ నీతిని చెప్పలేదు. నైతికత మీద ఇందులో లెక్చర్ కూడా ఇవ్వలేదు. ఎందుకంటే నన్ను నేను నీతిబోధకుడుగా ఎంచను. దుర్గుణాలు వాడి మనస్సులో - మేధస్సులో బయట నుండి ప్రవేశిస్తాయి. కొందరు వాటిని పెంచి పోషిస్తారు. కొందరు పోషించరు. మా దగ్గర కసాయి వాళ్ల దుకాణాలు పూర్తిగా తెరిచే ఉంటాయి. అందులో నగ్నంగా మాంసాన్ని ప్రదర్శిస్తారు.

పగలే మూసి ఉన్న గదుల్లో భార్య చేత తల నొక్కించుకుంటాను అన్న నెపంతో భర్త భార్యతో కలుస్తాడు. ఆ పిల్లవాడి (మస్ఊద్‌కి)లో భావోద్రేకాలు చెలరేగుతాయి. అతడిలో ఒక అశాంతి.

హిందుస్తాన్‌లో మగపిల్లలలో తక్కువ వయస్సులోనే కోరికలు పుడతాయి. దీనికి కారణం మీరు నా కథలలో తెలుసుకుంటారు. చిన్నపిల్లలు కోరికవైపు ఆసక్తి చూపిస్తే నిజానికి నాకు దుఃఖం కలుగుతుంది. నాలోని కళాకారుడు అవాక్ అయిపోతాడు.

కథారచయిత తన భావోద్వేగానికి ఎంతమాత్రం దెబ్బ తగిలినా కలంతో తన బాధకి కథారూపం ఇస్తాడు. బహుశ 'ధువాం' వ్రాసే ముందు నేను ఏదైనా హృదయ విదారకమైన దృశ్యం అయినా చూసి ఉండాలి. ఏ సంఘటన అయినా మనస్సును స్పర్శించి ఉండాలి. నన్ను కలం పట్టేలా చేసైనా ఉండాలి.

కథను క్షుణ్ణంగా చదివాక ఒక సత్యం అందరికి తెలుస్తుంది. నేను మసవుద్ అనుభవాన్ని ఎవరిపై రుద్దలేదు. ఇందులో నన్ను నేను కాని పాఠకుడిని కాని ఇన్‌వాల్వ్ చేయలేదు. అసలు ఇదే కథారచయితలో ఉండే గొప్పగుణం.

నేను ఈ కథలో నుండి కొన్ని పంక్తులను మీ ముందు ఉంచుతాను. దీని వలన రచయిత ఎంత జాగ్రత్త పడతాడో తెలుస్తుంది. మస్వూద్ మనస్సులో, మైండ్‌లో సెక్స్ ఆలోచనలు ఉన్నాయని రచయిత ఎక్కడ చెప్పలేదు. ఇటువంటి తప్పు చేస్తే రచియతకి ఎంతో హాని కలుగుతుంది.

ఒకటి : మస్వూద్‌కి బరువు కొంత తగ్గినట్లు అనిపిస్తుంది. అతడు పసివాడు మట్టిని పిసుకుతున్నట్లుగా కాళ్లతో తొక్కడం మొదలుపెట్టాడు. కుల్‌సుమ్‌కి ఎంతమాత్రం హాయిగా అనిపించలేదు. అయ్యో...అయ్యో అని బాధగా అరవసాగింది.

రెండు : కుల్‌సుమ్ స్నాయువులలో ఒక్కసారిగా ఝుర్-ఝుర్ అని అనిపించింది. పట్టుకుపోయిన నరాలలోని చేపలు కాళ్లకింద నలిగి అటు ఇటు జారిపోసాగాయి. మసవూద్ ఒకసారి స్కూల్లో లాగి కట్టబడ్డ తాడుపైన దొమ్మరివాడు నడుస్తుంటే చూసాడు. ఆ దొమ్మరి వాడి పాదాల కింద ఇదే విధంగా తాడు జారిపోతూ ఉండ వచ్చని అతడు అనుకున్నాడు.

మూడు :వేడి-వేడి మేక మాంసం వాడికి మాటి-మాటికి గుర్తు వస్తోంది.

ఒకటి రెండు సార్లు కుల్‌సమ్ చర్మం వలిచాక ఆమె మాంసం నుండి ఇటువంటి పొగవస్తుందా అని అనుకున్నాడు. కాని ఇట్లా అర్థం-పర్థం లేకుండా ఆలోచించినందుకు తనని తనే నిందించుకున్నాడు. పలకపైన స్పంజ్‌తో శుభ్రం చేసినట్లుగా అనవసరమైన ఆలోచనలతో అశుభ్రమైన తన మైండ్‌లను శుభ్రం చేసుకున్నాడు.

పెద్ద అక్షరాలలో స్పష్టంగా రాయబడ్డ అక్షరాలు మస్‌వూద్‌లో యౌనభవాన్ని రేకిత్తించలేదని స్పష్టం చేస్తున్నాయి. అతడు తన సోదరికి నడుంపడుతున్నప్పుడు పనివాడు మట్టి పిసికినట్లుగా అనిపించింది. కాళ్లుపడుతున్నప్పుడు స్కూల్లో చూసిన తాడుపై నడిచే దొమ్మరివాడు గుర్తుకువచ్చాడు. సోదరిని బలిచేసాక ఆమె మాంసం నుండి పొగవస్తోందా అన్న ఆలోచన రాగానే వెంటనే తప్పు అని తెలుసుకుని మైండ్‌లో మళ్లీ ఆలోచన రాకుండా జాగ్రత్తపడ్డాడు. తనని తను నేరస్థుడిగా అనుకుంటాడు.

నేను ఒకవేళ స్త్రీ ఛాతీ గురించి రాసినప్పుడు ఛాతీ అనే రాస్తాను. అంతేకాని స్త్రీ ఛాతిని పల్లీలని, బల్ల అని మంగలి కత్తి అని అయితే అనం కదా! లోకం దృష్టిలో అశ్లీలం. మరి దీనికి ఎటువంటి సమాధానం లేదు. చికిత్స అంతకన్నా లేదు. మేక పిల్ల సైతం కొందరిని నేర ప్రవృత్తి వైపు తీసుకువెళ్లడం నేను చూసాను. పవిత్రమైన గ్రంథాలలో కూడా అశ్లీలతను చూసే మహానుభావులు ఉన్నారు. ఇనుపమిషను కూడా మనుషులలో వాంఛలను రేపుతాయి. కాని ఆ ఇనుప మిషన్లలో మీరనుకున్నట్లుగా ఎటువంటి తప్పులేదు. ఈ విధంగానే మేక పిల్లలో కాని పవిత్ర గ్రంథాలలో కాని ఎటువంటి దోషం లేదు. ఒక జబ్బుపడ్డ శరీరంపైన కాని ఒక అనారోగ్యమైన ఆత్మపైన కాని ఇటువంటి చెడుప్రభావం పడుతుంది. ఎవరైతే శరీరకంగా, ఆత్మపరంగా ఆరోగ్యంగా ఉన్నారో వాళ్ల కోసమే కవి షేర్లు (కవితలు) చెబుతాడు. కథా రచయితలు కథలు అల్లుతారు.

నా కథలు శారీరక మానసిక ఆరోగ్యం కలవాళ్ల కోసమే. సాధారణ ప్రజల కోసమే. స్త్రీ ఛాతీని కేవలం ఛాతీ అనే దృషితో చూసేవాళ్లకే. అంతకన్నా ముందుకు పోయి మరో దృష్టితో చూసేవాళ్లకి ఎంతమాత్రం కాదు. స్త్రీ, పురుషుల సంబంధాన్ని లొట్టలు వేసుకుంటూ చూసే వాళ్ల కోసం రాయను. రొట్టె తినే సమయంలో ప్రతి ముక్క నమిలి తినాలి. లాలాజలంలో దాన్ని పూర్తిగా కలిపి

పోనిస్తే జీర్ణవ్యవస్థ పైన ఎక్కువ స్ట్రెస్ పడదు. తినగలిగినంత తినాలి. ఇట్లాగే సాహిత్యం విషయంలో కూడా మనం చేయాలి. ప్రతీ మాటని క్షుణ్ణంగా అర్థం చేసుకోవాలి. ప్రతీ భావాన్ని ఆలోచనని పూర్తిగా జీర్ణించుకోవాలి. భావజగత్తును మళ్లీ-మళ్లీ నెమరువేసుకుంటే చదివిన రచన పూర్తిగా ఆత్మకు హత్తుకునేలా కలకాలం ఉంటుంది. ఒకవేళ నీవు ఈ విధంగా చేయలేకపోతే నీ మీద చెడు ప్రభావం పడుతుంది. దీనికి నీవు రచయితను బాధ్యుడిని చేయలేవు. బాగా నమిలి మింగని ఆ రొట్టె నీ అజీర్తికి ఎట్లా కారణం అవుతుంది. నేను ఒక ఉదాహరణ ద్వారా దీన్ని స్పష్టం చేయాలనుకుంటున్నాను.

ఫ్రాన్స్‌లో మొపాసా అనే పెద్ద రచయిత ఉండేవాడు. వాంఛను కేంద్రబిందువుగా చేసుకుని ఆయన రాసిన ఒక కథ ఎంతో ప్రసిద్ధి చెందింది. డాక్టర్లు, మనోవైజ్ఞానికులు, తమ వైజ్ఞానిక పుస్తకాలలో దీని గురించి ప్రస్తావించారు. ఒక అబ్బాయి అమ్మాయిల కథ ఇది. ఇద్దరు ఎంతో చిలిపిగా ఉంటారు. ఆడుతూ పాడుతూ ఉంటారు. పెళ్లైయ్యాక మొదటి రాత్రి గురించి వాళ్లు వీళ్లు చెప్పిన మాటలు బట్టి ఎంతో గొప్పగా ఊహించుకుంటారు. మొదటి కలయికలో కలిసే మధురానుభూతి గురించి కలలుకంటారు. ఇద్దరికి పెళ్లి అవుతుంది. పెళ్లికొడుకు హానీమూన్ చేసుకోవడానికి పెళ్లికూతురిని హోటలుకి తీసుకువెళ్లాడు. ఇద్దరి ఊహల ప్రకారం ఆ రాత్రి దేవతలు వచ్చి జోలపాటలు పాడతారు. ఇద్దరు కలిసి పడుకున్నారు. కాని పెళ్లికూతురు ఉద్రేకంలో అన్నది – ఇదేనా మన మొదటి రాత్రి. మన ఇద్దరం కలిసి రంగుల కలలను కన్నాం. ఇంతేనా! అంతే పెళ్లికొడుకుకి ఈ మాటలు శూలాల్లా గుచ్చుకున్నాయి. తన పురుషత్వానికే ఇది సవాల్ అని సిగ్గుపడ్డాడు. వెంటనే చచ్చిపోవాలన్న ఉద్దేశ్యంతో గది నుండి బయటకి వచ్చేస్తాడు. తన పనికిమాలిన బతుకును ఏ సముద్రంలో అయినా ముంచేయాలనుకున్నాడు. ఇటువంటి నిర్ణయం తీసుకుని వెళ్తుండగా అతడికి ఫ్రాంస్‌లోని ఒక పల్లెటూరు పిల్ల తటస్థపడ్డది. ఆ అమ్మాయి విటుడి కోసం వేటాడుతోంది. ఆ వేశ్య అతడికి సైగ చేసింది. పెళ్లికొడుకు స్త్రీజాతిపైన పగతీర్చుకోవాలన్న ఉద్దేశ్యంతో ఆమెకి తను సిద్ధం అని చెప్పాడు. ఆమె తన ఇంటికి తీసుకువెళ్లింది. ఆ ఇల్లు ఎంతో అపరిశుభ్రంగా ఉంది. లొగ్గిడిగా ఉంది. హోటల్‌లో మొదటిరాత్రి పెళ్లికూతురు దగ్గర చేయలేని పని ఈ వేశ్య దగ్గర చేసాడు. ఆమెతో సంగమించాడు. వేశ్యను మరచిపోయాడు.

పరుగెత్తుకుంటూ భార్య దగ్గరికి పోగొట్టుకున్న పెన్నిధి దొరికినవాడిలా వెళ్లాడు. ఇద్దరు పక్క-పక్కన పడుకున్నారు. కాని ఇప్పుడు భార్యకి ఆ తీయటి కలలు కనాలన్న కోరిక లేదు. ఇంతకు ముందులా ఉవెత్తున ఊయలలో ఊగే ఊహాలే లేవు.

ఈ కథ చదివాక ఎవరైనా వ్యక్తి మొదటిరాత్రి ఫెయిల్ అయ్యాడని వేశ్య దగ్గరికిపోతే వాడంత మూర్ఖుడు ఎవడూ ఉండడు. నా స్నేహితుడు ఒకడు ఈ విషయంలో మూర్ఖంగా ప్రవర్తించాడు. తను పోగొట్టుకున్నది దొరికింది కాని రోగం కూడా పట్టుకుంది.

ఇంతకు ముందు నేను ఆల్ ఇండియా రేడియో నుండి ఒక ప్రసంగం చేసాను. దాంట్లో నేను ఇట్లా చెప్పాను.

సాహిత్యం ఒక మనిషి సొంత జీవిత చిత్రం కాదు. రచయిత కలంతో కేవలం తన ఇంటి విషయాలు, ప్రతీరోజు జరిగే సంఘటనలు రాయడు. అతడు తన నిజ జీవితానికి సంబంధించిన కోరికలు, కలలు, దుఃఖాలు, సంతోషాలు, రోగాలు-రోస్టులు, ఆరోగ్యాలు-అనారోగ్యాలు గురించి రాయడు. సోదరి కన్నీళ్లు, మీ చిరునవ్వులు, బీద కూలివాడి పకపకలు తన కలంతో చిత్రీకరిస్తాడు రచయిత.

అందువలన తన చిరునవ్వులు, తన కన్నీళ్లు, పకపకలు మొదలగు వాటి తాసులో ఆ చిత్రాలను తూచడం చాలా తప్పు. ప్రతీ రచనలో ఇటువంటి వాతావరణం, ప్రత్యేకమైన ప్రభావం, ప్రత్యేకమైన ఉద్దేశ్యం మొదలైనవాటిని అనుభవించకపోతే అది ఒక ప్రాణం లేని శవం అవుతుంది.

నేను ఎంతోకాలం నుండి రాస్తున్నాను. పదకొండు పుస్తకాలు రాసాను. సంపాదకుడిగా పనిచేసాను. ఆల్ ఇండియా రేడియోలో దాదాపు ప్రతీ స్టేషన్ నుంచి నా డ్రామాలు ఫీచర్ ప్రసారం అవుతూనే ఉంటాయి. ఇవి దాదాపు వంద పైగానే ఉంటాయి. రచనలు ఎట్లా చేయాలో నాకు బాగా తెలుసు. నా కలం నుండి అశ్లీలమైనవి, అమర్యాదమైన రచనలు వెలువడవు. నేను అశ్లీల రచయితను కాను, కథారచయితను.

రెండో కథ 'కాలీసల్వార్' గురించి నేను ఇప్పుడు చెప్పను ఎందుకంటే కేసును కొట్టేసారు.

'ధువాం' కథ విషయంలో వాఙ్మూలాన్ని ఏ మార్పులు-చేర్పులు చేయకుండా యథాతథంగా ఇవ్వడానికి ఒక కారణం ఉంది. ఈ కథలో ఆ రచయిత ఏం చెప్పదలచుకున్నాడో, తన వైపు నుండి ఏ విధంగా దీన్ని సమర్థించాడో పాఠకులకు తెలుస్తుంది. కథ అశ్లీలమైనదా లేదా అన్న విషయాన్ని కూడా పాఠకులు ఆలోచించే అవకాశం ఉంటుంది. దీన్ని యథాతథంగా చదివినప్పుడు మంటో ఎంత సమర్థవంతంగా తన కథల విషయంలో వాద వివాదాలు చేయకలడో తెలుస్తుంది. (నిజానికి లాయరు వంశస్థుడే కదా) పొరలు-పొరలుగా విడదీసి లోతుగా ఆలోచించకల శక్తి ఆయనలో ఉంది. కథను ఎన్నో దృష్టికోణాలతో ఆయన చూసాడు. ప్రతీ బిందువును వివేకంతో బూతద్దంలో చూపించగలడు. 'ఠండాగోష్త్' కథ విషయంలో కూడా ఆయన ఇట్లాగే విశ్లేషణ చేసారు. నిజానికి మంటో దృష్టితో మనం ఈ కథలను పునఃవిమర్శచేయాలి. 'ఠండాగోష్త్' 'ధువాం' కథల మీద ఇంతకు ముందు విమర్శలు వచ్చాయి. ఇంకా ఇప్పటికి వస్తూనే ఉన్నాయి. కాని మంటో చేసిన విమర్శ లాంటి విమర్శచేయడం మరొకరికి సాధ్యం కాదు. కథా రచయితలో ఒక వివేకమైన విమర్శకుడు ఉన్నాడు. ఈ వాఙ్మూలం వలన ఈ కథల మీద ఇంకా చర్చ జరిగే అవకాశం లభించింది.

ఆశ్చర్యపడాల్సింది ఏమిటంటే ఈ వాఙ్మూలం జడ్జిపైన ఎటువంటి ప్రభావం చూపలేదు. డా. సయీద్ ఉల్లాహ్, ప్రొఫెసర్ కన్నయ్య లాల్‌కపూర్, డా. ఎ. లతీఫ్, బారీ అలీగ్, దేవేంద్ర సత్యార్థి లాంటి పెద్ద పెద్ద వాళ్లు మంటో వైపు నుండి సాక్ష్యం ఇచ్చారు. పగలంతా కోర్టులోనే కూచునేవారు. అసలు అశ్లీలత ఛాయ కూడా ఈ కథలలో లేదు అని వాళ్లు వాదించారు. అయినా జడ్జి రెండొందల జుర్మానా కట్టాలని శిక్ష విధించాడు.

మంటో సెషన్ కోర్టులో అపీల్ చేసాడు. అక్కడ అశ్లీలత అన్న నేరం నుండి అతడు బయటపడ్డాడు. జుర్మానా కూడా కోర్టు వాళ్లు తిరిగి ఇచ్చేసారు.

పాకిస్తాన్ వెళ్లాక మంటో కొంతకాలం అస్తవ్యస్తమైన పరిస్థితులను చూసి చాలా బాధ పడేవాడు. ఒంటరితనం తనకు ఎంతో దుఃఖం కలిగించింది. దీని నుండి బయటపడాలని ఎన్నో హాస్య-వ్యంగ్య రచనలు చేసాడు. అయినా కథలను రాయడం అతని వల్ల అయ్యేది కాదు. మనస్సంతా ఉదాశీనంగా ఉండేది. ఇంతలో అహమ్మద్ నదీమ్ కాస్మీ పెషావర్‌లోని ఉద్యోగాన్ని వదిలేసి 'నుకూష్' సంపాదకుడి ఉద్యోగం మీద లాహోరు వచ్చాడు. మంటో 'నుకూష్'

కోసం ఏదైనా కథ రాస్తే బాగుండును అని అనుకునేవాడు. ఆయన కోరికపైన పాకిస్తాన్‌లో మొదటికథ 'ఠండా గోష్త్' రాసాడు. కాస్మీ ఈ కథను చదివి మంటో సాహెబ్ క్షమించండి కథ చాలా బాగుంది కాని 'నుకూష్' విషయంలో ఇది చాలా వాడి వేడిది అవుతుంది అని అన్నాడు. ఆయన చెప్పినట్లు ఈ కథ ఆయన జీవితంలో వేడిని సృష్టించింది. రెండోరోజు మంటో 'ఖోల్‌దో' అనే కథ రాసాడు. కాస్మీ దీనిని 'నుకూష్' న॥ 37లో ప్రచురించారు. వెంటనే కథ సంచలనం రేకెత్తించింది. చివరి పంక్తులు అందరిని ఊపేసాయి. కాని మత ఛాందసులకు కొత్తగా ఏర్పడిన పాకిస్తానీ ప్రభుత్వ దృష్టిలో ఇది అశ్లీలమైన, అనైతికమైనది. ప్రభుత్వం 'నూకూష్' ప్రచురణని ఆరు నెలలు బాన్ చేసింది.

అసలు 'ఖోల్‌దో' కథలో ఏముంది? మతం పేరిట విభజన జరగడం సమంజసమే అన్న ప్రభుత్వం ఎందుకింతగా అల్లకల్లోలం అయింది? 'నుకూష్' పత్రికను శిక్షారూపంలో బాన్ చేయడం ఎందుకనివార్యం అయింది? ఈ కథలో బయట జరుగుతున్న అరాచకం, కథలోపలి పాత్రల క్షోభను తీవ్రంగా కళాత్మకంగా వ్యక్త పరచినందుకు శిక్ష విధించారా? ప్రభుత్వానికి సాధారణ ప్రజల శాంతికి భంగపాటు కలుగుతుందన్న ఆలోచనన కలిగిందా? 'ఖోల్‌దో' కథ విభజన వలన జరిగిన అరాచకాన్ని బయటపెట్టింది. మనిషి రాక్షసుడుగా మారిన దశ అది. ముసలి సిరాజుద్దీన్ తన యౌవనవతి కూతురు కోసం గాలిస్తూ ఉంటాడు. చివరికి ఆ అమ్మాయి ఒక ఆసుపత్రిలో కనిపిస్తుంది. డాక్టర్ సిరాజుద్దీన్‌తో 'కిటికీ తెరు' అని అనగానే మృతప్రాయంగా పడి ఉన్న సకీనా శరీరంలో చైతన్యం వచ్చింది. చచ్చుపడిన చేతులతో ఆ అమ్మాయి షల్వార్ ముడి విప్పేస్తుంది. షల్వార్‌ని కిందకు లాగేస్తుంది. ముసలి సిరాజుద్దీన్ సంతోషంగా అరుస్తాడు - 'బతికే ఉంది.... నా కూతురు బతికే ఉంది...' డాక్టర్ చెమటతో తడిసిపోతాడు. డాక్టర్ అన్న మాట ప్రభావం ఆమెపై ఎంతగానో పడ్డది. ఆమె ప్రతి క్రియ తను మతస్థులే అయిన రజాకార్లు మాటి మాటికి చేసిన బలాత్కారాల వలనపడ్డ యాతనను బయటపెట్టింది. ఆ దుర్ఘటన మనిషి ఆచరణ వ్యవహారం ఎంత అమానుషకరమైనదో ఆ నగ్న బిందువు దాకా ప్రజలను తీసుకువెళ్తుంది. సిరాజుద్దీన్ చివరి ప్రతిక్రియ డాక్టర్. సకీనా చేస్తున్న పనిచూసి చెమటతో తడిసిపోవడం చదివాక పాఠకుల విభజనతో సంబంధించిన స్వప్నాలు, దుస్వప్నాలు, వికృతుల గురించి ఆలోచించకుండా ఉండలేరు.

ఇటువంటి హృదయ విదారకమైన దృశ్యాలను, సత్యాలను మంటో తన కళ ద్వారా వ్యక్తం చేసాడు. కాముకత అశ్లీలతే కాకుండా ఇంకా ఉన్న దుర్భరమైన అనుభవానికి మనం లొంగిపోతాం. ఇట్లానే మంటో కూడా అప్పుడు దానికి లొంగిపోయాడు. రచయిత పాఠకులకి ఇది దుర్భరమైన అనుభవం.

కొన్ని సంవత్సరాల క్రితం త్రివేణి ఓపెన్ థియేటర్‌లో నేను ఈ కథను ఆధారం చేసుకుని మాయా కృష్ణారావు ఇచ్చిన నృత్య ప్రదర్శనను చూసాను. కథలోని సకీనాని తండ్రి సిరాజుద్దీన్‌ని ఈ నృత్యంలో ఆమె సజీవంగా చూపించింది. దర్శకులపై చాలా ప్రభావం పడ్డది. కుదిపివేసే ఈ జటిల అనుభవాన్ని నృత్యభంగిమలలో ఎంతో తల్లీనమై చూపిచింది. అప్పుడు అనిపించింది మాయా కృష్ణారావు, మంటో ఒకే వేవ్ లెంగ్త్‌లోకి వచ్చేసారు. సిరాజుద్దీన్, సకీనా, మంటో ఒకరైపోయారు.

'ఖోల్‌దో' కథ వలన 'నుకూష్'ని బాన్ చేయడం వలన 'ఠండాగోష్త్' ప్రచురించడానికి ఎవరు ముందుకు రాలేదు. కథ వేసిన పత్రికని నిషేధిస్తారన్న భయం వలన వాళ్లు వెనక అడుగు వేసేవాళ్లు. అందువలన 'ఠండాగోష్త్' ప్రచురించడానికి ఎవరు ముందుకు రాలేదు. కథ నచ్చినా పత్రికని నిషేధిస్తారన్న భయం వలన వాళ్లు వెనక అడుగువేసేవాళ్లు. అందువలన 'ఠండాగోష్త్' కథని 'నుకూష్' కాని 'అదబెయె -లతీఫ్' కాని 'నయాదౌర్' కాని ప్రచురించడానికి ఇష్టపడలేదు. కాని 'జావేద్' విశేష సంచిక (మార్చి 1949)లో దీని యజమాని ప్రచురించాడు. దీని మీద దుమారం రేగింది. కొందరికి ఈ కథ అశ్లీలంగా విభజన వేళ్లపైన ఒక వేటుగా అనిపించింది. నిజానికి ఈ కథలో విభజన కేవలం ఒక సంఘటనగా కాకుండా పాత్రల ప్రవర్తన, మనఃస్తత్వం ద్వారా విభజన దుర్భర పరిస్థితులు చిత్రీకరించబడ్డాయి. దోపిడీలు - అరాచకాల సమయంలో ఈశ్వర్‌సింహ్ ఒక మహమ్మదీయ అమ్మాయిని ఎత్తుకువస్తాడు. సహవాస సుఖంపొందాలని అనుకుంటాడు. కాని ఆ అమ్మాయి భుజాల మీదే అరాచకాల భయం వలన చనిపోతుంది. అతడు శవంపై వంగుతాడు అంతే అతడిలోని మగతనం చచ్చిపోతుంది. అమ్మాయి శవంగా మారడం, వాంఛ వలన అసలు మగతనానికి పక్షవాతం రావడం, విభజన వలన జరిగిన అరాచకకృత్యం నుండి ఎట్లా వేరు చేయగలుగుతాము? కాని ప్రభుత్వం దీనిని ఎట్లా ఒప్పుకుంటుంది? కేసు ప్రెస్ అడ్వైజరీ బోర్డ్ దాకా వెళ్తుంది. దీని

కన్వీనర్ 'పాకిస్తాన్ టైమ్స్' కి చెందిన ఫైజ్ అహమ్మద్ ఫైజ్. 'జావేద్' యజమాని నషీర్ అన్వర్ కూడా ఇందులో ఉన్నారు. ఆయన ఇట్లా అన్నారు – 'ఫైజ్ సాహెబ్ కథను అశ్లీలమైనది అన్న భావాన్ని ఏ మాత్రం వ్యక్తపరచలేదు. మౌలానా అఖ్తర్ ఒక్కసారిగా అరిచాడు – ఊహ... ఇటువంటి సాహిత్యం ఇక పాకిస్తాన్‌కి రావడానికి వీలు లేదు. సహరాయా సాహెబ్ ఇది విని సంతోషపడ్డాడు. వకార్ సాహెబ్ కథని నిషేధించాడు. హమీద్ నిజామీ 'నవాయెవక్త్' పక్షం వహించాడు. ఎఫ్ డబ్ల్యూ బస్టన్‌కి చౌధరి సాహెబ్ ఇంగ్లీషులో వివరించారు. నాకు చాలా నవ్వు వచ్చింది. ఆయన ఇట్లా చెప్పారు – ఈ కథ థీమ్ ఏమిటంటే మన మహమ్మదీయులకు ఎంతో సిగ్గుచేటు. మహమ్మదీయురాలైన చచ్చిన స్త్రీ శవాన్ని కూడా సిక్కులు వదలలేదు. నాకు నవ్వు వచ్చింది, కాని చౌధరీ తన అనువాదం పదహారణాలు సరియైనదని పట్టుబట్టారు. నేను ఈ అనువాదం తప్పు అని ఎన్నోసార్లు చెప్పాను. ఆయనకి తెలియ చెప్పటానికి ఎంతో ప్రయత్నించాను. ఫైజ్ ఎన్నో వివిధ దృష్టి కోణాలతో దీనిని విమర్శించారు. కాని ఆయన ఒప్పుకోలేదు. కోర్టు తీర్పు ఇస్తుందన్న నిర్ణయం తీసుకున్నారు.

ఈ మీటింగ్ అయ్యాక కొంతకాలానికి మంటో నసీర్, అన్వర్, ఆరీఫ్ ముహమ్మద్ మీ తీన్‌ను అరెస్ట్ చేసారు. మంటోకి బెయిల్ దొరికింది. డేట్ ఇచ్చినప్పుడు వెళ్లాల్సి వచ్చేది. మంటో వైపున దాదాపు 32 మంది పేర్లు ఇవ్వడం జరిగింది. వాటిల్లో ముమ్‌తాజ్‌షిరీ పేరు కూడా ఉంది. జడ్జి కేవలం 14 మంది పేర్లను మాత్రమే రాసారు. అందులో ముమ్‌తాజ్ పేరు లేదు. చివరికి సాక్షులకు సమన్స్ జారి అయినాయి. మంటో ఎవరిని కలవలేదు. ప్రతీ వాళ్లు తమ తమ దృష్టికోణం ప్రకారం తమ నిష్పక్షపాతమైన నిర్ణయం ప్రకారం దీన్ని గురించి చెప్పడం సమజసం అని ఆయన అనుకున్నాడు. మొట్టమొదటి సాక్ష్యం ఇచ్చింది, లాహోరు దయాల్ సింహ్ కాలేజీ ప్రిన్సిపాల్ సైయ్యద్ ఆబిద్ అలీ ఆబిద్. తన వాఙ్మూలంలో ఆయన ఇట్లా చెప్పాడు – 'నేను రిసాలా... జావెద్‌లో 'ఠండాగోష్త్' చదివాను. ఇది ఒక అమూల్యమైన రచన. నేను మంటో రచనలన్నింటిని చదివాను. ప్రేమ్‌చంద్ తరువాత సాహిత్య రంగంలో సాదత్ మంటోకి విశిష్టమైన స్థానం ఉంది. ఈ కథలో ఈశ్వర్ సింహ్ చేసిన అరాచకకృత్యానికి ప్రకృతి అతడికి మానసిక నపుంసకత్వాన్ని

శిక్షగా ఇచ్చింది. జడ్జి అడిగిన ప్రశ్నలకు ఆయన ఇట్లా జవాబు చెప్పారు 'ఈ కథను నా పిల్లలందరు చదివారు. నా ఒక కూతురు ఫోర్త్ యియర్ చదువుతోంది. సెక్స్‌పైన ఎకడమిక్ చర్చ జరిగింది. ఈ కథలోని కథా వస్తువుపైన కూడా చర్చ జరిగింది. కొంతమంది సాహిత్య ప్రేమికులు అభిమానులతో కూడా నేను ఈ కథ గురించి చర్చించాను. అందరు ఈ కథని ఎంతగానో మెచ్చుకున్నారు'.

లాహోర్ దయాల్‌సింహ్ కాలేజీలో సైకాలజీ ప్రొఫెసర్ మిష్టర్ అహమ్మద్ సయాద్ రెండోసాక్షి. ఆయన ఇట్లా చెప్పాడు. కథ 'ఠండాగోష్త్' అశ్లీలమైనది కానే కాదు. ఇందులో సెక్స్ సమస్య ఉంది. ఇది సాపేక్షమైనది. మానసికంగా అనారోగ్యంగా ఉన్న మనిషిపై ఈ కథ చదివితే ప్రభావం పడుతుంది. మూడోసాక్షి డా. ఖలీ అబ్దుల్ హకీమ్ తన వాఙ్మూలంలో ఇట్లా చెప్పాడు 'మానవ జీవితంలో ఉన్న మంచి-చెడులను రచయిత పద్ధతిగా చెబితే జీవితంలోని నిజాలను తెలుసుకోడానికి వ్యక్తికి ఇది సహాయపడుతుంది. చెడుపాత్ర గురించిన చిత్రణ ఎట్లా ఉండాలంటే ఆ పాత్ర పట్ల మనకు అసహ్యం ద్వేషం కలగాలి. కథలో వివాదస్పదమైన పాత్ర ఈశ్వర్ సింహ్ పట్ల మనకు అసహ్యం కలుగుతుంది. ద్వేషం కలుగుతుంది. నిజానికి ఇటువంటి వ్యక్తులు ఉంటారు. ఇటువంటి అరాచకాల్ని సృష్టించే వ్యక్తులకు శరీర స్వస్థత కలగడానికి బదులు నపుంసకత్వం రావడం సహజమైనదే'. డా. సయిూద్ అల్లాహ్ సాహెబ్ నాలుగో సాక్షి. ఆయన ఇట్లా చెప్పాడు - 'ఠండాగోష్త్ కథ చదివాక నేను స్వయంగా చల్లటి మాంసపు ముద్దనై పోయాను. శిథిలత్వం నపుంసకత దీని ఫలితం. ఈ కథ ఎవరిలోను కామవాంఛ రేపదు.... ఈశ్వర్ సింహ్ చరిత్రను చిత్రీకరించేటప్పుడు రచయిత రెండు మూడుసార్లు తిట్లను ఉపయోగించాడు. రచయిత ఇది సరియైనదే అని అనుకుని ఉండవచ్చు. అసలు ఆ తిట్లు ఎంతమాత్రం బూతు మాటలు అనిపించవు. ఒకవేళ అవి బూతుమాటలైనా కథ అశ్లీలమైనది అని ఎంత మాత్రం అనిపించదు. తిట్లు అశ్లీలం అయి ఉండవచ్చు కాకపోనూవచ్చు. ఒకవేళ రచయిత నిజమైన కళాకారుడైతే అనవసరంగా ఎప్పుడు తిట్లు వాడడు. ఈ కథలో తిట్లు ఎంతో కళాత్మకంగా ఉపయోగించబడ్డాయి.

'పాకిస్తాన్ టైమ్స్' ఎడిటర్ ఫైజ్ అహమ్మద్ ఫైజ్ ఇట్లా చెప్పారు 'నా ఉద్దేశ్యంలో కథ అశ్లీలమైనది కాదు. ఒక కథలోని వివిధ పదాలను ఇది

అశ్లీలం ఇది కాదు అని చెప్పడం అర్థం పర్థం లేనిది. కథపై విమర్శ చేసేటప్పుడు మొత్తం కథను దృష్టిలో పెట్టుకోవాలి. నగ్నత్వ చిత్రీకరణ అశ్లీలం కాదు. ఈ కథా రచయిత అశ్లీలతను సమర్థించలేదు కథ అశ్లీలంగా లేదు. కాని సాహిత్య విలువలను కూడా పెద్ద ఎత్తున నిర్వర్తించలేదు. ఎందుకంటే ఇందులో జీవితంలోని ముఖ్యమైన సమస్యలకు ఎటువంటి పరిష్కార మార్గం చూపెట్టలేదు'.

అశ్లీలత విషయంలో ఆయన తన అభిప్రాయం వెలిబుచ్చారు 'విషయ వస్తువు అదే అయితే నన్ను ముద్దులు పెట్టుకుంటున్నాడు' అన్న వాక్యం రాసినా నేను ఎటువంటి అభ్యతరం చెప్పను. ఉచితమైన ప్రయోగమే పీల్చి పీల్చి ఛాతిని అంతా ఉమ్ముమయం చేసేసాడు. నిజానికి ఈ వాక్యం పార్లమెంటరీ కాదు. కాని సాహిత్యపరంగా ఉచితమైనదే'.

ఫైజ్ సాహెబ్ తరువాత మరో ఇద్దరు సాక్ష్యాలు ఇచ్చారు. గవర్నమెంటు కాలేజీ లాహోరు ప్రొఫెసర్ సూఫీ గులామ్ ముస్తఫా ఒక సాక్షి. లాహోరు ఎఫ్.సి కాలేజీలో సైకాలజీ డిపార్టుమెంటు హెడ్ డా. వి. లతీఫ్ రెండో సాక్షి. సూఫీ సాహెబ్ ఇట్లా చెప్పారు 'కథ ఠండా గోష్త్ వ్యక్తి చరిత్రపైన ఏ మాత్రం ప్రభావం చూపించదు. ఇందులో అశ్లీలంగా అనిపించే కొన్ని వాక్యాలు ఉన్నాయి. మనిషిలోని వాంఛలను సాహిత్య వస్తువుగా చేయడం వలన మన సాహిత్యం సరియైన దిశ వైపు వెళ్తోంది'. అశ్లీలత విషయంలో ఆయన ఇట్లా అన్నారు 'ఏ కథ అయినా ఏ రచన అయినా అశ్లీలం కాదు. సాహిత్యం సాహిత్యమే. డా.వి.లతీఫ్ ఒక కొత్త దృష్టికోణంతో చూసారు 'నేను 'ఠండ్‌గోష్త్'ని ఇప్పుడే చదివాను. ఇది నిజానికి సరియైన పత్రికలో ప్రచురింపబడలేదు. ఈ కథ ఇంకా పాపులర్ అయిన పత్రికలో ప్రచురితం కావాలి. ఏదైనా సాహిత్య పత్రికలో కేస్ హిస్టరీ ప్రాతిపదిక మీద పుంసకత్వం-నపుంసకత్వం పై పక్ష-విపక్షాల చర్చ జరిగి ఉంటే అది ప్రచురితం అయి ఉంటే అశ్లీలత అన్న ఆరోపణ జరిగి ఉండేది కాదు. ఏ పదాలను అశ్లీలం అంటున్నారో వాటిని ఉచ్ఛరించడం బాగుండదని నేను అంటాను. కాని కేసు హిస్టరీలో ఈ మాటలకి ఎంతో ప్రాముఖ్యత ఉంది'.

సాక్షులు చెప్పడం పూర్తయింది. 'ఠండాగోష్త్' విషయంలో మంటో ఈ విధంగా చెప్పాడు - 'జావేద్'లో ప్రచురింపబడ్డ 'ఠండాగోష్త్' రచయితను నేను. విమర్శకుల దృష్టిలో ఇది అశ్లీలమైన కథ. నేను దీనిని ఒప్పుకోను. ఈ

కథ ఏ దృష్టి కోణంతో చూసినా అశ్లీలం కాదు. అశ్లీలత గురించి చాలా చెప్పడం జరిగింది. ఇంకా చెప్పవచ్చు. అసలు సాహిత్యం ఎప్పుడు అశ్లీలం అనిపించదు.

ఇంతకుముందు కూడా నా కొన్ని కథలపై అశ్లీలంగా ఉన్నాయి అన్న ఆరోపణలు వచ్చాయి. నా మీద కేసులు నడిచాయి. కాని మళ్లీ అపీలు చేసుకున్నప్పుడు ప్రతీసారి కోర్టులు నా కథలపైన కేసులు కొట్టేసాయి. నన్ను విడుదల చేయడం అయింది.

కథలో రెండు పాత్రలు ఉన్నాయి. ఈశ్వర్‌సింహ్ అతడి ఉంపుడుకత్తె లేక భార్య కుల్‌వంత్ కౌర్. ఇద్దరు పక్కా పల్లెటూరి వాళ్లు. ఇద్దరు సెక్స్ విషయంలో ఒకరికొకరు తీసిపోరు. ఈశ్వర్‌సింహ్ వాంఛ కేవలం కౌర్ తీర్చకలదు. అట్లాగే కౌర్ వాంఛ ఈశ్వర్ సింహ్. ఇద్దరు సెక్స్ జీవితాన్ని ఆనందంగా అనుభవిస్తున్నారు. కాని కొంతకాలానికి ఈశ్వర్ ప్రవర్తనలో కౌర్‌కి మార్పు కనిపిస్తుంది. సెక్స్ విషయంలో ఇదివరకటిలా అతడిలో శక్తి సామర్థ్యాలు లేవు. మరే స్త్రీతోనైనా అతడికి సంబంధం ఉందా, అన్న సందేహం భార్యకు కలుగుతుంది. కాని అతడు ఒక సంఘటన వలన నపుంసకుడయ్యాడు. అతడు విభజన సమయంలో అల్లర్లు రేపి హత్యలు చేసాడు. ఆ తరువాత ఒక ఆడపిల్లని ఎత్తుకొస్తాడు. అతడు తన వాంఛను తీర్చుకోవాలనుకుంటాడు. కాని ఆ అమ్మాయి భయం వలన అతడి భుజాలపైన చనిపోయి ఉంటుంది. ఎదురుకుండా శవాన్ని చూడగానే ఈశ్వర్‌సింహ్‌పైన ప్రభావం పడ్డది. అతడు నపుంసకుడు అయిపోయాడు.

'ఇక్కడ ఒక విషయాన్ని గమనించాలి. హత్యలు, దోపిడీలు చేస్తున్నప్పుడు ఈశ్వర్ సింహ్‌పై ఎటువంటి ప్రభావం పడలేదు. అసలు ఒక చిన్నం ఎత్తైనా అతడిలో ఎటువంటి మార్పు రాలేదు. కాని అతడు చల్లబడిపోయిన ఆ అమ్మాయి శవం మీద వంగిన వెంటనే అతడిలో నపుంసకత్వం వచ్చేసింది. అతడిలోని పురుషుడు మాయమయ్యాడు'.

'ఒక జ్ఞానం మనుష్యులకి, ఏ మనిషి అయినా ఎంత రాక్షసుడైనా వాడిలోని మానవత్వం లుప్తం కాదు అని తెలియచెబుతుంది. దీనిని అశ్లీలంగా భావిస్తున్నారు. ఈ కథలో ఒక మనిషికి వాడిలోని మానవత్వం శిక్షవేస్తుంది'.

కథలో కళాత్మకమైన లోపాలు ఏవన్నా ఉన్నా, శైలి సరియైనది కాకపోయినా, సాహిత్య గుణాలను బట్టి విమర్శ జరిగి ఉంటే నేను సంతోషపడే వాడిని. ఎందుకంటే కథ గురించి సరియైన విమర్శ జరిగి ఉండేది. నాపైన అసహ్యకరమైన ఒక నేరం మోపారు. నేను నా రచనల ద్వారా ప్రజలలో కామవాంఛ రేకెత్తించాను, ప్రేరేపించాను అని నా మీద నేరం మోపారు. ఇవాళ నేను నేరస్థుల బోనులో నిల్చున్నాను. నా మనస్సు దీనిని ఎంత మాత్రం ఒప్పుకోదు. ఇంతకన్నా మరో భావం అయితే రాదుగా.... ఈశ్వర్‌సింహ్‌కి పడ్డ ఘోరమైన శిక్ష, పాఠకుల మనస్సులో, ఆలోచనల్లో, కామవాంఛను ఎట్లా పుట్టిస్తుంది?'

ఈ వాఙ్మూలం విన్న తరువాత మెజిస్ట్రేట్ ఇట్లా అన్నాడు -అసలు ఈ వాఙ్మూలమే నేరస్థుడిని శిక్షించడానికి చాలు. మంటోకి ఒక అశ్లీలమైన కథ రాసినందుకు ఆర్టికల్ 292 పి.పి.సి ప్రకారం మూడు నెలలు జైలు శిక్ష పడ్డది. మూడొందల రూపాయల జరిమానా వేసారు. ఈ తీర్పుకి వ్యతిరేకంగా జనవరి 28, 1950లో సెషన్ కోర్టులో అపీల్ చేసారు. ఈ కోర్టు కేసును కొట్టేసింది. జులై 10, 1950లో తీర్పు వినిపిస్తూ జవాబ్ ఇనాయతుల్లా ఖాన్ ఎడిషనల్ సెషన్ జడ్జి లాహోరు మెజిస్ట్రేట్ ఎస్ ఎస్ సయీద్ ఇచ్చిన తీర్పును రద్దు చేస్తూ ప్రతివాదిని విడుదల చేస్తూ ఇట్లా అన్నారు - నేను అపీలుని మంజూరు చేస్తున్నాను. అపీలు చేస్తున్న ముగ్గురిని విడుదల చేస్తున్నాను. వాళ్ళకి ముందే బెయిల్ ఇవ్వబడ్డది. ఇంతకు ముందే జరిమానా డబ్బులు ఇచ్చి ఉంటే అవన్నీ తిరిగి ఇవ్వాలి'.

తనపైన ఉన్న కేసుల గురించి తెలియపరుస్తూ చాచా సామ్ పేరన రాసిన ఉత్తరం డిసెంబర్ 16, 1951లో మంటో ఇట్లా రాసాడు. 'బ్రిటీష్ ప్రభుత్వం నన్ను నేరస్థుడిగా ఎంచింది. మన ప్రభుత్వం కూడా నన్ను నేరస్థుడిగానే ముద్ర వేసింది. బ్రిటీషు ప్రభుత్వం నన్ను వదిలేసింది. కాని మన ప్రభుత్వం నన్ను వదిలేస్తుందన్న నమ్మకం లేదు. కోర్టు నాకు మూడు నెలల ఖైదు విధించింది. మూడొందల జుర్మానా (జరిమానా) విధించింది. సెషన్ కోర్టులో అపీల్ చేయగానే నన్ను వదిలేస్తుందన్న నమ్మకం లేదు. సెషన్ కోర్టులో అపీల్ చేయగానే నన్ను విడుదల చేసారు. మన ప్రభుత్వం దృష్టిలో ప్రభుత్వం పట్ల అన్యాయం జరిగింది. మన ప్రభుత్వం హైకోర్టులో అపీలు చేసింది. సెషన్

కోర్టు ఇచ్చిన తీర్పును రద్దు చేయాలి. అతడికి శిక్ష విధించాలి. చూద్దాం, హైకోర్టు ఏ తీర్పు ఇస్తుందో!'

'ఠండా గోష్త్' విషయంలో మూడోసారి హైకోర్టులో మంటోకి బోనులో నిల్చోవాల్సి వచ్చింది. ఏప్రిల్ 3, 1952లో మూడొందల రూపాయల జరిమానా విధించారు. లేకపోతే ఒక నెల జైలు శిక్ష.

హైకోర్టు ఇచ్చిన ఈ తీర్పు విన్నాక అతడు ఎంతగా మానసిక వ్యధ చెంది ఉండవచ్చో మనం ఊహించవచ్చును. అందరి ఎదురుకుండా అనైతికత, అశ్లీలత, ఆతంకవాది, పతితుడు అన్న ముద్రవేసారు. అవమానంతో, వ్యధతో ఆయన క్షణ క్షణం చస్తూ ఎట్లా బతికి ఉండవచ్చో ఊహిస్తేనే మనం బాధతో గిల గిల కొట్టుకుంటాం. తీర్పు తరువాత దాదాపు ఒకటిన్నర నెల తరువాత మే 28, 1952లో నలువైపులా దుమారం రేగింది. అందరు ఆవేశంతో ఊగిపోయారు. ఈ వ్యధను ఎటువంటి ఆచ్ఛాదన లేకుండా నాటకీయ పద్ధతిలో 'పసే మంజర్'లో వ్యక్తపరిచాడు.

'ఈ రోజు తాజా వార్త విన్నారా?'

'కొరియాదా?'

'ఊహు... కాదు'.

'హత్యలు-దోపిడీలు గురించిన కొత్త వార్తాలా?'

'సాదత్ మంటో...'

'ఏం చచ్చిపోయాడా?'

'ఊహు... నిన్న అరెస్ట్ అయ్యాడు'.

'అశ్లీలం ఆరోపింపబడ్డదిగా...'

'అవును... పోలీసులు అతడి ఇంటిని సోదా కూడా చేసారు'.

'కోకిన్... లేకపోతే ఇల్లీగల్ సారా బాటిల్స్ బయటపడ్డాయా?'

'ఊహు... వార్తాపత్రికలు తప్ప ఆయన ఇంట్లో ఇల్లీగల్ ఏ వస్తువు దొకలేదు' అని రాసాయి.

'కాని... అసలు ఆయన అస్తిత్వమే ఇల్లీగల్...'.

'అవును... ప్రభుత్వం ఇట్లాగే ఆలోచిస్తోంది'.

'మరి ఆయనను అరెస్ట్ ఎందుకు చేయలేదు?'

'అరెస్ట్ చేయడం, చేయకపోవడం ప్రభుత్వం చేతిలోనే ఉంది. నిజానికి ఈ పని ప్రభుత్వం చేతిలోనే ఉండాలి. దానికి అంతా తెలుసు'.

'ఇందులో సందేహం ఎందుకు?'

'మరైయితే మీ అభిప్రాయం? ఈ సారి మంటోకి ఉరిశిక్ష పడాల్సిందే'

'శిక్షపడితే మంచిదే... రోజూ... ఈ గొడవ ఉండదు'.

'ఠండాగోష్త్' విరుద్ధంగా హైకోర్టు ఇచ్చిన తీర్పు తరువాత అసలు అతడు ఆత్మహత్య చేసుకోవాల్సింది'.

'ఒకవేళ ఈ ప్రయత్నం ఫలించలేకపోతే'.

'తప్పకుండా మరో కేసు నడిచేది. ఆత్మహత్యకు ప్రయత్నించాడని'.

'అందుకేనేమో ఆత్మహత్య చేసుకోలేదు. లేకపోతే... ఓటమి అంగీకరించేవాడా?'

'అంటే మీ ఉద్దేశ్యంలో అతడు ఇంకా ఇట్లాగే అశ్లీలమైనవి రాస్తాడా?'

'ఇది ఐదో కేసు. ఒకవేళ అతడు వీటికి దూరంగా ఉండాలనుకుంటే మొదటి కేసు తరువాత మారిపోయేవాడు. ఏదైనా మంచి పని చూసుకునేవాడు.

'ఉదాహరణకి ప్రభుత్వానికి చాకిరీ చేసేవాడు, నెయ్యి అమ్మేవాడు. ఈ మొహల్లాలోని పీర్ గెలానియా దాసుడు గులామ్ అహమ్మద్ సాహెబ్‌లా ఏవైనా మందులు అమ్ముకునేవాడు'.

'అవును నిజమే ఇట్లా ఎన్నో మంచి పనులు ఉన్నాయి. కాని అతడు మొండివాడు. రాస్తాడు తప్పకుండా రాస్తాడు'.

'దీని పర్యవసానం ఏమౌవుతుందో మీకు తెలుసా?'

'పెద్ద కీడు ఏదో అవుతుంది'.

'ఆరు కేసులు పంజాబ్‌లో నడుస్తున్నాయి. పది సింధ్‌లో నాలుగు సూబా సరిహద్దులో, మూడు పాకిస్తాన్‌లో... ఆయన ఏదో ఒకరోజు పిచ్చివాడై పోతాడు'.

'ఎటూ రెండు సార్లు పిచ్చివాడైయ్యాడు'.

'ఇదంతా అతడి ముందు చూపు. రిహార్సిల్ చేస్తున్నాడు. నిజంగానే పిచ్చివాడైపోతే పిచ్చాసుపత్రిలోనైనా హాయిగా ఉండవచ్చు'.

'పిచ్చివాడైయ్యాక ఏం చేస్తాడు?'

'పిచ్చి వాళ్లలో చైతన్యాన్ని తీసుకురావడానికి ప్రయత్నిస్తాడు'.

'ఇది కూడా నేరమే'.

'తెలియదు. ఈ అర్ధరాత్రి స్వాతంత్ర్యం వచ్చిన పాకిస్తాన్‌లో ఏదైనా ఆర్టికల్ పైన శిక్ష ఉందా?'

'ఉండి తీరాలి. పిచ్చివాళ్లని తెలివికల వాళ్లుగా తయారుచేయడం ఆర్టికల్ 292 ప్రకారం నేరమే. భయంకరమైన నేరం'.

'ఆర్టికల్ 292 కింది హైకోర్టు 'ఠండాగోష్త్' విషయంలో ఇట్లా తీర్పు ఇచ్చింది. నైతికత మంచి-చెడులతో చట్టానికి ఏ సంబంధం లేదు. దాని ప్రవృత్తి ఎట్లాంటిది. చట్టం దీన్నే చూస్తుంది'.

'అందుకే నేను చెప్పాను. పిచ్చివాళ్లని తెలివికల వాళ్లుగా తయారుచేయడం, మేల్కొలపటంలో నీతి ఏదైనా సరే దానిని గమనించితీరాలి. స్పష్టంగా చెప్పాలంటే దీని ప్రవృత్తి... నిజానికి తను చేసిన ఈ పనిని ఏ రీతిలోను పనికిరాదు అని ముద్ర వేయకూడదు.

'ఇవన్నీ చట్టంలో సూక్ష్మమైన అంశాలు. వీటితో మనకేం పని? మీరు సమయానికి నన్ను మేల్కొపారు. అసలు ఇట్లా ఆలోచించడం కూడా నేరమే'.

'కాని... ఒకవేళ మంటో నిజంగానే పిచ్చివాడైపోతే ఆయన భార్యబిడ్డల గతి ఏమవుతుంది?'

'ఆయన భార్య-బిడ్డలు దిక్కు-మొక్కులేని వాళ్లవుతారు. నరకయాతన పడితేపడతారు. చట్టానికి ఏం పట్టింది?

'నిజమే... వాళ్లకి తప్పకుండా సహాయం చేయాలి. ఇది నా అభిప్రాయం'.

'ఇంకేమీ రాయకపోయినా, ఆవిడ ఈ విషయం గురించి ఆలోచిస్తోంది. వార్తపత్రికలలో దీని గురించి రాయాలి'.

'ఆలోచన అంటూ ఉంటే మొత్తం విషయం స్పష్టం అయిపోతుంది'.

'ఇప్పటి వరకు ఇదే జరుగుతోంది'.

'వాళ్లకీ విషయం తెలియపరిస్తే సరి'. హైకోర్టు తీర్పు ప్రభావం ఉర్దూ సాహిత్యంపై ఎట్లా ఉంటుంది?'

'ఆ సాహిత్యాన్ని ఇక ఎవరు చదవరు'.

'ఊహు... లేదు సాహెబ్! సాహిత్యం జాతికి మూలధనం, ఒక అక్షయపాత్ర'.

'అయి ఉండవచ్చు. కాని బాంక్‌లో నగదు రూపంలో ఉండే దాన్ని మేం మూలధనం అంటాము'.

'చాలా విలువైన మాట చెప్పారు. మరయితే మోమిన్, మీర్, అహసన్, జౌక్, సాదీ, హాఫీజ్‌లను ఆర్టికల్ 292 నిల్ చేస్తుందా?'

'మరి చేయాలి. లేకపోతే వీళ్లందరి అస్తిత్వానికి విలువ ఏం ఉంటుంది?'

'సాహిత్యకారులు అందరు స్పృహలోకి రావాలి. ఏదైనా మంచి వృత్తి చేసుకోవాలి'.

'లీడర్ అయితే?'

'కేవలం ముస్లిం లీగ్‌లోనేనా?'

'అవును నేను చెప్పింది అదే. మరే దేనికైనా లీడర్ కావడం అంటే అదీ సరియైనది కాదు'.

'అవును నిజమే'.

'లీడర్ గిరి వృత్తే కాదు. ఎన్నో ఇంకా మర్యాదస్థుల వృత్తులు ఉన్నాయిగా... పోస్టాఫీసు బయట కూర్చుని ఏదైనా పని చేయవచ్చుగా. గోడల మీద అడ్వర్ట్‌టైజ్‌మెంట్లు రాయవచ్చు. క్లర్కులుగా పనిచేయవచ్చు. కొత్తగా దేశం ఏర్పాటు అయింది. వేల-వేల పోస్టులు ఖాళీగా ఉన్నాయి. ఎక్కడోక్కడ పనిచేయవచ్చు'.

'ప్రభుత్వం, నాట్యకత్తెలకు, వేశ్యలకు రావీ నది దగ్గర ఒక బస్తీని ఇస్తారుట. దీని వలన పట్నంలోని మురికి అంతా దూరంగా ఉంటుంది. కవులు, కథకులు తక్కిన సాహిత్యకారులందరు వీళ్లతో కలిసిపోతే ఇక ఏ గొడవ ఉండదు కదూ!'

'అబ్బ! ఎంత గొప్ప ఆలోచన... వీళ్లందరు అక్కడ సంతోషంగా ఉంటారు'.

'కాని దీని ఫలితం'.

'ఫలితం గురించి ఎవరు ఆలోచిస్తున్నారు? ఏది జరగాలో అది జరుగుతుంది'.

'అవును. ఇహ ఇక్కడే పడి ఉంటారులే'.

'వాహ్! భలే బాగుంది. ఇట్లాగే సాగుతుందిలే'.

'మంటోకి ముఖ్యంగా తన మనస్సుకి నచ్చిన విషయాలన్నీ దొరుకుతాయి'.

'కాని అతడు వాళ్లు పాడే ముజరాలు వినడం బదులు వాళ్ల గురించి రాస్తాడు. ఎంతో మంది సుగంధిలను, సుల్తాలను బయటికి తీసుకువస్తాడు'.

'అబ్బబ్బ ఎన్నెన్ని సంతోషాలో... ఎన్నెన్నో దుఃఖాలు...'

'అసలు ఇంతగా దిగజారిపోయిన వాళ్లని నెత్తిన పెట్టుకోవడంలో అతడికి ఏం ఆనందం?'

'సమాజం అంతా వాళ్లని నేరస్థులుగా, చెత్తగా చూస్తుంది. కాని మంటో మాత్రం ఈ నష్ట భ్రష్టులని కౌగలించుకుంటాడు'.

'సోదరి ఇస్మత్ అతడి వ్యవహారం చూసి సరిగ్గానే చెప్పింది. మంటోకి భ్రష్టులైన వాళ్ల పట్ల ఎంతో సానుభూతి. వర్జితమైన విషయాలన్నీ అతడికే కావాలి. అందరు ఒక పంథాలో నడుస్తుంటే ఈయన మరోవైపు... ఒకవేళ అందరు తెల్లటిబట్టలు ధరించి ఉంటే, అక్కడికి ఎవరైనా మట్టి బురదతో పాడైపోయిన బట్టలు వేసుకుని వస్తే అక్కడ ఉన్న వాళ్లందరు ఆశ్చర్యంగా చూస్తారు. అందరు ఏడుస్తున్నప్పుడు ఎవడైనా అహ... హ... హ... అంటూ పెద్దగా నవ్వాడనుకోండి. అందరు వాడి ముఖం వంక గుచ్చి గుచ్చి అంటూ చూస్తారు. వాడికో ప్రత్యేకత వస్తుంది. అందరికి అంతో-ఇంతో వాడంటే భయం కలుగుతుంది'.

'సోదరుడు ముమ్‌తాజ్ హుసైన్' అతడు మంచిని వెతుక్కుంటు, దేనినైతే అందరు వర్జిస్తారో దాన్ని వెతుక్కుంటూ తిరుగుతూ ఉంటాడు. ఇది అతడి స్వభావం.... అందరు ఒక వైపైతే... అతడు మరో వైపు' అని అన్నాడు. ఇటువంటి వాడి కడుపులోంచి ఒక వెలుగుకిరణం లాగినా దాంట్లో పేగులు, మలం తప్ప ఇంకేం ఉంటాయి'.

'బురద రాసుకుని తెల్లటి వస్త్రాలు ధరించిన వాళ్ల మధ్య రావడం'.

'ఇది ఇంకా ఘోరమైన కృత్యం...'.

'అసలు అతడు ఇంత బురదని ఎక్కడ నుండి తెస్తాడు?'.

'ఏముంది ఎక్కడి నుండో ఒకచోట నుండి తీసుకొస్తాడు'.

'మురికిలో ఈదే ఈతగాడేమో...'

'మనలని వీడి చెర నుండి విడిపించమని దేవుడిని అడుగుదాం'

'మంటోకి కూడా విముక్తి లభిస్తుంది'.

'ఇందులో ఎంతమాత్రం సందేహం లేదు'.

'ఓ ఖుదా! ఓ రబ్-ఉల్-ఆల్‌మీన్, ఓరహీమ్... ఓ కరీమ్... ఇద్దరు నేరస్థులు నీ సన్నిధిలో ప్రాధేయపడి అడుగుతున్నాము. దువా అడుగుతున్నాము. సాదత్ హసన్ మంటో, తండ్రి పేరు గులామ్ హసన్ మంటో, మంచివాడు, బుద్ధిమంతుడు, ఆస్తికుడుని త్వరగా ఈ లోక నుండి తీసుకుని వెళ్లిపో... ఛండాలం వైపు పురుగెత్తుతాడు... సంతోషాన్ని వెదజల్లుతాడు. వెలుగులో కళ్లు తెరవడు కాని చీకటిలోపడుతూ- లేస్తూ దెబ్బలు తింటూ ఉంటాడు. పరదా పట్ల అతడికి ఏ ఆకర్షణ లేదు. అతడు మనుషులను నగ్నంగా నిల్చోబెడతాడు. అతడికి తీపి పట్ల మక్కువ లేదు. ఎంతసేపటికి చేదుని ఆస్వాదిస్తాడు. ప్రాణం ఇస్తాడు. గృహిణుల వైపు అతడు కన్నెత్తి కూడా చూడడు. కాని వేశ్యలతో పూర్తిగా కలిసిపోతాడు. శుభ్రమైన నీటిని వదిలేసి మురికి నీళ్లల్లో స్నానం చేస్తాడు. ఎక్కడ ఏడవాలో అక్కడ నవ్వుతాడు. ఎక్కడైతే నవ్వాలో అక్కడ ఏడుస్తాడు. బొగ్గు గనులలో ఎవరి ముఖాలు అయితే నల్లబడిపోతాయో, ఆ ముఖాలను శుభ్రపరచి మనకు చూపిస్తాడు. ఎవరైతే నీ ఆజ్ఞను పరిపాలించలేదో వాళ్ల వెంటబడతాడు మంటో.

'ఓ రబ్బ-ఉల్-ఆల్‌మీన్, షర్ అంగేజ్ (చెడుని ప్రచారం చేసేవాడు) ఛండాల ప్రియుడు, చరిత్రహీనులు, చెడుపనులు చేసే అడ్డమైన పనుల పట్టికను ధ్వంసం చేసే పనిలో పూర్తిగా తల్లీనం అయిపోయాడు. ఇప్పుడు ఇక్కడ కోర్టులలో ఇవ్వబడుతున్న తీర్పులు దీనికి సాక్ష్యాలు. ఇవి ఇక్కడి లౌకిక న్యాయస్థానాలు. కాని అతడిని పైకి తీసుకెళ్లి ఆకాశ న్యాయస్థానంలో అతడికి విరుద్ధంగా కేసు

నడిపించు కఠినాతికఠినమైన శిక్ష విధించు. కాని జాగ్రత్త అతడు నాటకాలు ఆడటంలో దిట్ట. నీవు ఆ వలలో పడిపోకు. నీకు అంతా తెలుసు. మాకు కావాల్సింది అతడు ఈ భూలోకంలో ఉండకూడదు. ఒకవేళ ఉన్నా మాలాగా ఒకరు చేసే పాపాలపై మరొకరు పరదా వేసే వాళ్లలా ఉండాలి – ఈ దువా అజ్-మనో-అజ్ జమీలా జహా-అమీనాబాద్' యాఖుదా మా ఈ ప్రార్ధనను యథాతథంగా మన్నించు', 'పసేమంజర్'లోని ఈ పంక్తులు అవతలి వైపు వాళ్ల దృష్టి కోణం నుండి తనను తను విమర్శించుకోవడం, వేరే వాళ్ల ఎదుట తినను తను బాహాటంగా బయటపెట్టుకోవడం, ఆత్మవ్యంగ్యానికి అద్భుతమైన నమూనా ఇది. మంటో చుట్టుపక్కల ఉన్న ఛండాలన్ని, దుర్గంధాన్ని, కుళ్లు కుతంత్రాలని, మనుషుల నీచ స్వభావాలని చూసాడు, చూసింది కథల రూపంలో వ్యక్తపరిచాడు. ధైర్యం చూపించాడు. కాని మతాధికారులు సహించలేకపోయారు. అధికారంతో ఉన్నవాళ్లు అసలే సహించలేకపోయారు. అతడు డేరాలలో, వేశ్య వాటికలలో, సందు-గొందుల్లో జీవించేవారి బతుకులపై కథలల్లాడు. కాని సమాజం దృష్టిలో వీళ్లందరు నికృష్టులు. అందువలన ఎవరు సహించలేకపోయారు. అతడు ప్రోమిథిస్‌లాగా నిప్పును దొంగతనం చేసే సాహసం చేసాడు. అతడి భుజాల మీద గద్దలను కూర్చోపెట్టారు. రాత్రింబవళ్లు అవి ప్రోమిథిస్ మాంసాన్ని పీక్కుని తినేవి. ఇదే అతడికి పడ్డ శిక్ష. పీక్కుని తినడం వలన ఒళ్లంతా గాయాలైయ్యేవి. రక్తసిక్తం అయ్యేది. చివరికి అతడు బలహీనుడై కిందపడ్డాడు. మంటో సాహిత్యం అంతా అక్కడో ఇక్కడ ఏదో ఒకటి విని రాసింది కాదు. సూక్ష్మంగా పరీక్షించి అనుభవజ్ఞానంతో రాసిన అసలు సిసలైన సాహిత్యం మంటో సాహిత్యం. ఏ చేయి మారకుండా నాణాల రణ్ రణ్‌లను చూసిన మొదటి చేతి మాల్ అది. అసలు ఏ దాపరికం లేదు ఆరోపణలకు ఏ సంజాయిషీ లేదు. అర్థం పర్థంలేని నేరారోపణల భట్టీల్లో మండుతున్న గీతలలో తనను తను దహించుకోవడం.. అయ్యో అని కూడా అనకుండా తన కళ్ల ఎదరుకుండానే తనని చీల్చి చెండాడుతున్నా చూస్తూ ఉండడం... అంతా కలపి మంటో... సాహసం అతడి ఊపిరి. తన పట్ల తను ఎంతో నిర్దయుడిగా ఉండటం, తనను తను ఏ దాపరికం లేకుండా బయటపెట్టగల కళ అతడి చేతిలో ఉంది. నిజానికి ఇది అమూల్యమైనది.

'ఊపర్, నీచే, ఔర్ దర్‌మ్యాన్' మంటో రాసిన కథలలో ఐదో కథ,

దీనిపైన అశ్లీలత నగ్నత్వాలని ఆరోపిస్తూ కేసు పెట్టారు. అతడిపై సెక్స్ పర్వర్టడ్ రచయిత అన్న ముద్ర పడ్డది. మంటో ఒకవేళ సెక్స్‌ని అలంకారాలు, ఛందస్సుల ఉపమానాల వస్త్రాలు తొడిగి కథలు రాస్తే ఎవరు పట్టించుకునేవాళ్లు కాదు. యధార్ధం పైన పూత పూసి సమాజం ఎదురుకుండా పెట్టి ఉండి ఉంటే ఇంతగా గొడవ జరిగి ఉండేది కాదు. కాని నిజానికి ఇట్లా చేస్తే యధార్ధాన్ని చూసే శక్తి అతడిలో లేదు, ఇది మోసాన్ని స్వీకరించడమే అని స్పష్టంగా తెలుస్తుంది. మంటో దీనికి పూర్తిగా విరుద్ధం. ఇది అతడి పద్ధతి కాదు. ఒక కేసు అయ్యాక మరో కేసులో ఇరుక్కోడానికి ఇది కూడా కారణమే. 'ఊపర్, నీచే, ఔర్ దర్మ్యాన్' కథపై కేసు ఇందుకే నడిచింది. ఈ కథ లాహోరు నుండి వెలువడే పత్రికలో ప్రచురితం అయింది. తరువాత కారాచీ నుండి వెలువడే పత్రికలో ప్రచురితం అయింది. అక్కడి ప్రభుత్వం దీనిపైన దర్యాప్తు చేయించాలని ఆదేశం జారీ చేసింది. అతడి ఇంటిని సోదా చేయాలని వారెంట్ జారీ అయింది. తను డిటెక్టివ్ ఏజెంట్ కాదు. ఆఫీమ్, కల్తీసారా అమ్మడు. తన దగ్గర కొకిన్ లేదు. మరి ఇదంతా ఎందుకు అని ఎంతో బాధపడ్డాడు. అతడు వ్యతిరేకిస్తున్నా సోదా జరిగింది –లైబ్రరీ ఎక్కడ ఉంది? అని అడిగారు. లైబ్రరీ బొంబాయిలో ఉంది. మహమ్మద్ తుఫైల్, 'నుకుష్' యజమాని, సంపాదకుడు ఐదువేలు జరిమానా చెల్లించి అతడిని విడిపించారు.

మంటో కేసు నడుస్తున్నప్పుడు 'పాంచవా ముకద్దమా' (ఐదో కేసు) అన్న శీర్షికన 'నుకూష్'లో ఆర్టికల్స్ రాయడం మొదలుపెట్టాడు. కాని జబ్బు పడటం వలన మంటో దానిని పూర్తి చేయలేకపోయాడు. న్యాయస్థానం వెళ్లడం దాకా రాసాడు. ఎడిషినల్ డిస్ట్రిక్ట్ మెజిస్ట్రీ కరాచీ న్యాయస్థానంలో కేసు నమోదు చేయబడ్డది. తన స్నేహితులు నసీద్ అన్వర్, ముహమ్మద్ తుఫైల్‌తో పాటు కరాచీ వెళ్లాడు. కేసులో తను ఎదుర్కొన్న సంఘటనలను జూన్ 7, 1953న ప్రచురితమైన ఒక ఆర్టికల్‌లో రాసాడు – నాకు ఈ న్యాయస్థానాల వ్యవహారం తెలుసు. ఇక్కడ మర్యాద 'మట్టు ఏవీ ఉండవు. నేను మెజిస్ట్రేట్ ఎదురుకుండా సరండర్ అయి నిల్చున్నాను. ఆయన నా వైపుచూస్తూ అడిగాడు 'మీరు ఏం కావాలనుకుంటున్నారు?'

మెజిస్ట్రేట్ ఇంత తీయటి స్వరంతో అడగడం చూసి నాకు ఆశ్చర్యం కలిగింది. నేను ఇట్లా అన్నాను 'జనాబ్, నా పేరు సాదత్ హసన్ మంటో మీరు

ఆర్టికల్ 292 కింద ఊపర్, నీచే, ఔర్ దర్మియాన్ కథ విషయంలో అశ్లీలత నేరాన్ని మోపారు. ఆయన నావైపు గంభీరంగా చూసాడు. 'రండి కూర్చోండి' అని ఆయన అన్నాడు. నాకు ఎవరిని కూర్చోమంటున్నాడో అర్థం కాలేదు. ఎందుకంటే లాహోరు కోర్టులో ఇటువంటి మర్యాద ఇచ్చే ఆచారమే లేదు. నేను అట్లాగే నిల్చున్నాను. మళ్లీ ఆయన అన్నాడు.

'కూర్చోండి మంటో సాహెబ్!'

నేను ఆయన టేబుల్ దగ్గర ఉన్న బెంచి మీద కూర్చున్నాను. కొంచెం సేపయ్యాక అడిగాడు – 'మీరు ఇంతకాలం ఎందుకు రాలేదు?'

'జనాబ్! నా ఆరోగ్యం బాగా లేదు'.

'మీరు మెడికల్ సర్టిఫికేట్ పంపిస్తే సరిపోయేది'.

'అసలు నేను ఎంతగా జబ్బుపడ్డానంటే మెడికల్ సర్టిఫికెట్ పంపే పరిస్థితిలో లేను' నేను అబద్ధం చెప్పాను.

మెజిస్ట్రేట్ నా అబద్ధాన్ని విన్నాడు. కొంచెం సేపు మౌనంగా ఉన్నాడు. మీరు ఏం కోరుకుంటున్నారు. కొంచెం సేపయ్యాక ఆయన అడిగాడు.

'నన్ను విడుదల చేయాలి. అదే నేను కోరుకునేది. తుఫైల్ సాహెబ్! నేను మాటి మాటికి రానూపోనూ టిక్కెట్లతో రావల్సి వచ్చింది. కొంచెం సేపయ్యాక నేను ఇట్లా చెప్పాను – నన్ను విడుదల చేయండి. నేను త్వరలో వెళ్లిపోవాలి.

ఇంత త్వరలో అయితే ఈ పనికాదు. ఇంకా నేను చదవలేదు.

ఇంషా అల్లా! ఇవాళ చదువుతాను. రేపు ప్రొద్దున్న తీర్పు ఇస్తాను.

నేను నసీర్ అన్వర్ ఆయనకి ఆదాబ్ చెప్పి మోటర్ సైకిల్ రిక్షా మీద కూర్చుని బీర్ తాగడానికి వెళ్లిపోయాము. నాకు ఈ కరాచీ రిక్షా అంటే ఎంతో ఇష్టం. ఫర్... ఫర్... అంటూ వేగంగా నడుస్తుంది. గంటల్లో వెళ్లాల్సిన దూరం నిమిషాలలో వెళ్లిపోతాం. కిరాయి కూడా అంత ఎక్కువగా ఉండదు.

మంటో కోర్టుల చుట్టూ తిరిగి తిరిగి విసిగిపోయాడు. అసలు ఇక ఏ కోర్టూ తనకి న్యాయం అయిన తీర్పు ఇవ్వదని నిరాశ చెందాడు. అందుకే ఏ లాయరును పెట్టుకోలేదు. స్వయంగా తన తరపు నుండి వాదించలేదు. తలవంచుకుని అలసిపోయిన వ్యక్తిలా న్యాయాలయం దయాదాక్షిణ్యాలపైన

ఆధారపడి తనను తన సమర్పించుకున్నాడు. తలవంచుకుని అపజయం స్వీకరించడమే మంచిదని అతడు అనుకున్నాడు. కాని ఇప్పుడు ఈ జడ్జి ప్రవర్తన చూసి చాలా అచ్చరవు చెందాడు.

'రెండో రోజున మేం అందరం న్యాయస్థానంలో హాజరు అయ్యాము. మేజిస్ట్రేట్ సాహెబ్ నాసలామ్ స్వీకరించాడు. 'రండి కూర్చోండి' అని అన్నాడు.

నేను బెంచిమీద కూర్చున్నాను. ఆయన ఒక చిన్న కాగితం తీసాడు. ఇట్లా అన్నాడు. 'నేను తీర్పు రాసాను' అంటూ రీడర్ వైపు చూసాడు. 'ఇవాళ తారీఖు ఎంత?' అని అడిగాడు.

ఆయన జవాబు ఇచ్చాడు – 'ఇరవై అయిదు'.

ఈ మధ్య నాకు కొంత చెవుడు వచ్చింది. నేను ఇరవై అయిదు రూపాయల జుర్మానా (జరిమానా) పడ్డది అని అనుకున్నాను –జనాబ్! ఇరవై అయిదు రూపాయల జుర్మానానా!'

ఇరవై అయిదు రూపాయల జర్మినా అంటే నేను మళ్లీ అపీలు చేసుకోలేదు ఇక శిక్ష తప్పదు.

మెజిస్ట్రేట్ బహుశ 500 రూ॥ల జుర్మానా వేసి ఉండవచ్చు. కాని నేను అన్న మాటలు వినగానే నవ్వాడు. కలం తీసుకుని ఇరవై అయిదు రూపాయలు అని రాసాడు.

నసీర్ అన్వర్ వెంటనే జేబులోంచి ఇరవై అయిదు రూపాయలు తీసి ఇచ్చేసాడు. చాలా తక్కువ జుర్మానాతో బయటపడ్డావు. అపీల్ చేయడం అనవసరం. ఎప్పటిదాకా ఈ కోర్టుల చుట్టూ తిరుగుతాం. 'ఠండాగోష్త్' కేసు గుర్తులేదా?

'ఠండాగోష్త్' కేసు గుర్తుకు రాగానే నేను ఒణికిపోయాను. ఆయన ఇంత తొందరగా కేసు కొట్టేసినందుకు కృతజ్ఞతలు తెలిపాను.

నేను వెళ్లబోతున్నాను ఇంతలో ఆయన అడిగారు –మీరు తిరిగి ఎప్పుడు వెళ్లిపోతున్నారు?

'ఇవాళే వెళ్లిపోదాం అని అనుకుంటున్నాను'.

'మీరు ఇవాళ వెళ్లకండి. నేను మిమ్మల్ని కలవాలనుకుంటున్నాను'.

ఆయన నన్ను ఎందుకు కలవాలనుకుంటున్నారో నాకు అర్థం కాలేదు. ఆశ్చర్యంగా అనిపించింది.

'నేను రేపు కూడా ఉంటానులెండి'.

'రేపు నాలుగుగంటలకి మనం ఎక్కడ కలవగలుగుతాం'

నేను ఏ బార్‌లకి వెళ్తానో ఆ బార్‌ల పేర్లు చెప్పాను. ఆయన నిష్ఠగా ఉండే మనిషి. అందుకే అక్కడికి రావడానికి ఇష్టపడలేదు. చివరికి కాఫీ హౌజ్‌లో కలవాలని నిర్ణయించుకున్నాను.

నాలుగు గంటలవుతోంది. పదిహేను నిమిషాలు లేట్ అయింది. మెజిస్ట్రేట్ సాహెబ్ అక్కడికి వచ్చారు. ఇద్దరం మర్యాదగా పలకరించుకున్నాం. తరువాత నేను అడిగాను.

'మీరు నన్ను ఎంతో మర్యాదగా కూర్చోమని ఎందుకు చెప్పారు. నాతో ఏ మెజిస్ట్రేట్ ఇంత మర్యాదగా ప్రవర్తించలేదు'.

'నేను అమర్యాదగా ప్రవర్తించడమే న్యాయస్థానం ఆచారం అని ఒప్పుకోను'. నేను నవ్వాను. నాతోటి వాళ్లతో అన్నాను - 'మనిషి మంచివాడని అనుకుంటున్నాను'.

'మంటో సాహెబ్! నేను మిమ్మల్ని ఈనాటి పెద్ద కథా రచయితగా భావిస్తాను. అసలు నేను ఇప్పుడు కలిసింది ఎందుకంటే నేను మిమ్మల్ని ఇష్టపడను అని అనుకోకుండా ఉండడానికే... మీ పట్ల నాకెంతో ప్రేమ ఉంది'.

'మీరు నన్ను ఇష్టపడేవారైతే జరిమానా ఎందుకు విధించారు'. నేను కొంత కఠోరంగా అన్నాను.

మెజిస్ట్రేట్ సాహెబ్‌కి నేను నిజమైన కళాకారుడిని అని అర్థం అయింది. 'దీనికి సమాధానం ఒక సంవత్సరం అయ్యాక చెబుతాను'.

మెజిస్ట్రేట్ తరువాత ఏం చెప్పాడో రాస్తాను కాని కేసుతో సంబంధించిన మరో సంగతి మీరు చెబుతాను. 'నుకుష్' సంపాదకుడు ముహమ్మద్ తుఫైల్ ఆ రోజుల్లో 'మంటో సాహెబ్ అన్న శీర్షికన ఒక ఆర్టికల్ రాసాడు. 'ఉపర్, నీచే ఔర్ దర్‌మియాన్' కేసు గురించిన వివరాలు కొంత ప్రత్యక్షంగా కొంత పరోక్షంగా దీనిలో వచ్చాయి. ఈ ఆర్టికల్ మీద 'ఇమ్‌రోజ్' సంపాదకుడైన అహమ్మద్

నదీమ్ కాస్మీ కొంత వివరణ ఇచ్చారు.

'ముహమ్మద్ తుఫైల్ ఆర్టికల్ 'మంటో సాహెబ్' నిజానికి వ్యక్తిగతమయినది. కాని వారు రహస్యాలన్నింటినీ బయటిపెట్టకూడదని నా అభిప్రాయం ఎందుకంటే మంటో సాహెబ్‌తో తక్కినవాళ్లుకున్న సంబంధాలకు సంబంధించినవా రహస్యాలు. పబ్లిషర్లు, ఎడిటర్లు, సాహిత్యకారుల మధ్య ఉన్న సంబంధాలను ఈ విధంగా బయటపెట్టడం వలన ఏ పబ్లిషర్లకి కాని ఏ సాహిత్యకారులకి కాని ఎటువంటి లాభం లేకపోగా నష్టమే ఎక్కువ. బలహీనతలు, లోపాలు ఎవరి దగ్గర ఉండవని? నిజానికి సాహిత్యకారుల, కళాకారుల చిన్న-చిన్న లోపాలపై నుండి పరదా తీయడం వలన వాళ్ల వ్యక్తిత్వం గురించి ఇంకా మెరుగుగా రాయడానికి సహాయపడుతుంది. కాని ముసుగును తొలగించడం అంటే అవతలి వాళ్లు తలవంచుకోవాల్సిన పరిస్థితి రాకూడదు కదా! ఆర్టికల్‌ని చదివితే తూఫైల్ సాహెబ్ ఏ చెడు భావంతో రాయలేదని తెలుస్తోంది. భావుకత వలన కొన్ని చెప్పకూడనివి చెప్పేసాడు. చెప్పకపోయి ఉంటే బాగుండేది'.

ఈ కామెంట్స్‌లో కాస్మీ సాహెబ్ పూర్తిగా స్పష్టంగా కనిపించరు. ఎదురుకుండా రారు. ఆయన ఎంతో నేర్పుగా తుఫైల్ సాహెబ్‌ని, మంటోని విమర్శించాడు.

తుఫైల్ సాహెబ్ ఆర్టికల్‌పైన కాస్మీ రాసిన విమర్శ ప్రచురితం కాకముందు మంటో తుఫైల్ సాహెబ్‌కి తన ఆర్టికల్ విషయంలో ఒక లెటర్ రాసాడు. ఈ ఉత్తరంలో చివరిపేరా ఇట్లా ఉంది - ప్రొద్దున్నే లేవగానే నేను చదివాను. నాకు నచ్చింది. మీరు రాసిన దానిని నేను ఎప్పుడు అభ్యంతరం చెప్పను. నేను నా బలహీనతలతో పాటు సంతోషంగా ఉన్నాను. మీరు ఎటువంటి సంకోచం లేకుండా రాసారు. నాలో గుణగణాలన్నీ ఇందులో రాసారు. అసలు వీటన్నింటి పట్ల నేను ఎప్పుడు అంతగా దృష్టి పెట్టలేదు.

మంటోది కోపిష్టి స్వభావం. డ్రింక్ తీసుకున్నాక ఇంకా ఎక్సెంట్రిక్ అవుతాడు అని చెప్పడంలో ఎంత మాత్రం సందేహం లేదు. ఈ సమయంలో ఆయన సత్యం అనుకున్న దానిని ఇంకా ఉద్రేకంగా చెబుతాడు. పైన రాసిన అంశంలో ఆయన తన గ్రేస్‌ను నిలబెట్టుకున్నారే కాని గ్రేస్‌ని ఏ మాత్రం వదలలేదు. మంటోని నగ్నంగా చేసాడు. తనూ నగ్నంగా కావాలనుకున్న

నిర్ణయాన్ని తరువాత కాలంకి వదిలేసాడు. అంటే అసలు సిసలైన సత్యాలను బయటపడేయాలనే అతడి ఉద్దేశ్యం.

'ఊపర్ నీచే ఔర్ దరిమియాన్' కథ మీద ఇరవై అయిదు రూపాయల జరిమానా వేసిన మెజిస్ట్రేట్ సాహెబ్ పేరు మెహందీ అలీసిద్దికీ. కేసు తీర్పు వచ్చాక మంటో రాసిన ఆర్టికల్ అచ్చయింది. పైన దీని వివరాలు ఇచ్చాను. దీనిని సిద్దికీ సాహెబ్ చదివాడు. జనవరి 17, 1955 అంటే మృత్యువుకి ముందు సిద్దికీ పేరన ఉత్తరం రాసాడు. మంటో చనిపోయాక అతడికి ఆ ఉత్తరం అందింది. ఉత్తరంలో ఇట్లా రాసి ఉంది - ముకర్ర మీ వ ము ఆజ్జ మీ మెహందీ అలీ ఖాం సాహెబ్ తస్లీమాల్... నేను మీతో ఉత్తర-ప్రత్యుత్తరాలు చేయలేకపోయయాను. నేను జబ్బుపడ్డాను.

మీ ప్రేమానురాగాలు నా మీద ఎంతో ప్రభావం చూపాయి. అందుకే నేను సిఫారసు చేస్తూ ఉంటాను. మీరు సిఫారసును రద్దు చేయరని నా నమ్మకం.

హామితే రుక్కా రఫీక్ చౌదరి సాహెబ్ నాకు ఎంతో ఆత్మీయుడు. ఆయన మీకు అన్ని సంగతులు చెబుతారు.

మీ సేవ చేసే అర్హత ఉంటే చెప్పండి. నేను కొన్ని రోజుల కోసం కరాచీ వెళ్లాలనుకుంటున్నాను. మిమ్మల్ని కలుస్తాను. (లాహోరు)

ప్రేమానురాగాలతో

సాదత్ హసన్ మంటో

1954లో అచ్చయిన తన కథా సంకలనం - 'ఊపర్ నీచే ఔర్ దర్‌మియాన్'ని ఈ మెహందీ అలీ సిద్దికీకి అంకితం చేసాడు మంటో.

ఈ కేసుల విషయంలో మంటోకి ఎక్కడెక్కడో తిరగాల్సి వచ్చింది. ఎన్నెంటినో సహించాల్సి వచ్చింది. వచ్చిన ఆపదలకు, కష్టాలకు అతడు శారీరకంగా, ఆర్థికంగా చాలా చితికిపోయాడు. కాని ఆత్మబలం అతడిలో ఏ మాత్రం తగ్గలేదు. చివరి క్షణం వరకు అతడి మనస్సులోని ఏడుపొరలలో నిక్షిప్తమైయున్న ధైర్యం, అతడికి తోడు-నీడ అయి అతడిని నడిపించింది. మంటో తన ఆర్టికల్ 'జహమత్-ఎ-మహర్-దర్‌ఖషా' (మండుతున్న సూర్యుడి వ్యథ)లో కేసుల సమయంలో తను ఎటువంటి కఠోర పరిస్థితులను ఎదుర్కొన్నాడో, మనస్సు ఎంతగా బాధపడ్డదో ఇందులో కొంత వ్యక్తపరిచాడు. అసలు ఏం

చేయాలో అతడికి తోచేదికాదు. ఏది ఏమైనా దేనినీ లేక్క చేయకుండా తను రాయాలా? ఏం చేయాలో, ఏం చేయకూడదో తెలియని పరిస్థితి. మంటో స్థితి చూసి భార్య సఫియా కూడా మంటల వేడిని తట్టుకోవాల్సి వచ్చింది. మంటో స్థితి చూసి ఆమె కూడా భయపడేది. అతడికి వెన్నెముక అయి నిలబడింది. తను బాధపడుతూ ఉదాశీనురాలైపోయేది. కుంగిపోయేది. మంటో కథలంటే ఆమెకు ఎంతో ఇష్టం. కాని ఏ కథలపై కేసులు నడిచాయో, వాటిని చూసి భయపడేది. మహమ్మద్ అసదుల్లాహ్ మాటలలో - నేను కేవలం మంటో సాహెబ్ కథలే చదువుతాను. 'నయాకామాన్।, 'దస్‌రుపయా', 'ఆమ్', 'టోబాటేక్‌సింగ్' మొదలైనవి నాకిష్టమైన కథలు. కేసులు నడుస్తున్న కథలంటే నాకు భయం.

'ఠండాగోష్త్' కేసు విషయంలో తీర్పు రాకముందు మూడు నెలల ముందు జనవరి 11, 1952న మంటో తన మనస్తాపానికి శబ్దరూపం ఇచ్చాడు 'నిజం చెప్పాలంటే నా మనస్సంతా చేదుగా అయిపోయింది. ఏదైనా ఎలాట్ అయ్యాక ఒక మూల విశ్రాంతిగా కూర్చుని కొన్ని సంవత్సరాలు కలం-సిరాబుడ్డిల నుండి దూరంగా ఉండాలని అనిపిస్తోంది. ఒకవేళ ఏ ఆలోచనలైన వస్తే వాటికి ఉరివేయాలనిపిస్తోంది. బ్లాక్ మార్కెటింగ్ మొదలుపెట్టానా! ఇల్లీగల్‌గా సారా అమ్మనా? మనస్తాపం చెందిన సమయంలో బాధతో ఏదేదో రాసాడు కాని ఎలాట్‌మెంట్ కాలేదు, కలం సిరాబుడ్డి నుండి దూరం అయి ఒక మూల కూర్చోనూ కూర్చోలేదు. ఆలోచనల నుండి బయటపడనూ లేదు. ఆలోచనలు, కలలు చస్తూ ఉంటే చూడలేకపోయాడు. కలలను అల్లుతూ పోయాడు. ఆలోచనలకు పదునైన మాటల రూపంని ఇచ్చాడే కాని ఆధునికమైన మూసలలో ఇమడలేకపోయాడు. వాటిని స్వీకరించలేదు. ఏ వాదాన్ని, అభ్యుదయవాదాన్ని సైతం కౌగలించుకోలేదు. అంటే ఏ వాదాలకి బానిస కాలేదు. జీవితపు చిక్కుముడిని ఒకవైపు నుండి విప్పుతూపోయాడు. మనం కూడా అతడితో పాటు నడుస్తూ వెళ్ళిపోయాము.

15

ఇదెక్కడి స్నేహం?

1948, సెప్టెంబరు 15న అహమ్మద్ నదీమ్ కాస్ మీ ఉత్తరాల కట్టను తన పుస్తకాల కుప్పలోంచి తీసికాల్చేసాడు. నిజానికి ఈ క్షణాలలో ఎంత మనస్తాపం చెందాడో మనం ఊహించవచ్చు. కళ్ల ఎదురుకుండా ఉత్తరాలు తగలబడి పోయాయి. తగలబడేటప్పుడు కాలుతున్న కాగితాలు ఎగిరాయి. ఈ ఉత్తరాల కట్ట తన స్నేహితుడి సాహిత్య సంపద అని అనుకుని ప్రాణప్రదంగా దాచిపెట్టి జనవరి 1948న బొంబాయి నుండి లాహోరుకు తీసుకువచ్చాడు.

మంటో ఉత్తరాలకు దాదాపు 11 సం॥ కాస్మీ జవాబులు రాసాడు. వీటిలో ఆయన తన మనసులోని మాటలు ఎన్ని రాసి ఉంటాడో... భావాలను, ఆలోచనలను మెత్తగా, తనదైన శైలిలో రాసి ఉంటాడు. ఈ ఉత్తరాలను ఎంతో విలువైనవిగా ఎంచి తన వెంట తీసుకువెళ్లాడు. సఫియా ఒద్దు-ఒద్దు అంటుంటే కూడా వాటిని కాల్చేసాడు. మంటో చేతులు ఒణక లేదా? ఒణికే ఉంటాయి. మనస్సు గిలగిల కొట్టుకోలేదా? కొట్టుకునే ఉంటుంది కాని...

అతడు ఉత్తరాలన్నీ కాలిపోతుంటే చూస్తూ కూర్చున్నాడు. నిశ్శబ్దంగా... భార్య సఫియా కోపంగా అతడి వంక చూస్తూ ఉండిపోయింది. మంటో నవ్వలేదు... ఏడవలేదు. బొమ్మలా చూస్తూ ఉండిపోయాడు. ఆ క్షణాలలో

అతడిలో ఉన్న భావుకత చచ్చిపోయిందా! స్నేహితుడి పట్ల ఉన్న స్నేహభావాన్ని చంపేసుకున్నాడా? అతడు బాధ, దుఃఖం కలిగించే ఆ క్షణాల చేతులలో కీలుబొమ్మ అయిపోయాడు. వీటి నుండి వెంటనే బయటపడాలని అనుకున్నాడు. ఉత్తరాల కట్టకి నిప్పంటించాడు.

దాదాపు 90 ఉత్తరాలు ఆ కట్టలో ఉన్నాయి. మంటో ఉన్న పలుచోట్లకి నదీమ్ పంపిన ఉత్తరాలు అవి. దాదాపు ఇన్ని ఉత్తరాలను మంటో బొంబాయి, ఢిల్లీ, పూనా, లాహోరుల నుండి నదీమ్‌కి రాసాడు. అసలు ఇన్ని ఉత్తరాలు ఆయన ఏ సాహిత్య స్నేహితుడికి బహుశ రాయలేదు. దీనిని బట్టి మనం ఆలోచించవచ్చు వాళ్లిద్దరి మధ్య స్నేహబంధం ఎంతగా పెనవేసుగుపోయి ఉంటుందో.

కాని అసలు ఎందుకు మంటో నదీమ్ ఉత్తరాలను కాల్చేసాడు? ఏ బాధ అతడి మనస్సును తొలిచేసింది? నదీమ్ నమ్మకద్రోహం చేసాడా? మంటో ఎంతో సహృదయుడు. అతడి గొంతును నులిమినా ఉఫ్ అనని వాడు. కాస్మీ పెషావర్ నుండి లాహోరు వచ్చాడు. మంటో అక్కడే ఉన్నాడు. నదీమ్ ఇదివరకులా స్పష్టంగా, ప్రేమగా ఎందుకు మాట్లాడలేదు. మంటో చాలా బాధ పడ్డాడు. కాస్మీ మంటోకి వ్యతిరేకంగా ఒక పెద్ద ఉత్తరం రాసాడు. దానిని అతడికి ఇవ్వనూలేదు. పోస్టు ద్వారా పంపనూ లేదు. పైగా పెషావర్ నుండి వెలువడే ఒక అభ్యుదయ పత్రిక 'సంగేమీల్'లో ప్రచురించాడు. ఇది చూసాక మంటోకి షాక్ తగిలినట్లయింది. ఒక్కసారిగా కూలిపోయాడు.

'జై బెకఫన్'లో దీనిని గురించిన వివరాలు కొంత తెలుస్తాయి. 'నాకు తెలిసిన వాళ్లే నా సాహిత్యాన్ని వేళకోళం చేసారు. నన్ను ఏదో ఓటి కథలు రాసేవాడిగా ఎక్సెంట్రిక్ ... మూర్ఖుడిగా... పిచ్చివాడిగా ఎంచారు. గేలిచేసారు. నా ప్రాణ స్నేహితుడు ఎంత ఘోరంగా రాసాడంటే నేను శవాల జేబులో ఉన్న సిగరెట్టు పీకలు, ఉంగరాలు, ఇంకా ఇట్లాంటి కొన్ని వస్తువులు అన్నింటిని తస్కరించానని రాసాడు. ఈ మహాశయుడికి తను రాసిన ఈ ఉత్తరం నాకు ఇవ్వడం ఎంతో తేలిక. ఈ ఉత్తరంలో నన్ను పిచ్చిగా విమర్శిస్తూ వేళాకోళం చేస్తూ రాసాడు. మంటో స్నేహితుడు అహమ్మద్ నదీమ్ ఎటువంటివాడు అయి ఉంటాడో ఈ పంక్తుల ద్వారా తెలుస్తోంది. మంటో కోపం కూడా ఈ పంక్తులు వ్యక్తం చేస్తున్నాయి. 'అతడు నన్ను అపార్థం చేసుకోవడం వలన నాకు కోపం

రాలేదు. అర్థం-పర్థం లేని వాటిని ఆధారంగా చేసుకుని నా నీతి-నిజాయితీలను శంకించాడు. పసుపు పచ్చే బంగారం అని అనుకుంటూ అదే గీటురాయి మీద నన్ను పరీక్షించాడు'.

మంటో అన్న మాటలను మనం లోతుగా పరిశీలిస్తే కొన్ని నిజాలు వెల్లడవుతాయి. అతడి ఆలోచనావిధాన్ని విమర్శించాడని అతడికి కోపం లేదు. అపార్థం చేసుకున్నాడని కూడా కోపం లేదు. ఎందుకంటే సాహిత్య విమర్శలో ఒప్పుతప్పుల వ్యాఖ్యాలు అవుతూనే ఉంటాయి. అతడిని ఏకపక్షంగా విమర్శించడం అతడికి బాధ కలిగించింది. కఠ్‌ముల్లాలు (మతఛాందసులు) వాళ్ల సిద్ధాంతాలకు ఏ మాత్రం విరుద్ధంగా రాసినా సహించరు. వాళ్ల సహాయంతో మంటోపై ఎంతో చెడుగా విమర్శలు జరిగాయి. అతడిని వేళా-కోళం చేసారు. లేనిపోని నిందలు వేసారు. ఇదంతా ఒక స్నేహితుడు చేసాడు. దీని వలన అతడికి కలిగి బాధ... తక్కువేం కాదు. తనకు నజీమ్‌కి మధ్య జరిగిన ఉత్తర ప్రత్యుత్తరాలను నదీమ్... అవమానం చేసాడని మంటో బాధపడ్డాడు.

మంటో అహమ్మద్ నదీమ్ కాస్మీ తనకు రాసిన ఉత్తరాల కట్టని కాల్చేసాడు. మంటోకి నదీమ్‌కి రాసిన ఉత్తరాలు దాదాపు 90 దాకా సురక్షితంగా ఉన్నాయి. ఆ ఉత్తరాల కట్టలో ఇక ప్రాణం లేదు అని అతడికి అనిపించింది. ఏ స్పందన లేని ఆ ఉత్తరాలను దాచడంలో అర్థం లేదు అని అనుకున్నాడు.

ఈ ఉత్తరాలు సురక్షితంగా ఉండటం వలన అతడి భావుకతను, జీవితపు గ్రాఫ్‌ని మంటో-నదీమ్ సంబంధాలను మనం అర్థం చేసుకోడానికి సహాయపడతాయి.

ఈ ఉత్తరాలను నదీమ్ మంటో మృత్యువు తరువాత 1962లో మంటోకే ఖుతూత్, నదీమ్ కేనామ్ (మంటో ఉత్తరాలు - నదీమ్ పేరున) అన్న పేరన ఈ ఉత్తరాలను ప్రచురించారు.

1939 జనవరిలో రాసిన రెండు ఉత్తరాలలోని అంశాలు ఇట్లా ఉన్నాయి. 'నేను కొంతకాలం నుండి నా అస్తిత్వాన్ని తుర్గనేవ్ చెప్పినట్లు పదవస్తంభంగా (ఇది ఎందుకూ పనికిరాదు) భావిస్తున్నాను. అందువలన నాకనిపించింది. ఎవరికోకరికి నేను ఉపయోగపడితే చాలని. గొయ్యిలో పడ్డ ఇటిక ఏ గోడకట్టడానికైనా ఉపయోగపడితే అంతకంటే తనకేం కావాలి అని

అది అనుకుంటుంది. అంతకంటే అది ఇంకేం కోరుతుంది?

ఏమైనా నాకు ఆత్మ-తృప్తి లేదు. అసలు ఏ వస్తువు నాకు తృప్తి ఇవ్వదు. ప్రతీ వస్తువులో నాకు ఏదో లోపం కనిపిస్తుంది. అసలు నన్ను నేను అసంపూర్ణం అని అనుకుంటాను. నేను ఏమిటో, నాలో ఉన్న దేమిటో అది అట్లాగే ఉండకుండా ఉండాల్సింది అని నాకనిపిస్తుంది. మరో విధంగా ఉండాల్సింది అని అనిపిస్తుంది'.

మంటో తన జీవితానికో సార్ధకతను వెతుక్కుంటున్నాడు అన్న సంగతి తెలుస్తోంది. ఏదో పెద్ద పనిచేయాలన్న సంకల్పం ఆయనలో ఉంది. ఆయన వివేకంతో కూడిన సంవేదనా శక్తిని ఆధారంగా చేసుకుని చెప్పింది చేయాలని అనుకునేవాడు. ఆలోచనలను ఆచరణలో పెట్టాలనుకున్నాడు. ఆయనని కర్తవ్యం, అస్తిత్వం మధ్య తల ఎత్తుతున్న ప్రశ్నలు వేధించేవి. తను ఎంతగా అశాంతిలో కొట్టుమిట్టులాడుతున్నాడో, నదీమ్‌కి పూర్తిగా తెలియపరిచాడు. ఏదీ దాచలేదు.

ఈ ఉత్తరాలు మంటో ఏమిటో అన్న సంగతిని తెలియచేస్తాయి. ఈ ఉత్తరాలు ఒక అద్దలాంటివి. ఇది ఆయనలో ఏడు పొరలలో ఉన్న వ్యక్తిత్వం చూపుతుంది. మంటో నదీమ్‌ని ఎంతో ప్రాణస్నేహితుడిగా చూసేవాడని ఏ దాపరికం లేకుండా తనను తను వ్యక్తపరచుకునేవాడని తెలుస్తోంది.

మంటో 1948 జనవరి ఏడునో లేక ఎనిమిదినో లాహోరుకి చేరుకున్నాడు. అక్కడి నుండే ఫిబ్రవరి 1948న నదీమ్‌కి ఉత్తరం రాసారు. నదీమ్‌కి రాసిన ఆఖరి ఉత్తరం అది. అందులో ఇట్లా ఉంది 'మీరు మాట ఇచ్చి రాలేదు. నాకు చాలా బాధగా ఉంది. ప్రస్తుతం నేను నా స్నేహితుడితో ఒక పని మీద పెషావర్‌కి వస్తున్నాను. ఇంషా అల్లా! చాలా కబుర్లు చెప్పుకోవచ్చు. మూడు-నాలుగు రోజులు మీతో పాటే ఉండే అవకాశం లభిస్తుంది'.

మంటో బొంబాయి నుండి లాహోరు వెళ్లాక నదీమ్ అతడిని కలవడానికి వస్తానని మాట ఇచ్చాడు. కాని ఇచ్చిన మాట ప్రకారం రాలేదు. మంటో చాలా బాధ పడ్డాడు. మంటో పెషావర్ వెళ్లాడు. నదీమ్ దగ్గర కొన్నాళ్లు ఉన్నాడు అన్న సంగతి ఉత్తరం ద్వారా వెల్లడి అవుతోంది. బహుశ ఈ రోజుల్లోనే ఇద్దరి మధ్య మనస్పర్ధలు వచ్చాయి.

మంటోకే ఖుతూత్'లో నదీమ్ ఇట్లా రాసాడు – 'నేను రెండు మూడు

సార్లు మంటో కుల–గోత్రాల గురించి ఆచూకీ తీసాను. అతడితో ఉండే కొందరు స్నేమితులను తూలనాడాను. వీళ్లు అతడిని దిగజార్చడానికే ప్రయత్నిస్తున్నారు. ఈ విషయంలో మంటోకి నా పైన కోపం వచ్చింది. అతడు అన్న ఈ మాటలను నేను ఎప్పటికి మరచిపోలేను. 'నేను నిన్ను నా భావుకత అనే మస్‌జిద్‌కి ఇమామ్‌ని చేయలేదు. నీవు కేవలం నా స్నేహితుడివి మాత్రమే. ఇక నేను అతడి జీవితం నుండి తొలగిపోవడమే మంచిదని నిర్ణయించుకున్నాను. కేవలం ఆల్‌కాహాల్ విషయంలో కాదు మరికొన్ని ముఖ్యమైన విషయాలలో వాళ్లిద్దరికి మధ్య మనఃస్పర్థలు వచ్చి ఉంటాయని నా అభిప్రాయం. భూమిక చదివాక నదీమ్ తనవైపు నుండి ఎటువంటి తప్పులేదని చెప్పడానికి ప్రయత్నించాడు అని అర్థం అయిపోతుంది. మంటో విమర్శకు నదీమ్ స్నేహాన్ని వదిలేసుకోవడం అతడి విరుద్ధంగా పెద్ద ఉత్తరం రాయడం మంటో సహనానికి పరీక్ష అయింది.

మంటో నదీమ్‌ని ప్రాణస్నేహితుడిగా చూసాడు. మనస్సులోని మాటలు తన ఆలోచలనన్నింటిని అతడితో పంచుకోవాలనుకునేవాడు. అందువలనే 1937లో రాసిన ఉత్తరంలో మంటో ఇట్లా బాధపడ్డాడు. 'నేను ఒక కూలిపోతున్న గోడని, దానిపై నుండి పెళ్లలు నేల మీద రాలుతూ రకరకాల ముఖాలను తయారుచేస్తాయి'. మంటో తన మానసిక స్థితిని ఒక కళాకారుడి భాషలో వ్యక్తం చేసాడు. కాని ఆ సమయంలో మంచి–మంచి కథలు రాసాడు. సినిమా రంగంలో కూడా కథా రచయితగా ప్రసిద్ధిచెందాడు. ఈ విషయం అందరికి తెలిసిందే. ఈ ఉత్తరంలో తనని తను 'ఇంటలెక్చుయల్‌రెక్' గా చెప్పుకున్నాడు. వీటిని కేవలం మాటలుగా మాత్రమే తీసుకోకూడదు. ఇది ఆత్మ కథ కాదు. ఒక స్నేహితుడిని సంబోధిస్తూ ఎంతో వినయంగా తనని తను చేసుకున్న విమర్శ. ఆనాడు ఈనాడు కూడా దమ్మిడీ విలువ చేయని వాళ్లు కూడా తమని తాము 'ఇంటలెక్చుయల్' అని చెప్పుకుంటూ ఉంటారు. మంటో తనని తను 'ఇంటలెక్చుయల్ రెక్' అని చెప్పడంలో అతడు ఎంత సాహసవంతుడో తెలుస్తోంది. 'రెక్' మాట వదిలేయండి. నిజానికి మనస్సు – మైండ్ రెండు కుంచించుకుపోతే, అంత గొప్ప కథలు, సంస్మరణలు రాయగలుగుతాడా విభజన తరువాత లాహోరు వచ్చి ఎంతో సాహిత్య సృజన చేసాడు. కేసులలో ఇరుక్కుని మూల్యం చెల్లించాడు. కాస్‌మీని అతడు ప్రాణ స్నేహితుడిగా ఎంచేవాడు. అందువలననే ఏ అచ్ఛాదన లేకుండా మనస్సులోని మాటలు చెప్పేవాడు. అంతా అతడితో షేర్ చేసుకోవాలని

అనుకునేవాడు. తరువాత నదీమ్ ఏవిటో తెలుసుకున్నాడు, బాధపడ్డాడు.

మంటో ఆడంబరాలు-అసత్యాలకు కొన్ని కోసుల దూరంలో ఉండేవాడు. ఏదీ దాచుకునే నైజం కాదతడిది. లోపల ఒకటి బయట ఒకటి కాదు అతడు. ఏది చెప్పేవాడో అది చేసేవాడు. ఏది చెప్పేవాడో అది రాసేవాడు. మిత్రుల ఎదుట నిజాలు చెప్పడానికి ఏ మాత్రం సంకోచించేవాడు కాదు. ఎవరినైనా సరే స్నేహితుడు అని అనుకున్నప్పుడు, కోపతాపాలు, కోట్లాటలు మనస్పర్థలు వచ్చినా లవ్-హేట్ రెండింటిని స్వీకరిస్తూ అష్క్-మంటో, మంటో-అష్క్ సంబంధాలను నిలబెట్టినట్టే తక్కిన వాళ్ల పట్ల ఇట్లాగే ప్రవర్తించేవాడు. నీతి-నిజాయితీతో సంబంధాలు కొనసాగించాడు. ఒక మాట నిజం ఎవరైనా సరే నమ్మక ద్రోహం చేస్తే సహించేవాడు కాదు. 1940 సెప్టెంబరు 23న బొంబాయి నుండి కాస్మీకి ఉత్తరం రాసాడు. అందులో ఇట్లా రాసాడు. 'నేను ఎవరితో నైతే స్నేహం చేస్తే అవతలివాడు తనని తను సమర్పించుకుంటాడు అన్న నమ్మకం నాకు ఉంటుంది. నిజానికి ఇది నా బలహీనతే. దీనికి చికిత్స నేను చేయలేక పోయాను'.

సమయం గడిచిన కొద్దీ అతడికి కొంత అనుభవం అయింది. స్నేహంతో స్నేహితుడు మరొక స్నేహితుడికి తనను తను సమర్పించుకోవడం సమంజసం కాదు. కాని స్నేహాన్ని అడ్డుపెట్టుకుని మిత్రద్రోహం చేస్తే సహించే గుణం. అతడిలో లేదు. ఎదురెదురుకుండా ఏ దాపరికం లేకుండా ఒకరితో ఒకరు యుద్ధం చేయడం అతడికి ఇష్టమే. తరువాత కూడా వారిద్దరి మధ్యలో బేధాభిప్రాయాలు వచ్చినా సాహిత్య లోకంలో మాత్రం ఇద్దరు స్నేహితులుగానే ఉన్నారు. కలుస్తూ ఉండేవారు. ఇద్దరు ఒకరింటికి ఒకరు వస్తూ పోతూ ఉండేవారు. ఒకసారి నదీమ్ మంటోని తాగుడు మానేయమని లెక్చర్ ఇచ్చాడు. నదీమ్ నైజం గురించి మంటో తెలుసుకున్నాడు. లోపల ఒకటి పెట్టుకుని పైకి ఒకలా మాట్లాడే నదీమ్ గురించి మంటో క్షుణ్ణంగా తెలుసుకున్నాడు. నదీమ్‌కి మంటో ఈ విధంగా జవాబు చెప్పాడు 'ఈ ఫ్రాడ్ అవసరం లేదు, గాలిబ్ షేర్ 'యహ్ కహాంకి దోస్తీ హైకి బనే హైం దోస్త్ నా సహీ కోయీ చార్‌సాజ్ హోతా, కోయి గమ్ గుసార్ హోతా'. ఈ పంక్తులు అతడి మనస్సులో మేధస్సులో అలలై లేస్తునే ఉన్నాయి. బహుశ అందువలననే నదీమ్‌ని అమ్మో ఇటువంటి

స్నేహితుడా అని అనుకొని ఉండవచ్చును. ఉత్తరాల కట్టని కాల్చేసి ఎన్నో సంవత్సరాల నుండి కొనసాగుతున్న నదీమ్ స్నేహాన్ని కూడా అగ్గికి ఆహుతి చేసాడా? చేయగలిగాడా?

'ఫ్రాడ్' అనే పదాన్ని మంటో వేరే వాళ్ల కోసమే కాదు, తన కోసం కూడా వాడడానికి జంకేవాడు కాదని ఇంతకుముందు చెప్పడం జరిగింది. పరాయి వాళ్ల విషయంలో ఈ మాట వాడితే ఆ వ్యక్తి గుణగుణాలను బట్టి వాడతాడు. ఫ్రాడ్ అనే మాటను వాడే టోన్‌లో కూడా వ్యంగ్యం వ్యక్తం అవుతుంది. ఉదాశీనత, ఆరోగ్యమైన హాస్యం (వెకిలి హాస్యం కాకుండా) ప్రేమలు కూడా వెల్లడవుతాయి. తన విషయంలో ఈ మాట ఉపయోగిస్తే, తనపైన తనే వ్యంగ్య బాణాలు విసురుకోవడం, బాధ వ్యక్తం అవుతాయి. తన కోపాన్ని, ప్రేమను, ద్వేషాన్ని అన్ని మనోదశలను ఏ దాపరికం లేకుండా అందరిముందు బయటపెట్టేవాడు. అష్కని ఆయన స్పష్టంగా ఇట్లా అన్నాడు – 'I Love you though I hate you' పైపైన చూపించే ఆడంబరాలు, వెధవ గొప్పలు చూస్తే అతడికి మంట. అతడు కఠోరంగా వీటిని గురించి చెప్పినప్పుడు నాలుగు మాటలు అన్నప్పుడు స్నేహితులకి పడక తప్పదు. అష్క అయినా, సత్యార్థి అయినా, కృష్ణ చందర్ అయినా, కాస్మీ అయినా, ఎవరైనా అతడి కోపానికి, మాటలకి గురి కాక తప్పలేదు. అభిప్రాయ బేధాలు ఉన్నా లాహోరు నుండి కూడా మంటో ఉత్తరాలు రాసేవాడు. ఇద్దరి మధ్య ఉత్తరాలు నడుస్తూ ఉండేవి. దేవేంద్ర సత్యార్థికి అతడికి మధ్య ఎన్నో సార్లు మనఃస్పర్ధలు వచ్చినా ఉత్తరాలు రాసేవాడు మంటో (1943 మే, కాస్మీ పేరన ఉత్తరం) కోపంలో మంటో పిచ్చివాడైపోయినా, మాటల మంటలు చెలరేగినా స్నేహితులతో అతడి స్నేహం కొనసాగుతూనే ఉంటుంది. కాని కాస్మీ మిత్రద్రోహం చేయడం వలన ఇద్దరి మధ్య స్నేహబంధం తెగిపోయింది. లోపల అసహ్యించుకుంటూ తేనె పూసిన కత్తిలా పైకి ప్రేమగా మాట్లాడటం (కాస్మీ పేరన ఉత్తరం 1943) ఆయన నైజం కాదు. కాస్మీని మంటో 'మేరీ జాన్' అని పిలిచేవాడు. మంటో మరి తన ప్రాణమైన కాస్మీని మనస్సులోంచి తీసివేయ గలిగాడా? ఊహూ... లేదు... ఇద్దరి దారులు వేరయ్యాయి. కాని ఒకరి మనస్సులో మరొకరు అట్లాగే ఉండిపోయారు. ఒకరిపై ఒకరు వ్యంగ్య బాణాలు విసురుతూ కూడా అప్పుడప్పుడు కలిసేవాళ్లు. 1955లో మంటో కాస్మీని కలిసాడు. తన ఇంటికి తీసుకువెళ్లాడు. కాస్మీ ఇట్లా అన్నాడు

-మంటో ఒకరోజు నా దగ్గరకి వచ్చాడు. నన్ను తన ఇంటికి తీసుకు వెళ్లాడు. ఇష్టం వచ్చినట్లుగా తాగాడు. 1937 నుండి 1954 వరకు జరిగిన అన్ని సంఘటనల గురించి పూసగుచ్చినట్లుగా చెబుతూనే ఉన్నాడు. అతడి జ్ఞాపకశక్తి చూసాక నాకు ఆశ్చర్యం అనిపించింది. మళ్లీ అన్నాడు – ఈ మాటలన్నీ నోటు చేసుకో మేరీజాన్, బహుశ కొన్ని రోజుల తరువాత నీకు మంటో గురించి రాయాల్సివస్తుందేమో. నిజంగా కాస్మీకి మంటో ఈ మాటలు అన్న కొన్ని రోజులకే చనిపోయాక ఎట్లా అనిపించి ఉండి ఉండవచ్చు. 'నుకూష్'లో ఈ జ్ఞాపకాలన్నీ రాసినప్పుడు అతడి మనఃస్థితి ఎట్లా ఉండి ఉండవచ్చు?

16

'ఫ్రాడ్' అన్‌హలక్‌గా ఆధ్యాత్మికంగా మారింది

హిందుస్తాన్‌లో తన కథల మీద నడిచిన కేసులే కాకుండా పాకిస్తాన్‌లో తన రెండు కథలు 'ఠండాగోష్త్' 'ఊపర్ నీచే ఔర్ దర్మియాన్' పైన నడిచిన రెండు కేసుల వలన (1950–1953) మంటో పూర్తిగా మానసికంగా, శారీరకంగా చితికిపోయాడు. తనను తాను సంభాళించుకోవాలని ఎంత ప్రయత్నం చేసినా విఫలం అయ్యేవాడు. ఈతి బాధలు, ఒత్తిళ్ల వలన తాగడం ఎక్కువ అయింది. ఎంత మానుకుందామనుకున్నా మానుకో లేకపోయాడు. ఆల్‌కాహాల్ లేనిదే ఉండలేకపోయేవాడు. ఇంటివాళ్లు ఎదురుకుండా లిమిట్‌గా తాగేవాడు కాని మళ్లీ రహస్యంగా తాగేవాడు. అఖ్తర్‌షిరానీ, మీరాజీలా మంటో పరిస్థితి ఆల్కహాల్ వలన ఘోరంగా తయారయింది. మనస్సు మైండ్ అస్తవ్యస్తంగా అయింది. 1952 ఏప్రిల్‌న మనో చికిత్స కోసం పిచ్చాసుపత్రికి వెళ్లాల్సి వచ్చింది. ఇక్కడ ఉండి అందరిని గమనించేవాడు. కొన్ని కథలు రాయడానికి ఈ అనుభవం పనికి వచ్చింది. ముఖ్యంగా 'టోబా టేక్ సింహ్' రాయడానికి ఎంతో పనికి వచ్చింది. పిచ్చాసుపత్రిలో ఉన్నప్పుడు పిచ్చి–పిచ్చిగా ప్రవర్తించినట్లు ఎక్కడా కనబడదు.

ఇంటికి వచ్చాక కొన్ని రోజులు పథ్యం చేసాడు. తాగుడు మానేసాడు,

కాని మళ్లీ తాగడం మొదలుపెట్టాడు. రోజు రోజుకీ అతడి ప్రవర్తనలో మార్పు రాసాగింది. ఏం మాట్లాడుతున్నాడో, ఏం చేస్తున్నాడో అతడికే తెలియదు. ఇరవై నాలుగు గంటలూ తాగడం వలన లంగ్స్ పాడైపోయాయి. 'సిరాసిస్ ఆఫ్ ది లివర్' జబ్బు వచ్చింది. 1953 రెండోసారి చికిత్స కోసం మెంటల్ హాస్పిటల్‌లో చేర్పించారు. లైంగ్ మాటల్లో – నిజానికి పిచ్చితనం అంటే ఈ పిచ్చి లోకంలో బతకడానికి ఒక వివేకంతో కూడిన విముఖతకి ప్రతీక అని అతడికి అనిపించి ఉండి ఉండవచ్చు. డాక్టర్ల పర్యవేక్షణలో కొన్ని రోజుల చికిత్స తరువాత అతడు మామూలు స్థితికి వచ్చాడు. కాని పిచ్చాసుపత్రి నుండి బయటికి రాగానే పెద్దగా అరిచాడు – 'చిన్న పిచ్చాసుపత్రి నుండి బయటపడి పెద్ద పిచ్చాసుపత్రికి వచ్చాను'. ఇక అతడు తాగుడు మానేకయపోతే అతడి ప్రాణాలకే ముప్పు అని డాక్టర్ హెచ్చరించారు. తాను తాగనని డాక్టర్లకి వాగ్దానం చేసాడు. ఇంటికి వచ్చాక రెండు నెలలు ముట్టుకోలేదు. కాని తాగకుండా ఎక్కువ రోజులు ఉండలేకపోయేవాడు. బయట వాళ్లతో సంబంధాలు తెగిపోయాయి. ఒంటరి వాడయ్యాడు. ఒకసారి 1953లో కరాచీ నుండి పెషావర్ వచ్చేటప్పుడు లాహోరులో అబూసయీద్ కురైషీ అతడిని కలవాలని వచ్చాడు. కాని కొంచెం సేపు మంటో అతడిని గుర్తుపట్టలేకపోయాడు. అతడి కళ్లను చూస్తే తెలిసిపోయింది. అతడి మైండ్ మరెక్కడో ఉందని సయీద్‌ని సందేహంగా చూసాడు. ఇంతలో అతడి చెల్లెలు 'సాదత్! సయీద్ వచ్చాడు' అని అన్నది. 'రా...రా.. ఖ్వజా!' అన్నాడు. అతడి ముఖంలో వెలుగు వచ్చింది. ఎక్కడో శూన్యంలో చూస్తున్న కళ్లు ఒక్కసారిగా సయీద్‌పై పడ్డాయి. మంటో చేతిలోని గ్లాసు వంక సయీద్ చూసాడు. నేను ఏమి ఆలోచిస్తున్నానో అతడికి అర్థం అయింది. అతడి కళ్లు పిర్యాదు చేస్తున్నాయి. 'నువ్వు కూడా నాకు ఉపదేశాలు ఇస్తున్నావా? దీనిని నుండే కదా నేను పరుగెత్తి పారిపోతున్నాను. ఇక్కడ రక్షణ తీసుకున్నాను. నీ నుండి నేను ఇంకా ఏదో ఆశించాను. తన బాధను ఎవరు ఎందుకు అర్థం చేసుకోరు? తన దయనీయ పరిస్థితిని ఎందుకు తెలుసుకోరు? అతడు పూర్తిగా తాగుడికి బానిస అయ్యాడు. అందరి దృష్టిలో అతడు పిచ్చివాడు. కృష్ణ చందర్ రాసిన దాంట్లో పదహారణాల నిజం ఉంది – 'అతడు పిచ్చాసుపత్రికి వెళ్తే మాత్రం ఏమయిందని? ఈ ఎక్సెంట్రిక్ పిచ్చి సమాజంలో ఉండే కంటే ఎంతో తెలివి గల మంటో పిచ్చాసుపత్రికి వెళ్లడమే

ఎంతో మేలైన పని. దీంట్లో ఆశ్చర్యం ఏముంది? ఎంత మనస్తాపం చెందినా, ఎన్ని ఎత్తు-పల్లాలు వచ్చినా, ఎన్నెన్నో ఆటుపోట్లకు గురి అయినా మంచి మంచి కథలు రాస్తూనే ఉన్నాడు. అతడిని శిఖరం దాకా తీసుకువెళ్లిన కథలు 'ఖోల్‌దో, ఠండా గోష్త్', 'టోబాటేక్‌సింహ్'. ఈ సమయంలోనే ప్రచురితం అయ్యాయి'.

మంటో అనుదినం దిగజారిపోవడం చూసి స్నేహితులు అతని నుండి దూరం కాసాగారు. తన నిస్సహాయ పరిస్థితిని చూసి స్నేహితులు తలతిప్పుకోవడం, తనని సందేహంగా చూడడం అతడిని ఎంతో బాధపెట్టాయి. అతడు తన పట్ల వాళ్లు ప్రవర్తిస్తున్న తీరుని చూసి చాలా బాధపడేవాడు. తన ప్రాణ స్నేహితులు తనని దూరం చేస్తున్నారన్న బాధ అతడిని తొలిచివేసింది. మిత్రులే తనకు శత్రువలవడం సహించలేకపోయాడు. ఈ మనఃస్థితిలో సాహిర్ లుధియానవీ రాసిన ఈ పంక్తులు అతడికి గుర్తుకు వచ్చేవి - 'న దోస్తీ, న తకల్లుఫ్, నదిల్‌బదీ, నఖులూస్, కిసీకా కోయీ నహీ, ఆజ్ సబ్ అకేలే హైం' తన పట్ల కొందరి మనస్సును బాద పెట్టే ప్రవర్తన, ప్రభుత్వపు కఠోర వైఖరిని తనదైన రీతిలో ఎన్నో పదునైన ప్రశ్నలను లేవనెత్తుతూ ఒకచోట ఇట్లా రాసాడు 'నన్ను మీరందరు ఒక కథా రచయితగా చూస్తారు. న్యాయస్థానాలు నేరస్థుడిగా చూస్తాయి. ప్రభుత్వం అప్పుడప్పుడు నన్ను కమ్యూనిస్ట్‌గాను, అప్పుడప్పుడు పెద్ద రచయితగాను చూస్తుంది. అప్పుడప్పుడు నాకు ఆదాయం వచ్చే దారులు మూసేస్తారు'.

అప్పుడప్పుడు నేను అసలు మనిషినే కాను అని అంటూ ఇంటి బయటకి పంపించేస్తారు. మళ్లీ అప్పుడప్పుడు వాళ్ల ఇష్టం అయినప్పుడు ఇంటి లోపలికి ఆహ్వానిస్తారు. నేను ఆనాటి నుండి ఈనాటి వరకు ఆలోచిస్తూనే ఉన్నాను - అసలు నేను ఎవరిని? ప్రపంచంలోనే పెద్ద ఇస్లాం సల్‌తనత్ ఎంచబడే ఈ దేశంకి నా ఉపయోగం ఏమిటి? ఇందులో నా ఇల్లెక్కడ? మీరందరు దీనిని ఒక కథగా ఎంచినా సరే, నాది మాత్రం పదహారణాల సత్యం, పాకిస్తాన్ అనబడే ఈ దేశంలో నాకు ఎంతో ప్రియాతిప్రియమైన ఈ దేశంలో అసలు నా గమ్యం ఏమిటో తెలుసుకో లేకపోయాను. అసలు ఇదే కారణం నేను అప్పుడప్పుడు పిచ్చాసుపత్రిలో ఉండడానికి, అప్పుడప్పుడు మామూలు ఆసుపత్రిలో ఉండటానికి ప్రభుత్వం, ముల్లాల (మత ఛాందసం) మే కారణం ప్రజలు తనని కమ్యూనిస్ట్

అని, అశ్లీల రచయిత అని పేర్లు పెడుతున్నప్పుడు అతడికి విపరీతమైన కోపం వచ్చేది. వీళ్ల ద్వారా వచ్చిన ఆరోపణలను సహిస్తూ ఒకచోట నుండి మరో చోటికి ఫుడ్‌బాలై తిరుగుతూ చాలా విసిగిపోయాడు. అతడిని అప్పుడప్పుడు పిచ్చాసుపత్రికి పంపిస్తూ ఉండేవాళ్లు. తన మాతృభూమిలోనే గమ్యం ఏదో వెతుక్కునేవాడు.

స్నేహితుల ఉదాశీనవైఖరే కాదు, ఈతి బాధలు, నిస్సహాయ పరిస్థితులు అతడిని ఒంటరి వాడిగా చేసాయి. జీవితంలోని కష్టాలను, ఆటుపోట్లను తట్టుకున్నా ఒక్కసారి మనస్తాపం వలన బాధపడేవాడు. బొంబాయిలో అల్లర్ల వలన జరిగిన రక్తపాతాన్ని చూస్తూ ఏం చేయలేని పరిస్థితిలో లాహోరుకి వచ్చాడు. తన ఇంటికి వచ్చాక కూడా అవే పరిస్థితులు. అతడు క్షోభకు గురిఅయ్యాడు. తన క్షోభను, కోపాన్ని వ్యంగ్యంగా 'సియాహ్-హాషియా'లోని చిన్నకథల ద్వారా వ్యక్తం చేసాడు. కొత్త దేశం పాకిస్తాన్ తమకు సంప్రాప్తించిందని కొందరు ఎంతో ఆనందపడ్డవారు, ఒక గ్రూపు అతడిపై కళ్లెర్ర చేసింది. 'పాకిస్తాన్ ప్రగతిశీల సంఘం' అతడిని బాయ్‌కాట్ చేసింది. అతడికి ఇదంతా ముల్లులా గుచ్చుకుంది. స్నేహితులైన కొందరు లెఫ్టిస్టుల వైఖరి అతడికి ఎంతో బాధ కలిగించింది. వాళ్లని అతడు క్షమించలేదు. తీవ్రంగా విమర్శించాడు.

ఆ సమయంలోని అభ్యుదయ రచయితల మీద మంటో విరుచుకుపడ్డాడు. ఒక ఆర్టికల్‌లో అతడు ఇట్లా రాసాడు – 'అసలు వీళ్లందరు అభ్యుదయవాదులా? నాకు చాలా కోపం వస్తోంది. వీళ్ల వైఖరి ఎట్లా ఉంది?

ఎంతసేపు ప్రభుత్వం వైపు దృష్టి. అసలు కూలీలు చెమట కార్చకుండానే వాళ్ల హక్కుల కోసం పోరాడాలని వాళ్లని ఎత్తేస్తున్నారు. అసలు వీళ్లు చేస్తున్న యుద్ధం ఎట్లాంటి యుద్ధం. శ్రమకు తగ్గ కూలీడబ్బులు ఇవ్వాలనా లేక స్వయంగా ఆయుధాలను చేతపట్టి తమకు ఇష్టమైన ఆయుధాలను కొడవలి, సుత్తి వాళ్ల చేతికి ఇవ్వాలనా? ఇది ఎటువంటి దారి? గజల్‌ని మిషన్‌గా, మిషన్‌ని గజల్‌గా మార్చే ఉద్దేశ్యంలో ఉన్నారా?'

మంటో చెప్పిన ఈ కథనం వలన, అభ్యుదయ రచయితల సంఘం కూలీల పక్షపాతిగా, పెట్టుబడీదారి వ్యవస్థకి విరుద్ధంగా పోరాడుతున్న కమ్యూనిస్టుగా మాట్లాడినా సిద్ధాంతాలకు కార్యాచరణకి మధ్య ఉన్న దూరాన్ని, అంతర్ విరోదాన్ని, ద్వంద్వ వైఖరిని (దీనినే ఆయన ఫ్రాడ్ అని అంటాడు)

సహించలేకపోయాడు అన్న నిజం తెలుస్తోంది. వీళ్లు తేనెపూసిన కత్తులు, వెనకగొయ్యిలు తవ్వే రకం. ఒకచోట మంటో ఇట్లా రాసాడు – 'ఇక్కడ అదే ప్రభుత్వం తన మూలధనంతో ప్రపంచానంతటికి స్వాతంత్ర్యం తేవాలన్న ఆలోచనలో ఉంది. మార్క్స్ నేడు జీవించి ఉండి ఉంటే ఈ రకమైన సామ్యవాదానికి ఊహల సామ్యవాదం అని పేరు పెట్టి ఉండేవాడు. మంటోకి పైన ఒకటి మాట్లాడటం, లోపల మరొకటి పెట్టుకోవడం ఏ మాత్రం ఇష్టంలేదు. అందుకే చాలా ఖరాఖండిగా మాట్లాడేవాడు, రాసేవాడు.

నిజాలను చూడకుండా కళ్లు మూసుకుని సిద్ధాంతాలను వల్లించే వాళ్లలో మంటో ఎంత మాత్రం చేరడు. అసలు ఏ రకమైన ఫ్రాడ్‌ని అతడు సహించలేడు. అందువలన అతడు స్పష్టంగా రాసాడు 'ఎంత సేపటికి రష్యాను ప్రశంశిస్తూ, రష్యా క్రెమిలిన్ నుండి బొంబాయి ఖేత్‌వాడీ దాకా అక్కడి నుండి మైక్‌లోడ్ రోడ్డు దాకా ప్రయాణం చేస్తూ పెద్ద పెద్ద ఆర్టికల్స్ రాస్తూ చర్చలు చేసే వారంటే నాకు కోపం. రష్యాలో ఫలానా దానిశ్వర్ పుట్టాడనో ఆయన అది రాసాడనో, ఇది రాసాడనో అని వాళ్లు అంటూ ఉంటారు. వీళ్లందరు ఏ నేల మీద శ్వాస తీసుకుంటున్నారో ఆ భూమి గురించి చెప్పరేం? ఒకవేళ ఈ దానేశ్వరులను పుట్టించడం ఆపేస్తే మరి ఈ గొడ్రాలితనానికి చికిత్స బీజారోపణయేనా?'

పాకిస్తాన్ అభ్యుదయ సంఘం అతడిని బహిష్కరించింది. సంఘం వాళ్లు ఆయన పట్ల ఉపేక్ష చూపించారు. అయినా అతడు భయపడలేదు. కొంత మానసిక క్షోభ అనుభవించాడు. ఇటువంటి మానసిక స్థితిలోనూ అతడు సృజన విషయంలోనూ సిద్ధాంతాల విషయంలోను వాళ్ల అసలు సిసలైన ముఖాలని బయటపెట్టడానికి ఎంతమాత్రం సంకోచించలేదు. ఆయన ఏ వ్యక్తికి ఏ పార్టీకి, ఏ సంఘాలకి లోబడి బతకలేదు. అతడు అభ్యుదయవాదులను వదలలేదు. ప్రతిక్రియవాదులను అంతకంటే వదలలేదు. ఇద్దరి మధ్య ఉన్న రెండు రకాల వైఖరిని కేవలం సిద్ధాంతాల ఆధారంగా కాకుండా ఎంతో సంవేదనతో వ్యక్తపరిచాడు. వాళ్లలో ఉన్న బలహీనతలను వాళ్లకే తెలియచెప్పి వాళ్ల కళ్లను బాణాల్లా పొడిచాడు. కోపాన్ని వ్యక్తపరచడమే కాదు, బౌద్ధికంగా ఎంతో ఉదాశీనతను సహిస్తూ అతడు ఒక కళాకారుడి విరోధానికి క్షోభకి రూపం ఇచ్చాడు.

అభ్యుదయవాదులలో కిషన్‌చందర్ లాంటి వాళ్లు చాలా తక్కువ. మంటో కథలలోని లోతుపాతులను కిషన్‌చందర్ అర్థం చేసుకున్నట్లు తక్కినవాళ్లు అర్థం చేసుకోలేకపోయారు. ఆయన మంటో ఆత్మలోని అశాంతిని పసికట్టాడు. కిషన్ చందర్ ఇట్లా రాసాడు – 'మంటో అభ్యుదయవాదుల వలన కాని, కాని వారి వలనకాని, పాకిస్తాన్, హిందుస్తాన్, చాచాసామ్, రష్యా మొదలైన వాటి వలన ఎటువంటి సంతోషం పొందలేకపోయాడు. అసలు అశాంతిలో కొట్టుమిట్టులాడుతున్న అతడి ఆత్మ ఏం కావాలనుకుంటోంది? అతడి శైలి కఠోరమైనది. ముళ్ల లాంటిది. అతడి తిట్లని, కఠోరమైన మాటలని, మొనతేలిన ముళ్లలాంటి మాటలను ఒకసారి పరిశీలించి చూడండి. పాలగిన్నెలో అట్టడుగున పేరుకుపోయిన మీగడను గీకినట్లుగా అనిపిస్తుంది. అప్పుడు ఒక సత్యం తెలుస్తుంది. లోపలి నుండి బతుకులోని తీపి–తీపి రసం కారుతూ ఉంటుంది. ఆయన అసహ్యతలో ప్రేమ ఉంది. నగ్నత్వంలో ఆవరణ ఉంది. చరిత్రహీనులైన స్త్రీల కథలలో అతడి సాహిత్యంలోని సచ్ఛరిత్రత దాగి ఉంది.

లాహోరులో హల్కా–అర్‌బాబే–ఎ–జాక్ అన్న ఒక సాహిత్య సంస్థ ఉండేది. అక్కడ ప్రతీవారం రచయితలందరు కలుసుకునేవారు. తమ తమ రచనలను చదివేవారు. చదివాక వాటి మీద తీవ్రమైన విమర్శలు జరిగేవి. 1950–54 వరకు తన కథలను, నాటకాలను, సంస్మరణలను ఇందులో మంటో చదివాడు. 1950 సెప్టెంబరు 3, 24న 'నంగీ ఆవాజేం' 'ఖాలిద్‌మియా' చదివాడు. 1950 అక్టోబరు 8, 'యజీద్' కథని ఇక్కడే చదివాడు. జనవరి 1951, 'బిస్మిల్లాహ్' 'ఖుద్‌షరేబ్' కథలు చదివాడు. 1951 రెండు సంస్మరణలు – మురళీకీధున్ (12–8–1951) 'తీన్‌గోలె' (4–1–51) చదివాడు. 14–10–51న కథ 'ఉన్నీస్ సౌ ఉన్నీస్ కీ ఏక్‌బాత్' 20–1–51న 'ఇస్‌మర్ఖుధార్' నాటకాన్ని చదివాడు. 52, మార్చ్ 2 న 'మోజెల్' కథ, మే 25, 1952న 'సాహెబ్ కరామత్' అక్టోబర్ 7న 'సర్‌కండోకే పీఛే' చదివాడు.

1953న మూడు కథలు 'ఇజ్జతో–నామూస్' (1–12–53) 'మోచనా' (24–5–53) 'ఫరిష్తా' (20–12–53)ను చదివాడు. 'దూదా పహచాన్' (14–3–54) 'షాహ్‌దౌలే కా చూహా' 30–5–54న చదివాడు. 1954లో బలరాజ్‌మెనెరా, అసదుల్లాహ్ సంభాషణ వలన మంటో దాదాపు 100 కథలు రాసాడని తెలుస్తోంది. వాటిల్లో 4 కథలు 'అదబెలతీఫ్' (లహోరు) 'ఫోజా

హురామ్‌దా' (1954 ఏప్రిల్) 'మెహతాబ్‌ఖాం' (1954 జూన్) 'షాహ్‌దౌ లేకే చూహా' (జూలై 1954) 'హా ఫిజ్ హసన్‌దీన్' (1964, సెప్టెంబరు)లో ప్రచురితం అయ్యాయి. మరో నాలుగు కథలు 'చారా' 'సుర్‌మా' 'కాలీకతీ' 'రాజో' అతడు చనిపోయాక 'నుకూష్'లో ప్రచురితం అయ్యాయి. 1954లో మంటో వంద కథలు లేదా ఇంకా తక్కువ కథలు రాసాడా, రాయలేదా అన్నది ప్రశ్న కాదు. శారీరకంగా అంత అనారోగ్యంగా ఉన్నా కూడా రచనలు చేయడం మానలేదు. సాహిత్యకారులతో పాటు అన్నింటిలోనూ పాల్గొనేవాడు.

తన కథలలో వ్యక్తం అయిన అశాంతి, అలజడి, భావాత్మకంగా, మానసికంగా పడ్డ క్షోభ, అవేదన, సంఘర్షణ, నగ్న సత్యాలని గుర్తించి అర్థం చేసుకునే వాళ్లు ఆ సరిహద్దు లోపల ఎవరు లేరు. అందుకే అన్ని గీతలను చెరిపేసాడు. గోడలను పగులకొట్టేసాడు. అందుకే అందరి కోప-తాపాలకు గురి అయ్యాడు. బానిసగా పడి ఉండటం అతడి రక్తంలో లేదు. స్వతంత్రంగా బతకడమే అతడి స్వభావం, రచనా వ్యాసంగ మార్గంలో నడిచి స్వేచ్ఛ పొందాలన్న తపన, దాన్ని అర్థం చేసుకోవాలన ఆకాంక్ష అతడికి ఉండేది. కాని ఇదంతా కష్టాలను కొని తెచ్చుకోవడమే.

అయినా మంటో కష్టనష్టాలు, ఆపదలతో ఆడుకుంటూనే ఉన్నాడు. దేనికి భయపడలేదు. జీవితం కాని, తారీఖులు కాని అతడికి ఏ న్యాయం చేకూర్చలేదు. కాని తరువాత కథలు అతడికి జీవితాన్ని ఇచ్చాయి. తారీఖులు సరియైన న్యాయాన్ని ఇచ్చాయి.

మంటోలోని మనోదశలు ఒకసారి ఒక దానితో ఒకటి కలుస్తూ మరొకసారి ఒకదానిపై మరొకటి ఓవర్‌లాప్ చేస్తూ ఉండేవి. అందువలన అతడి మనస్సు ఇతిమిద్ధంగా ఇదే అని ఏ మాత్రం చెప్పలేము. ఒక నిర్ణయానికి రావడం సరియైనది కాదు. ఆ ఆక్రోశన ఏ విధంగా విప్లవంగా మారుతుందో అవతలి ప్రతిపక్షాన్ని ఏ విధంగా వేళ్లతో కదిలిస్తుందో 'జైబెకఫన్'లోని పై పంక్తులను చదివితే తెలుస్తుంది. ఇది ఒక ఉదాహరణ. ఇదే ఆక్రోశన, ఇదే విరోధం లోపలివైపు మళ్లినప్పుడు ఒంటరితనం, ఉదాశీనతలు చోటుచేసుకుంటున్నాయి. భార్య పిల్లలు దయనీయస్థితి చూసాక అతడి కోపం ఉదాశీనంగా మారిపోయింది. బాధతో ఆయన ఇట్లా రాసాడు - 'నా మనస్సులోని కోపం ఇప్పుడు ఉదాశీనంగా మారిపోతోంది. నేను పశ్చాత్తాపపడుతున్నాను. నేను ఇప్పుడు ఏం చేస్తున్నా

ఉదాశీనంగానే చేస్తున్నాను. అలసట...అలసట... నా జీవితం కష్టాల కడలి. రాత్రింబవళ్లు కష్టపడ్డా, రోజు వారి అవసరాల మేర వరకు కూడా సంపాదించలేకపోతున్నాను. ఈ బాధ నా గుండెలు పిండేస్తోంది. తొలిచేస్తోంది. చెదలులా నన్ను తినేస్తోంది. ఒకవేళ ఈనాడు నేను కళ్లుమూస్తే నా భార్య-పిల్లల గతేం కాను. వాళ్ల ఆలన-పాలన ఎవరు చూస్తారు? నేను అన్యాయానికి విరుద్ధంగా గొంతుచించుకుంటాను. ఎక్సంట్రిక్‌ని, పిచ్చివాడిని, కాని ఒక భార్యకి భర్తను కూడా. ముగ్గురు ఆడపిల్లలకు తండ్రిని కూడా. వాళ్లలో ఎవరైనా జబ్బుపడితే, సరియైన వైద్యం చేయించాలంటే ఇంటింటా బిచ్చం ఎత్తుకోవాల్సి వస్తుంది. నాకు చాలా కోపం వస్తుంది. హమీద్ అఖ్తర్ రాసిన 'మంటో జిందాహై' ఆర్టికల్‌లో భార్యబిడ్డల గురించి అతడు ఎంతగా బాధపడేవాడో తెలుస్తుంది.

కాలచక్రం తిరుగుతున్న కొద్దీ అతడి దృష్టిలో చాలా అనుకోని మార్పులు రాసాగాయి. కుటుంబ పరిస్థితులు, ఈతి బాధలు అతడి మనస్సును క్షోభకు గురిచేసాయి. డిప్రెషన్ వచ్చినప్పుడు తన భార్య-బిడ్డలని మర్చిపోవడం అతడి గుండెలో గునపంలా గుచ్చుకుంది. మంటో దగ్గర గులామ్ రసూల్ అనే వ్యక్తి చాలాకాలం రాత్రింబవళ్లు అతడికి సేవ చేస్తూ నౌకరుగా పనిచేసేవాడు. అతడు 'మంటోని అతి దగ్గరగా చూసాడు. అతడు రాసిన ఆర్టికల్ 'మేరే ఆకా' (నా యజమాని)లో ఒక చోట ఇట్లా రాసాడు -మంటో తన బేగమ్‌ని, ముగ్గురు పిల్లలని ప్రాణం కంటే ఎక్కువగా ప్రేమించాడు. కాని ఆయన చివరి జీవితంలోని మూడు-నాలుగు సంవత్సరాలు లోతుగా ఆయనని పరిశీలించాను. ఆయన తన భార్య పిల్లలను మరిచిపోవాలని ప్రయత్నం చేసేవాడు'.

సఫియా కష్టాలు-కన్నీళ్లకు లొంగిపోయే మనిషికాదు. ఎప్పుడు పరాజయం స్వీకరించదు. ఒక్కొక్కసారి కోపంతో ఊగిపోయేది. అయినా సహనంతో మళ్లీ నిలదొక్కుకునేది. ఒకచోట ఆమె ఇట్లా అన్నది – 'ఆయన రచనా వ్యాసంగం కేవలం తాగడం కోసమే కొనసాగించారు. అందువలన నేను ఆయనతో రాయడం మానేయమని ఎన్నోసార్లు అన్నాను. ఏదో ఒక దుకాణం పెట్టుకుంటే మంచిది. కనీసం తాగుడు మానేస్తారుగా...' విచిత్రమైన పరిస్థితి, మంటో రాయడం మానేయడు, తాగుడు అంతకన్నా మానేయడు. ఇక సఫియా ఏమీ చేయలేక లిమిట్‌గా ఇంతే తాగాలన్న నియమం పెట్టింది. పబ్లిషర్ దగ్గరికి, పత్రికల

సంపాదకుల దగ్గరికి వెళ్లింది. ఎంతో కొంత రెమ్యూనరేషన్ తీసుకునేది. కాని ఇదంతా ఎక్కువ కాలం సాగలేదు. మంటో స్వయంగా పబ్లిషర్ల దగ్గరికి వెళ్తూ ఉండేవాడు. అంతో ఇంతో డబ్బు వసూలవుతుందని అతడి ఆశ. 'చాచాసామ్‌కే నామ్' ఎనిమిదో ఉత్తరం, ఏప్రిల్ 22, 1954లో ఇట్లా రాసాడు'. 'పబ్లిషర్ల దగ్గర నా కొత్త పుస్తకానికి రాయలిటీ తీసుకోవాలి. పబ్లిషర్ పదిరోజుల నుండి వాగ్దానం చేస్తున్నాడు. ఇవాళ తప్పకుండా పది రూపాయలు ఇస్తాడని ఆశిస్తున్నాను'.

చివరి రోజుల్లో మంటో మామూలుగానే కనిపించేవాడు. పనిచేసేవాడు. స్నేహితులని కలిసేవాడు. అయినా మనఃస్థితి బాగుండేది కాదు. తనని ఎవరో వెంబడిస్తున్నట్లుగా అనిపించేది. వెనక్కి తిరిగి చూస్తే ఎవరు ఉండేవారు కాదు. ఒక పని చేస్తూ-చేస్తూ మరో పనిలో తలదూర్చేవాడు. మొదటి పనిని మరిచిపోయేవాడు. అతడి మనస్సులో ఎవరెవరివో వింతైన ముఖాలు కనిపించేవి. అతడి మేనల్లుడు హాఫిజ్ జలాల్ మంటో అవస్థను ఉల్లేఖిస్తూ ఇట్లా రాసాడు – 'అతడికి రకరకాల ఇల్యూషన్స్ వచ్చేవి. ఏవేవో తలా-తోకాలేని మాటలు మాట్లాడటం మొదలుపెట్టాడు. ఇంతకు ముందు కూడా ఒకసారి ఇట్లాగే అయింది. అతడు అర్ధరాత్రి-అపరాత్రి లేచేవాడు. ఎదురుకుండా ఊహలలో కనిపించే ముఖాలతో మాట్లాడేవాడు. ఇదంతా చూసాక మాకు ఎంతో బాధ కలిగింది. మేమూ బాలెన్స్‌ని కోల్పోయాం. ఏం చేయాలో అర్థం కాలేదు. అంతా తల్లకిందులై పోయింది'.

నిజానికి ఇదంతా అతడి మైండ్ అస్తవ్యస్తం కావడం వలన కాదు. తనలో తను క్షోభపడేవాడు. చిన్నప్పుడు ఏ బయోస్కోప్‌ని చూసేవాడో ఇప్పుడు అది మనస్సుని-మైండ్‌ని ఆక్రమించింది. ఎన్నో ఎన్నెన్నో చిత్రాలు కనిపిస్తూ ఉండేవి. ఒకదానితో ఒకటి కలసిపోయి చిక్కుముడిలా అయిపోయి అతడు వాటిని తల్లకిందుల్లా చూసేవాడు. అప్పుడప్పుడు అవి అలజడికి గురిచేసేవి. అతడు వీటిల్లో చిక్కుకుపోయేవాడు. అంతా గందరగోళం తనెవరు? తనని తను గుర్తు పట్టడానికి ఎంతో ప్రయత్నం చేసేవాడు. చూస్తూ-చూస్తూ ఉంటే చిత్రాలు ఒకదానితో ఒకటి పెనవేసుకుపోయేయి. కోలాజ్ పెయింటింగ్‌లోకి మారిపోయేవి. అప్పుడప్పుడు తాత-ముత్తాతలు తల ఎత్తుకున్నట్లుగా కనిపించేవాళ్లు. అమృతసర్‌లోని సందులు-గొందులు, తండ్రికళ్లు, కళ్లల్లో కోపం,

జలియన్‌వాలాబాగ్ కాండం, హసన్–అబ్బాస్, అబూసయీద్ కురైషీ, బ్రజప్రేమీ, బొంబాయిలోని జీవితం, ఫిల్మ్ స్టూడియో, ఎంతో ప్రేమ వ్యక్తం అయ్యే తల్లి ముఖం, ఢిల్లీ ఆల్ ఇండియా రేడియో, కాష్మీరీ గేట్, తన ఆరిఫ్‌ని ఢిల్లీలో పూడ్చిన చోటు, లాహోరులోని హృదయ విదారకమైన దృశ్యాలు, టోబాటేక్ సింహ్... ఖట్...ఖట్...బయోస్కోప్ బంద్ అయిపోయింది. అతడిలోపల ఎన్నెన్నో బొమ్మలు, ముఖాలు, అతడి గొంతులోంచి వచ్చిన అరుపులు, నేనేనా... నేనేనా... పిచ్చివాడిని... దేశదిమ్మరిని... ఒక పిచ్చి దేవదూత...

ఈ సమయంలో మంటో నలువైపులా రకరకాల నీడలు చుట్టుముట్టేవి. అతడి బుర్రలో ఎన్నెన్నో విరోధాభాసాల ఆలోచనలు... అతడు అబ్సర్డిటీకి లోనయ్యాడు. తన మృత్యువుకు పదిరోజుల ముందు మాల్ రోడ్ లాహోర్‌లోని రోజ్‌నామా, ఆఫాక్ ఆఫీసులో అలీ సుఫియాన్ అఫాకీతో కలిసాక ఆఫీసులోని కింద మెట్ల మీద కూర్చున్నాడు. అలీసుఫియాన్ కూడా అక్కడికి వచ్చి కూర్చున్నాడు. ఆఫాకీ సాహెబ్ ఈ క్షణాలను తన ఆర్టికల్ 'సాదత్ హసన్ మంటో'లో ఇట్లా రాసాడు.

'నీకు సంగీతం వినిపిస్తోందా?'

విను...

'చెవులలో మ్యూజిక్ గింగురు మంటోంది. ప్రతీ క్షణం వినిపిస్తూనే ఉంటుంది. మాట్లాడకు విననీయి'.

ఇట్లా అంటూ మ్యూజిక్ వింటున్నవాడిలా నిశ్శబ్దంగా ఉండిపోయాడు. మళ్లీ ఒక్కసారిగా కోపంతో నిల్చున్నాడు.

'నీవు ఆ మగపిల్లలని చూసావా? నన్ను వేళాకోళం చేస్తున్నారు'.

నేను ఆశ్చర్యంగా చూసాను. ఎదురుకుండా ఫుట్‌పాత్ మీద ఇద్దరు మగపిల్లలు వెళ్తున్నారు.

'వీళ్లు నన్ను ఎందుకు ఆట పట్టిస్తున్నారు? నన్నెందుకు ఏడిపిస్తున్నారు?' అతడు కోపంగా అన్నాడు.

నేను నిశ్శబ్దంగా అతడి ముఖం వంక చూస్తూ నిల్చుండిపోయాను. 'నేను వెళ్తున్నాను'.

నేను కొంచెం దూరం అతడితో పాటు వెళ్లాను. సాయంత్రం అయింది. చీకటి పడుతోంది. మాల్ రోడ్‌పైన దీపాలు వెలిగాయి. రోడ్డు దాకా వెళ్లి ఆగిపోయాను.

'సరే వెళ్లు... నేను మ్యూజిక్ వింటూ వెళ్తాను' అంటూ ఆయన రోడ్డు వైపు వెళ్లిపోయారు. నేను నిశ్శబ్దంగా ఆయన వంకే చూస్తూ నిల్చుండిపోయాను. ఇదే ఆయనతో నా ఆఖరి కలయిక.

మంటో స్నేహితుడు 'ఆజాద్', 'చట్టాన్' ఎడిటర్ అయిన ఆగాషోరిష్ కాశ్మీరీ మంటో కథ 'ఠండాగోష్త్' కి వ్యతిరేకంగా సాక్ష్యం ఇచ్చాడు – ఈ కథ వలన ఆకతాయిలకు ప్రోత్సాహం లభిస్తుంది. ముఖ్యంగా చెడు ప్రవర్తన కలవారు ఈ కథ చదివి ఇంకా పాడైపోయే ప్రమాదం ఉంది. షోరిష్ కాశ్మీరీని మంటో ఒకసారి కలిసాడు. దీని గురించి ఆయన రాసాడు. మృత్యువుకు ముందు బహుశ మూడురోజుల ముందు మంటో కాఫీహౌజ్‌కి వచ్చారు. నా భుజాన్ని గట్టిగా తడుతూ అన్నాడు–

'లే'

నేను అభ్యంతరం చెప్పాను.

ఒకసారి తిట్టాడు... రెండోసారి....మూడోసారి....

'ఇస్‌తో మై మర్‌హీ జిందాతే అచ్చాసీ' (నేను చచ్చిపోతే బాగుండేది)

నిజానికి ఇదంతా విధి వ్రాతా? యదృచ్ఛికమే! మూడు రోజుల తరువాత రేడియోలో వార్త వచ్చింది. 'సాదత్ హసన్ మంటో ఈ లోకంలో లేడు'. 'ఇస్‌తో మై మర్ జందా తే అచ్ఛాసీ' అని అన్న కొద్ది రోజులకే మంటో ఈ లోకం నుండి వెళ్లిపోయాడు. ఆగా షోరిష్ కాశ్మీరీ ఏ పని లేకుండా కాఫీ హౌజ్ లోపలికి బయటికి తిరుగుతూ ఉండేవారు. 'ఇస్‌తో మైమర్ జందా తే అచ్ఛాసీ' అంటూ తనలో తను మాట్లాడుకునేవారు' అని చాలామంది అంటూ ఉండేవారు.

ఆ రోజుల్లో మంటో పరిస్థితి విచిత్రంగా ఉండేది. ప్రతి వస్తువు, ప్రతి పరిస్థితిలోనూ చదవడం రాయడం దగ్గర నుండి అతడు ఎంతో జాగ్రత్తగా ఉండేవాడు. అయినా వేరే విధమైన తెలియని నిషా ఏదో అతడిని వశపరచుకునేది. ఏదో చేస్తూ–చేస్తూ మరో దానివైపు వెళ్లేవాడు వేరే పని చేసేవాడు. ఒకవైపు

చూస్తూ-చూస్తూ మరొక వైపు దృష్టి వెళ్లిపోయేది. అక్కడ అంతా శూన్యంగా ఉన్నా ఏదో ఉన్నదన్న భ్రమ ఏ దృశ్యం లేకపోయినా ఏదో ఉన్నదన్న అనుమానం, చూస్తున్న ప్రపంచంలో మరేదో లోకం ఉందన్న భ్రమ. కఠోరమైన యదార్ధం ఎదురుకుండా ఫైంటసీ, యదార్ధాన్ని ఇంకా కఠోరంగా, ఘోరంగా చూపిస్తుంది. అతడు ఒక ఫకీరులా అనిపించేవాడు. తనదంతా ఫణంగా పెట్టి నిజాన్ని తెలుసుకోడానికి గిల గిలా కొట్టుకునేవాడు.

'ఫ్రాడ్' లాంటి మాట అన్‌లహక్‌గా ఆధ్యాత్మికంగా మారింది. అసలు అతడు సత్యాన్ని తెలుసుకున్న ఆధ్యాత్మిక గురువులా ప్రవర్తించేవాడు. కాని అతడు నమాజ్ రోజాలను పాటించేవాడు కాదు. ఆధ్యాత్మిక గురువులలాగా 'అన్‌లహక్' అతడి నోటి నుండి మాటి మాటికి వస్తూనే ఉండేది. శిలువ వైపు ఆయన ఏ భయం లేకుండా నడిచేవాడు. ఊహలలోని వ్యక్తులతో, ఏవేవో మాట్లాడటం, ఒక్కసారిగా ఏవేవో నీడలు అతడిని చుట్టముట్టడం, వీటన్నింటిని ఎన్నో దృష్టి కోణాలతో చూడవచ్చు. మనం ఈ దృష్టితో కూడా చూడవచ్చు. మంటో తన సైకీ రెండుగా ముక్కలైనట్లుగా భావించాడు. ఈ విధంగా రెండు ముక్కలైన హిందుస్తాన్, పాకిస్తాన్‌లను అన్‌లహక్‌గా ఎంచి అఖండం అన్న నిజాన్ని ఊహించుకున్నాడు. మతంని ఆధారంగా చేసుకుని ఏర్పడ్డ రెండు రాష్ట్రాలపై వ్యంగ్యం బాణాలు అతడు తన కథ 'టోబాటేక్ సింహ్' కురిపించాడు. కథలోని ఈ పంక్తులు 'ఓపడ్‌దీగిడ్ గిడ్‌దీ, ఎక్స్‌దీ, బేధ్యానాదీ, ముంగ్ కిదాల్ ఆఫ్ ది పాకిస్తాన్ అండ్ హిందుస్తాన్ ఆఫ్ దీ దుర్‌ఫిట్టేముహ్...' ఎప్పటికి, ఏనాటికి ఎవరు మరచిపోలేరు.

ఒకసారి కాస్మీకి 1939 ఫిబ్రవరిన మంటో ఉత్తరం రాసాడు. అందులో ఇట్లా రాసాడు – 'ఏ రోజైతే నేను ఏమిటి? అన్న సంగతిని తెలుసుకుంటానో ఆ రోజు ఇక మృత్యువును పిలవడానికి ఏ మాత్రం సంకోచించను'. జీవన సంఘర్షణ, రచనా-సంఘర్షణ రెండింటి వలన అతడు తనేంటో తెలుసుకోగలడు. మృత్యువుతో పోరాడుతున్నప్పుడు కూడా ఎదురుకుండా చూస్తున్నప్పుడు కూడా అతడు ఏ మాత్రం చావుకి భయపడలేదు. రెండు సార్లు పిచ్చివాడయ్యాడు. ఆ సమయంలో చావుని బయట నుండి లోపలి ద్వారం నుండి తొంగి చూసాడు. తను ఏమిటి? అని చివరిరోజుల్లో తనని తను తెలుసుకున్నాడు. మృత్యువుని ఆహ్వానించడంలో ఏ మాత్రం వెనకంజ వేయలేదు. పిలవాలా ఒద్దా అన్న సంశయంలో కూడా పడలేదు.

తను ఎంత ఘోరమైన పరిస్థితిలో బతుకుతున్నాడో మంటోకి చివరిదశలో అర్థం అయింది. అతడు ఏ విషయంలోనూ రాజీపడడు. నిజాన్ని వదిలివేసి ఛద్మాన్ని స్వీకరించలేడు. చెప్పేది చేసేది వేరు వేరుగా ఉండేవి కాదు. రెండు ముఖాల వైఖరిని అతడు ఏ మాత్రం ఇష్టపడడు. కథనం కార్యాచరణ రెండు ఒకటే. ఇట్లా చేయకపోతేనే జీవితంలో సుఖపడే అవకాశం ఉంటుంది. ఎప్పుడు దీనికోసం అతడు ప్రయత్నించినా విఫలం అయ్యేవాడు. ఆత్మ గ్లాని అతడిని నిలువ నీడ లేకుండా చేసింది. ఈ గ్లాని నుండి ఎటువంటి నిప్పురవ్వలు వచ్చేవి కావు. ఎక్కడైతే ఆశ ఉండేదో అదంతా పెను చీకటై పోయింది. ఈ చీకటి రాచుకుంటుందేమోనని చివరి వరకు ఎదురుచూసాడు. చివరికి తనకు తనే వ్యతిరేకి అయ్యాడు.

17

నేను కథలు వ్రాయను కథలే నన్ను వ్రాస్తాయి

ఇంతకు ముందు ప్రతీరోజు వచ్చినట్లుగానే సూర్యుడు వచ్చాడు. కాని భాస్కరుడిలో ఆ కాంతి లేదు. పొరలు పొరలుగా ఉన్న పొగ నుండి బయటకి రావాలని ఎంత ప్రయత్నించినా బయటకి రాలేకపోయాడు. పైగా అందులోనే చిక్కుకుపోయాడు. సూర్యుడు పొగతో పెనవేసుకుపోయాడు. పొద్దు పొడిచింది. సఫియా అందరికన్నా ముందు లేచింది. రాత్రంతా మంటో అటూ, ఇటూ పక్క మీద పొర్లుతూనే ఉన్నాడు. ఏవేవో తలాతోకా లేని మాటలు మాట్లాడుతూనే ఉన్నాడు. రాత్రంతా సఫియాకి నిద్రలేదు. క్రితం రాత్రి మంటో ఇంటికి ఆలస్యంగా వచ్చాడు. ముఖం ఉదాశీనంగా ఉంది. మనషి తూలుతున్నాడు. సఫియా అడిగితే ఏమీ మాట్లాడలేదు. చిరునవ్వు నవ్వాడు. కొంచెం ఎంగిలి పడ్డాడు. తరువాత పడుకున్నాడు. తెల్లవారుఝామున బాధతో మంటో గిలగిల కొట్టుకుంటున్నాడు. పెద్దగా కేకలు... సఫియా అతడికి దగ్గరిగా వచ్చింది. వీపు నిమురుతూ కూర్చుంది. మాట్లాడటం లేదని సఫియా బాధపడ్డది. మృత్యువు తన గడపలోనే ఉంది అని మంటో అనుకున్నాడు. అటువైపు చూస్తున్నాడు. సఫియా వంట ఇంట్లోకి వెళ్లిపోయ్యి వెలిగించింది. కట్టెలు మండుతున్నాయి. ఆమె టీ కోసం నీళ్లు పొయ్యిపైన పెట్టింది. ఆమె మనస్సంతా అశాంతిగా

ఉంది. మైండ్‌లో ఆందోళన, నీళ్లు మరిగి మరిగి సగం అయిపోయాయి. లోపల వచ్చిన తుఫాను నుండి ఆమె బయటపడ్డది. టీ తయారుచేసి తన చిన్నపిల్లలు నకహత్ (ఇప్పుడు నక్‌హత్ పటేల్) నుజ్‌హత్ (ఇప్పుడు నుజుహత్ అర్షద్ ఫారూక్)ను సరత్ (ఇప్పుడు నుసరత్ షాహిద్ జలాల్)ని లేపింది. మంటో దగ్గరికి వచ్చి కాస్త టీ తాగమని బతిమిలాడింది. మంటో ఒద్దు అని తల ఊపాడు. ఒకవైపు పడిపోయాడు. సఫియా లేపాలని కూర్చోపెట్టాలని ఎంతో ప్రయత్నం చేసింది. కాని లాభం లేకపోయింది. అటు ఇటు అతడు తిరగలేదు. మాట-మంతీ లేకుండా పడుకొని ఉన్నాడు. సఫియాకు అర్థం కాలేదు. అతడు స్పృహలో ఉన్నాడా? లేడా? అసలు ఏం చేయాలో ఏచేయ వద్దో తెలియడం లేదు. హార్ట్ ఎటాక్ వచ్చిందేమో అని అనుకుంది. సైలెంట్ హార్ట్ ఎటాక్. ఊహు... అట్లాంటిది ఏదీ అయి ఉండదని మనస్సును సరిబుచ్చుకుంది. అతడు ఇప్పుడే లేస్తాడు. కథ రాయడం మొదలుపెడతాడు. క్రిందటి రోజేగా హమీద్ జలాల్ తన మామ దగ్గర కూర్చున్నాడు. ఇంకా కొందరు వచ్చాక గుజరాత్‌లో రోడ్డుపక్కన పడి ఉన్న నగ్నమైన స్త్రీ గురించి మాట్లాడుకున్నారు. వార్తాపత్రికలలో ఈ వార్త పడ్డది – 'ఒక అమ్మాయిని, ఆమె చిన్నపిల్లని బస్ అడ్డా నుండి ఎవరో ఎత్తుకుపోయారు. దాదాపు అరడజను మంది మగాళ్లు ఆమెను చెరిచారు. మానం దోచుకున్నారు. ఎముకలు కొరికే చలికి తల్లీ పిల్లా చనిపోయారు'.

సఫియాకి గుర్తుకు వచ్చింది. మంటో ఆ అమ్మాయి పట్ల జరిగిన ఘోర కృత్యానికి కోపంతో ఊగిపోయాడు. ఈ దుర్ఘటనను కథగా మలచాలనుకున్నాడు. రోజుకన్నా కాస్త ఎక్కువ తాగాడు.

మంటో లేస్తాడు కథ రాస్తాడు అన్న ఆశతో సఫియా మంటో వైపు చూస్తోంది. కాని మంటో బాధతో మూల్గుతున్నాడు. గిల గిల కొట్టుకుంటున్నాడు. హమీద్ జలాల్ డాక్టర్‌ని పిలిచాడు. డాక్టర్ చాలా ఇంజక్షన్లు ఇచ్చాడు. మంటో పరిస్థితి బాగుపడడానికి బదులు ఇంకా అధ్వాన్నంగా తయారయింది. నాడి నెమ్మదిగా కొట్టుకుంటోంది. ఆసుపత్రికి తీసుకువెళ్లాలని అనుకున్నారు. మంటో ఒద్దంటే ఒద్దన్నాడు –నన్ను ఆసుపత్రికి తీసుకువెళ్లవద్దు. ఇక్కడే పడి ఉండనీయండి. ఇంటి ఆడవాళ్లు ఏడుస్తూ ఉంటే పెద్దగా అరిచాడు. 'ఖబర్దార్! ఎవరైనా ఏడిచారంటే....' తన తల్లి, కొడుకు చనిపోయినప్పుడు ఏ మంటో అయితే

వెక్కి-వెక్కి ఏడ్చాడో, ఇట్లాంటి సమయాలలో ఎవరైనా ఏడిస్తే అతడికి విపరీతమైన కోపం వచ్చేది. మంటో పరిస్థితి చూసి ఇక ఆగలేక సఫియా అంబులెన్స్‌ని పిలవడానికి ఆసుపత్రికి వెళ్లబోతుంటే మంటో ఆపేసాడు – 'సఫియా! వెళ్లకు. వెళ్లే అవసరం లేదు. ఇక్కడే నన్ను శాంతిగా పడి ఉండనీయి'. ఇంతలో మంటో చలికి వణకడం మొదలుపెట్టాడు. ఇంత చలి బహుశ సమాధిలో కూడా వేయదు. నా పైన రజాయి కప్పు. అతడి కళ్లల్లో ఏదో మెరుపు వచ్చింది. 'నా కోటు జేబులో మూడున్నర రూపాయలు ఉన్నాయి. ఇంకా కొన్ని రూపాయలు కలిపి నా కోసం విస్కీ తెప్పించు. అతడి చివరి కోరికను తీర్చే ఉద్దేశ్యంలో విస్కీ తెప్పించారు. హమీద్ జలాల్‌తో అన్నాడు – నా కోసం రెండు పెగ్‌లు చెయ్యి. ఇదే అతడు తీసుకునే ఆఖరి రెండు పెగ్గులు.

బయట చాలాదూరం వరకు ఏమీ కనిపించడం లేదు. అంతా పొగమంచు. పెద్ద దుప్పటిలో చుట్టుకున్నట్లుగా ఉంది. పదిగంటలయింది. కించిత్ కూడా వెలుగు రాలేదు. సఫియా కళ్ల ఎదురుకుండా ఎన్నో-ఎన్నెన్నో దృశ్యాలు. ప్రేమతో వెలిగే ముఖం... విశేషమైన మాట తీరు... వెలుగులు చిమ్మే కళ్లు... కథలు చెప్పే కళ్లు... కేసుల విషయంలో చెప్పులు అరిగేలా తిరగడం... నిజం కోసం, అన్యాయానికి వ్యతిరేకంగా పోరాటం చేయడం... విసిగిపోవడం... బలహీన పడటం... ఇసుక రేణువుల్లా శాంతి... పిడికిలి నుండి జారిపోవడం... మేడిపండులా, పైపై మెరుగులతో, భేషజాలాలతో బోలు స్వభావాలతో బతికే ఈ లోకం అతడిని పిచ్చివాడని ముద్ర వేసింది. ఇంతలో మంటో చిన్నగా అన్నాడు. 'హమీద్‌ని పిలు....' సఫియా రెండో గదిలో నుండి హమీద్ జలాల్‌ని పిలుచుకొచ్చింది. హమీద్ ముందడుగు వేసి పడిపోతున్న మంటోను పట్టుకున్నాడు. మంటో కళ్లు చిట్లిస్తూ అతడి వంక చూసాడు. చిరునవ్వు నవ్వాడు. హమీద్‌కి తెలుసు అతడికి ఏం కావాలో... చివరి రెండు చుక్కలు నా నోట్లో పొయ్యి. హమీద్ అతడి వైపు చూడలేదు. మంటో నాడి చూస్తున్నాడు. నాడి మెల్లగా కొట్టుకుంటోంది. ఒక్కొక్కసారి వేగంగా, ఒక్కొక్కసారి నెమ్మదిగా... హమీద్ గాభరా పడ్డాడు. కాని ముఖంలో ఏమాత్రం గాభరా వ్యక్తం కాకుండా జాగ్రత్త పడ్డాడు. ఇక సమయం వచ్చింది అని హమీద్‌కి అనిపించింది. అతడు అంబులెన్స్‌ని పిలిచాడు. నలువైపులా పొగమంచు. అంబులెన్స్ వచ్చింది. గుమ్మం దగ్గరికి రాగానే మంటో విస్కీ అడిగాడు. ఒక చెంచా విస్కీ నోట్లో

పోసాడు. కాని మింగలేకపోయాడు. అతడికి మూర్ఛ వచ్చింది. చివరి శ్వాస సమయంలో, చివరి క్షణాలలో ఏమాత్రం పశ్చాత్తాపం పడలేదు. మల్లకతే-ఖుదాదాద్ ఈశ్వర్‌ని తలచుకోలేదు. జీవితంలో మొత్తంగా తనకు తాను మర్చిపోయింది ఈ క్షణాలలోనే. అదే స్థితిలో అతడిని అంబులెన్స్‌లో ఎక్కించారు. సఫియా స్తబ్ధురాలైపోయింది. అవాక్కైపోయింది. అంతటా పొగమంచు...పొగమంచు... ఇంకా ఎక్కువ అవుతూనే ఉంది.

18-01-1955న అంబులెన్స్ మేమో ఆసుపత్రిలోకి వచ్చింది. పొద్దున్న 10.30 అవుతోంది. డాక్టర్లందరు హడావిడిగా మంటో దగ్గరికి వచ్చారు. కాని మంటో శ్వాస ఆగిపోయింది. మంటో తుఫాను లాంటి జీవిత దీపం 42 సంగిల 8 నెలల 7 రోజులు వెలిగింది. అకస్మాత్తుగా ఆరిపోయింది. మంటో చేతిలో కళ్లెం లేదు. రికాబుపైన కాలు పెట్టలేదు. అతడు ఆయుష్షు అనే గుర్రాన్ని వేగంగా నడుపుతూనే ఉన్నాడు. గుర్రం ఆయాసపడ్డది. మృత్యువు అనే ఇనుప ద్వారం దగ్గర పడిపోయింది. 'జమానా బడే షౌక్‌సే సున్‌రహాథ హమీం సోగయే దాస్తాం కహతే...కహతే... (ప్రపంచం ఎంతో ఆనందంగా వింటూనే ఉంది. మేమే కథలు చెబుతూ - చెబుతూ నిద్రపోయాము). ఈ షేర్ రాసిన కవిని క్షమించమని అడుగుతున్నాను. హమీ బదలు తుమ్‌హీ పదం ఉపయోగిస్తే ఈ షేర్ మంటోకి చెందుతుంది.

ఈ సందర్భంలో సినిమా ప్రపంచానికి సంబంధించిన మంటో పరిచయం 'కిష్తయె జాఫరాన్' వి.ఎచ్.దేశాయీ గర్తుకు వస్తోంది. సినిమా తీస్తున్నప్పుడు కళాకారులతో ముఖ్యంగా దేశాయిపై ఫిల్మ్ తీసేటప్పుడు రీటేకులు తీసుకుంటూ ఉండేవారు. ఇటువంటి సమయాలలో అశోక్‌కుమార్, మంటోల మధ్య మాటల ఈటెలు కోపాగ్నిని రగిలించేవి. ఇద్దరు చికాకుపడ్డా, మంటో నవ్వుతూ తీసుకునేవాడు. ఆటపట్టించడంలో అతడికి మరెవరు సాటిరారు. దేశాయి మాటి మాటికి డైలాగులు మరచిపోయేవాడు. రీటేక్‌లు తీసుకుంటూనే ఉండేవారు. కాని జీవితంలో చావు సమయంలో ఒక్కసారి కూడా రీటేక్ కాకుండ చూసుకున్నాడు. అని అంటూ మంటో బాధపడేవాడు. మంటో తన చివరిక్షణాలలో రీటేక్ తీసుకునే అవకాశమే ఇవ్వలేదు. జీవితంలో మృత్యువులో... కథలలో... అతడు శిలువ నీడలో బతికాడు. శిలువ నీడలో చనిపోయాడు. హమీద్ జలాల్ మాటలలో - ఆయన లాంటి వ్యక్తులకు

జీవితం మరణంకి మధ్య ఉన్నదూరం మామూలుగా అనిపిస్తుంది. ఇట్లాగే అనిపించాలి కూడా. ఎందుకంటే వాళ్ల జీవితం, ఆత్మ మొదటే శరీరం నుండి వాళ్ల పుస్తకాలలోకి చేరిపోయాయి. అక్కడికి వెళ్లాక అమరులైనట్లుగా వాటికి అనిపిస్తుంది. అక్కడ వాళ్లు ఎప్పుడు బతికే ఉంటారు. నవ్వుతూ ఉంటారు. మాట్లాడుతూ ఉంటారు. ప్రేమిస్తూ ఉంటారు.

ఆయన ఒక చోట ఇట్లా రాసాడు – 'నేను కథలు రాయను. నిజం చెప్పాలంటే కథలే నన్ను రాస్తాయి'. నిజానికి చివరిరోజుల్లో కథలే మంటో గురించి రాసాయి. పెద్ద ఎత్తున శిఖరంపైన ఉన్న కథలైనా... మామూలు కథలైనా చివరి క్షణాల వరకు కథలు రాయాలి అన్న తపన ఆయనలో ఉండేది. రాయాలి... రాయాలి అనే కోరిక... కథలే అతడి గురించి రాసాయి.

రేడియో పాకిస్తాన్ తక్కిన వార్తలతో పాటు ఈ వార్త కూడా ప్రచారం చేసింది. మంటో హార్ట్ ఎటాక్‌తో దివంగతుడయ్యాడు. మంటోని ప్రేమించే వాళ్లు, అతడి స్నేహితులు ఎట్లా నమ్ముతారు? రేడియోలో మాటి మాటికి ఈ వార్త ప్రసారం అవుతూనే ఉంది. పాత్రికేయులు కూడా ఈ సమాచారాన్ని అందించారు. అందరికి ఇక నమ్మక తప్పలేదు. 'ఇక ఈ రోజు తరువాత అతడు ఇక కొత్తగా ఏ కథ రాయడు. ఇక ముందు అతడి క్షేమ సమాచారలతో ఏ ఉత్తరం రాదు. కృష్ణ చందర్ మంటోని గుర్తు చేసుకుంటూ ఇట్లా అన్నాడు – 'అసలు రాయని ఆ రచనలు కేవలం మంటో మాత్రమే రాసే రచనలు ఇకరావు. అదే బాధ, ఉర్దూ సాహిత్యంలో ఎంతో మంచి రచయితలు ఉన్నారు. కాని మంటో మళ్లీ పుట్టడు. ఇంకెవరు అతడి స్థానాన్ని తీసుకోలేరు. ఈ మాట నాకు తెలుసు. రాజేంద్ర సింహ్ బేదీ, ఇస్మత్ చుగ్‌తాయి, ఖ్వాజా అసమ్మద్ అబ్బాస్, ఉపేంద్ర నాథ్ అష్క్ అందరికి తెలుసు. మేం అందరం అతడితో పోటీ పడేవాళ్లం. అతడిని ప్రేమించేవాళ్లం. అసహ్యించుకునేవాళ్లం. మేం స్నేహితులం. ఈనాడు ఆయన మా మధ్య లేడు. మాలా ప్రతీ ఒకరు మృత్యుభారాన్ని భుజాల మీద మోసారు'.

ఇవాల్టి నుండి మా అందరి జీవితాల్లో ఒక భాగం లేకుండా పోయింది.

జీవితంలోని ఆటుపోట్లు, తీవ్రమైన వాద – వివాదాలు, నిష్ఠూరాలు, దుఃఖాలు వాటితో ముడివడి ఉన్న చేదు అనుభవాలు మొదలైన వాటి వలన జీవితంతో ఎంతో పోరాటం సలపాల్సి వచ్చింది. జీవితాన్ని అతి దగ్గరగా

చూసాడు. లోతుపాతులని తెలుసుకున్నాడు. జీవితపు చేదు నిజాలను బయటపెట్టే కథలు రచించాడు. ఆయన దళితులను చరిత్రహీనులను నరకం నుండి బయటకి లాక్కువచ్చాడు. జీవితంలో ప్రతిరోజు ఎదురయ్యే అనుభవాలను ఆధారం చేసుకుని రాయబడి అతడి కథలు అన్నీ దేశ-కాలాల సరిహద్దులు దాటి మన దాకా చేరాయి.

ఎన్ని పెను తుఫానులు వచ్చినా, గాలి దుమారాలు రేగినా తట్టుకుని నిష్ఠగా కథలు రాసాడు. చాలా సాహసం చేసాడు., అసలు ఏ ఆచ్ఛాదం లేకుండా అందరి దృష్టికి అసలు సత్యాలను తీసుకువచ్చాడు. అతడు వేశ్యవాటికలకు వెళ్లాడు. రహస్యంగా కాదు బాహాటంగా. ఈ అనుభవాలను ఆధారం చేసుకుని 'హతక్' అన్న విలువైన కథ రాసాడు. ఏ రోజుల్లో అయితే విస్కీ తాగి నిషాలో ఉండేవాడో ఆ రోజుల్లో కూడా మంచి కథలు రాసాడు. సమాజంలో అట్టడుగు వర్గాల కష్టాలు - కన్నీళ్లను సమాజం ద్వారా బహిష్కరింపబడ్డ వాళ్లను, దోపిడీకి గురవుతున్న నిస్సహాయుల స్థితి గతులను, తన కథలలో వ్యక్తం చేసాడు. తన కళ ద్వారా యథార్ధ చిత్రణ చేసాడు. చదివాక LOWER DEPTHS చరిత్రలు ఎన్నో గుర్తుకు రాక మానవు. ఎందుకు పనికిరాని వాళ్లు అని ముద్ర పడ్డ వర్గం, సమాజం దృష్టిలో పాపాత్ములు మొదలైన వారి భావాలను వ్యక్తం చేయడం వలన అయోగ్యం నుండి యోగ్యం , పాపం నుండి పుణ్యం వెలుగులు వెలువడ్డాయి. వీటిని తన దృష్టి కోణంతో చూసాడు. ఆ రోజుల్లో నైతికతకు కొత్త పరిభాష ఇచ్చాడు. ఆ సమయంలో ఇదంతా వర్జితం. మంటో ఊహించిన, కోరిన ఈ మారిన నైతిక విలువలను ఎంతగా సమాజం స్వీకరించాలో అంతగా ఇవి స్వీకరింపబడలేదు. కాని ఈ ఉత్తర ఆధునిక సంస్కృతిలో నైతికత కొత్త పరిభాష ఆమోదం పొందుతోంది. దీని విలువ కూడా ఎంతగానో పెరుగుతోంది.

అతడిని మనిషిగా తక్కువ అంచనా ఎందుకు వేస్తారో, కళాకారుడుగా పెద్ద ఎత్తున ఎందుకు చూస్తారో అర్థం కాదు. అతడు పూర్తిగా స్వేచ్ఛాపరుడు. అట్లాగే అంత పెద్ద కళాకారుడు కూడా. మంచి మనిషి, కళాకారుడు రెండు అతడిలో ఒకదానికి ఒకటి పెనవేసుకుపోయాయి. నాశనం-నిర్మాణం, ధ్వంసం చేయడం-నిర్మించడం ఈ రేఖలు ఎప్పుడు అతడి జీవితానికి సమానంతరంగా నడవలేదు. రెండు పరస్పరంగా సంఘర్షణ పడుతూనే ఉండేవి. వ్యక్తిగతంగా

నిరాశ–నిస్పృహలలో పడి ఎంతగా బాధపడ్డా కథలు, ఆర్టికల్స్, ఉత్తరాలు రాస్తూ సృజనకార్యంలో మునిగితేలేవాడు. అతడి కొలిమిలో మోసం–దగాలు లేనే లేవు. (అబూల్ సయిూద్ కురైషీ) అందువలన అతడి జీవితంలో సాహిత్యంలో ఎటువంటి మోసాలు – దగాలు లేవు. చివరి రోజుల్లో కూడా సత్యం న్యాయం కోసం పోరాడాడు. అన్యాయాలు, అక్రమాలు, అత్యాచారాలకు విర్ధుంగా కలం పట్టాడు.

నాలాగా మీరు కూడా ఆలోచిస్తున్నారా? మంటో నిజంగా దివంగతుడయ్యాడా? ఆ రోజు అతడు ఈ లోకం నుండి వెళ్లిపోయినా, మనలో, మన స్మృతులలో, భారతీయ ఉపమహాద్వీపంలో అందరి మనస్సులలో ఉండిపోయాడు. ఎవరూ అతడిని మరచిపోలేదు. ప్రేమతో నిండిన, అందమైన ఆ శాంతితో మెరిసే అతడి కళ్లు ఇప్పటికీ మనలని చూస్తున్నట్టే అనిపిస్తుంది. అతడి వ్యక్తిత్వం అతడి కళ్లలో కనిపిస్తుంది. మంటో ఒకనాడు అన్న మాటలు నిజం అయ్యాయి – 'సాదత్ హసన్ చనిపోతే మంటో జీవించి ఉంటాడేమో'. నిజంగానే సాదత్ హసన్ చనిపోయాడు. కాని తన భావోద్వేగాలు, ఆలోచనలు, రచనల ద్వారా బతికే ఉన్నాడు. కులమతాల గోడలను పగలగొట్టాడు. అన్ని సరిహద్దులను చెరిపివేసాడు. చిత్రకారుడు, సాహిత్యకారుడు అయిన హనీఫ్ రామ్ ఇట్లా అన్నాడు – 'ఆయన బతికి ఉన్నంతకాలం ఆయన కథలను ఎంతగా ఇష్టపడ్డారో, ఆయన చనిపోయాక ఎవరు ఇష్టపడరేమో...' కాని నిజం ఇది కాదు. మంటో మృత్యువు తరువాత అతడి సాహిత్యాన్ని అతడు బతికి ఉన్నప్పటి కంటే ఎక్కువగా ఇష్టపడుతున్నారు. మంటో 'సుగంధి'ని అమరం చేసాడు. మంటో లేకపోయినా అతడి కథల ఆయుష్షు పెరుగుతూనే ఉంటుంది.

మంటో ఆధ్యాత్మికంగా కాదు, భౌతికంగా మాత్రం మృత్యువును అతి దగ్గరిగా చూసాడు. ఆయన తను క్షణక్షణం చనిపోతున్నట్లుగా, చితికిపోతున్నట్లుగా బతుకు చితుకుల్లా మండుతున్నట్లుగా చూసాడు, అనుభవించాడు. శారీరకంగా, మానసికంగా ఎంతో క్షోభపడ్డాడు. ఆయన స్థితిచూస్తే గాంధీ గారి చివరి రోజులు గుర్తుకువస్తాయి. ఏ గాంధీ అయితే స్వాతంత్రం కోసం రాత్రింబవళ్లు కష్టపడి కళ్లల్లో వత్తులు వేసుకుని చూసాడో, ఆ గాంధీ నుండి ఆయన స్నేహితులే చివరిరోజుల్లో దూరం అయ్యారు. గాంధీని కాదని విభజనకు సిద్ధం అయ్యారు. ఆయన ఏమీ చేయలేకపోయాడు. బిషన్

సింహ్ ఉర్ఫ్ టోబా టేక్ సింహ్, నోమెన్స్ లాండ్ పైన కూలిపోవడం, పరిస్థితుల కారణంగా నిస్సహాయస్థితిలో నిలబడిపోయిన గాంధీ, అల్లర్లు, అరాచకాల వలన క్షోభపడ్డ మంటో, అటు నుండి ఇటు, ఇటు నుండి అటు వెళ్లవల్సిన పరిస్థితులలో నిస్సహాయులుగా నిలబడిపోయిన కాందేశీయులు గుర్తుకువస్తారు. మంటో పరిస్థితి కూడా ఇదే. గాంధీ మంటోలను కంపేర్ చేయలేము. ఇద్దరి క్షేత్రాలు వేరు. జీవిత దృష్టి కోణం వేరు. నైతికత విషయంలో, ఆలోచనా పద్ధతిలో ఆచరణ వ్యవహారంలో ఇద్దరి మధ్య ఎంతో తేడా ఉంది. కాని ఇద్దరి జీవితాలలోని చరమాంకాలలో ఎంతో సమానత ఉంది. ఇద్దరి పట్ల వాళ్ల వాళ్లే నమ్మకద్రోహం చేసారు. గుండెలలో గునపాలు గుచ్చారు. వాళ్ల కోప-తాపాలకు గురి అయ్యారు. ఇద్దరు ఒంటరివారయ్యారు. ఇద్దరికి విభజన కేవలం ఒక దుర్ఘటన మాత్రమే కాదు. మనస్సును కలచివేసి ఇద్దరిలో ధైర్యం కోల్పోవడానికి క్షోభకు కారణం అయింది. మృత్యువు కళ్లతో కళ్లు కలపడం, చావుని ఎదురుకుండా చూడడం అంటే ఒకరకంగా తన రచనలతో జీవితంలోకి తిరిగి రావడమే. ప్రజల హృదయాల్లో చోటు చేసుకోవడమే. క్షణం కోసం కాదు ఎప్పటికీ. మృత్యువు కౌగలిలో దాదాపు ఆరు నెలల ముందు ఆగష్టు 18, 1954లో అతడు కత్‌బా (సమాధి-లేఖ) స్వయంగా రాసుకున్నాడు - ఇక్కడ సాదత్ మంటో పూడ్చబడ్డాడు. అతడి హృదయంలో కథలు-గాథలు, హాస్య పరిహాసాలు, రహస్యాలు సమాధి అయ్యాయి. ఇప్పటికీ మట్టి అడుగున ఇంకా ఇదే ఆలోచిస్తున్నాడు. తను కథారచయితా? లేక ఖుదానా?

మృత్యువు కొన్ని రోజుల ముందు ఎవరైనా ఆటోగ్రాఫ్ అడిగితే ఆ పుస్తకంపైన సమాధి లేఖలోని పదాలే రాసాడు. శబ్దాలు కించిత్ మార్చి చావు గురించిన ప్రకటనే చేసాడు. అదే అహం. అదే అన్‌హలక్ నినాదం.

దేవేంద్ర సత్యార్థి జవనరి 18, 1961న మంటో గురించి రాస్తూ ఈ సమాధి లేఖను ఫాంటసీగా ఎంతో అందంగా రాసారు.

మట్టిలో సమాధి కాగానే నేను రచయితనా లేక ఖుదానా? అని మళ్లీ ఆలోచించాడు.

ఖుదా మంటో భుజం మీద చేయివేస్తూ అన్నాడు - టోబాటేక్ సింహ్ నీవే రాసావా?

'అవును రాసాను అయితే? నలభై సంవత్సరాలు, ఎనిమిది నెలల ఏడు రోజులు నీ దగ్గరి నుండి అడిగి తీసుకున్నాను. అంతమాత్రం చేత నీవు నా కథకి... పెద్ద విమర్శకుడివి కాలేవు. తియ్యి ఈ చెయ్యి...'

ఖుదా విచిత్రంగా చిరునవ్వు నవ్వాడు. ఆయన మంటోపైన నుండి చెయ్యి తీసేసాడు. అతడి వైపు అదో రకంగా చూస్తూ అన్నాడు – 'వెళ్లు... నీ తప్పులన్నింటినీ క్షమించాను'. ఖుదా తిరిగి వెళ్లిపోయాడు.

కొన్ని క్షణాలు మంటో మౌనంగా ఉండిపోయాడు. ఖుదా పొగడ్తకి ఏ మాత్రం సంతోషపడలేదు. బాధగ్రస్తుడుగా, ఉదాశీనుడిగా, కోపోద్రేకంతో కనిపించాడు. 'ఉఫ్... ఏమనుకుంటున్నాడో ఏమో... నన్ను భయస్తుడని అనుకుంటున్నాడా? ఆయన నాకు 42 సంవత్సరాల 8 నెలల ఏడు రోజులు అప్పిచ్చాడు. నేను 'సుగంధి'కి వందేళ్ల ఆయుష్షు ఇచ్చాను.

మంటో సమాధి లేఖ, దానిపైన దేవేంద్ర సత్యార్థి విమర్శ చదివాక ఎవరైనా ఇదే అనుకుంటారు. మంటో ఎంత అహంకారి. తనని తను ఖుదాకన్నా తనే గొప్ప అని, కథారచయిత అని అనుకుంటున్నాడు. ఈ ఆలోచన తప్పని నా అభిప్రాయం. ఆయన సాహిత్యకారుడిలోని అహాన్ని స్వాభిమానం అతడిని అభిమానంగా బతికేలా చేసాయి. ప్రతీ దానికి నీచాతి నీచంగా లొంగిపోకుండా చూసాయి. సాహిత్య సత్యంలో ఏ మాత్రం కల్తీ చేయడానికి ఇష్టపడలేదు. అతడిలో ఆధ్యాత్మిక గురువుకి ఉండే లక్షణాలు ఉన్నాయి. అతడు స్వేచ్ఛగా బతికే ఫకీరు. ఒక పరమ హంస. అతడిలో తన సిద్ధాంతాల కోసం, ఆదర్శాల కోసం, సత్యం కోసం పూర్తిగా ఫకీరు లాగా సమర్పించుకునే స్వభావం అతడిలో వేళ్లూరుకు పోయింది. అబూ సయీద్ కురైషీ మాటల్లో – 'ఇవాళ మనం ఒక త్యాగ మూర్తిని చంపేసాము. సృజనా రంగంలో ఎటువంటి స్థితికి అతడు వెళ్లిపోయాడంటే అతడిలో స్వకి భగవంతుడికి మధ్య ఎటువంటి బేధం లేకుండాపోయింది. ఇద్దరు కలిపి అద్వైతం అయిపోయారు. ఇది తాదాత్మ్యస్థితి. సృజన, సృజన కర్త మధ్య ఒక స్థితిలో ఏ బేధం ఉండదు. చావు భయం సమూలంగా సమసిపోతుంది'.

సఫియా బేగమ్? మంటో ఇహలోకం నుండి వెళ్లిపోతుంటే నిశ్శబ్దంగా నిస్సహాయంగా చూస్తూ ఉండిపోయింది. ఎవరైనా ఆమె ఈ స్థితిని

పసికట్టగలిగారా, పరకాయ ప్రవేశం చేసి ఆమె అంతరంగంలోని క్షోభను చూడగలిగారా? మాటల్లో చెప్పగలిగారా? నిజానికి ఇస్మత్ చుగ్‌తాయి మాత్రమే ఆమె అంతరంగంలో ప్రవేశించి ఆమె బాధను అర్థం చేసుకుంది. ఒంటరితనాన్ని స్పృజించింది. అంతరంగ మిత్రుడు చెవులలో గుసగుసలాడాడు –

'ఏ మనస్సుతో అడగను? ప్రపంచం అంతా మంటోని మరచిపోయినా, నీ ప్రేమ ఆ గాలిదుమారం ఎదుట శిల అయి చేయూతనిచ్చిందా? లేక నీ ప్రేమ అలసిపోయి కూలబడిపోయిందా? పన్నెండు-పదమూడు సంవత్సరాల భూకంపం నిన్ను ఊపి-కుదిపి వేసిందా? లేక నీవు అప్పుడు కూడా మంటో సాహెబ్ సఫియాయేనా?

చుట్టుప్రక్కల సభ్య సమాజం, బంధువులు అతడి ప్రవర్తన, స్వభావం, క్రోధం చూసి కళ్లెర్ర చేస్తుంటే కనుబొమ్మలు ముడివేస్తుంటే నీవు ఏం చేస్తూ ఉండేదానివి?

నిశ్శబ్దంగా ఉన్న ఆ వెంట్రుకలు ఏదీ లెక్క చేయకుండా దయాదాక్షిణ్యాలు లేకుండా నీ చుట్టు తిరుగుతున్నప్పుడు ఊపిరి ఆడకపోయి ఉండవచ్చు కదూ!

నీ ప్రేమ-ఒడిలో ఆఖరి శ్వాస వదిలాడా లేక కుటుంబం అంతా ఉండి కూడా ఒంటరివాడుగానే కీర్తి శేషుడయ్యాడా!'

ఇవాళ మంటో ఎక్కడున్నాడు? జుహూర్-అల్-హసన్-డార్. ఆరోజు మంటో సమాధి దగ్గర ఎంతో బాధపడ్డాడు. ఎందుకంటే ఆయన శవయాత్రతో పాటు ఎవరైతే వచ్చారో వాళ్లందరు మంటోని మట్టికింద ఒంటరిగా వదిలేసి వెళ్లిపోతున్నారు. 'కాని అదే సమయంలో నేను బరువైన అడుగులతో అక్కడి నుండి వీడ్కోలు తీసుకుంటున్నాను. ఇంతలో నేను అక్కడ ఒక వింతైన దృశ్యాన్ని చూసాను. మంటో సమాధి చుట్టు పట్ల పసుపు పచ్చని వెలుగు ప్రసరించింది. మంటో సృష్టించిన అన్ని పాత్రలు ఒకచోట గూమ్మిగూడాయి. వాటిలో 'ఖుషియా' ఉంది, 'సుగంధి' ఉంది, 'గోపీనాథ్' ఉన్నాడు. 'సుల్తానా' ఉన్నాడు. 'మమీ' ఉంది, 'మిస్టర్ డీ కోస్టా' ఉన్నాడు. ఇంకా... ఇంకా.... ఒక కుక్క ఉంది. టిట్‌వాలా కుక్క... ఎంతో నిశ్శబ్దంగా తన రచయిత సమాధి దగ్గర నిల్చుని కన్నీళ్లు కారుస్తోంది.

జుహూర్-అల్-హసన్ డార్ మంటో సమాధి దగ్గర ఒక నిమిషం ఏ

దృశ్యం అయితే చూసాడో, ఇవాళ నాకే మనిపిస్తోందంటే కొత్త రూపంలో ఆ దృశ్యం నాకళ్ల ఎదురుకుండా సాకారం అయింది. మంటో కథలు, పాత్రలు, నా చుట్టుపట్ల నృత్యం చేస్తున్నట్లుగా అనిపించింది. అసలు ఇటువంటి నృత్యం నేను ఇంతవరకు చూడలేదు. ఆ పాత్రల అంతరంగాలలో ఉన్న మరో పాత్రలు నా ఎదురుకుండా సాక్షాత్కరిస్తున్నాయి. ఇంత తీవ్రంగా నాట్యం చేస్తున్న వీటి ముఖాలను గుర్తుపట్టలేకపోతున్నాను. ఒక్కొక్కసారి ఒక రంగు కనిపిస్తుంది. ముఖాలు కనిపిస్తాయి. మళ్లీ మాయం అయిపోయాయి. మళ్లీ అందులో నుండే ఎన్నో ఎన్నెనో రంగులు వస్తాయి. ముఖాలు ఏర్పడ్డాయి. మళ్లీ మాయం అయిపోతాయి. రంగుల రేఖల చుట్టు పట్ల కనిపించే ఈ పాత్రలు హిందువులా, మహమ్మదీయులా, సిక్కులా, క్రిస్టియన్‌లా... అసలు నాకు ఏమీ తెలియడం లేదు. నృత్యాల తీవ్ర గతులతో అమూర్తం అవుతున్న ఆకారాలలో తారతమ్యాలను కనిపెట్టడం నాకు కష్టం అవుతోంది. ఆ దృశ్యం మెల్లి మెల్లిగా 'ఫ్రీజ్' కావడం నేనుచూస్తున్నాను. అప్పుడే ఒక్క నిమిషం మంటో తన అన్ని హావ-భావాలతో నా ఎదురుకుండా సాక్షాత్కరించాడు. నా దగ్గరగా వచ్చాడు. నా చెవిలో ప్రేమగా గుసగుసలాడాడు.

'ఫ్రాడ్! నా జీవితాన్ని రాయడానికి కూర్చున్నావా?' నేను కళ్లెత్తి అతడి వంక చూసాను. అతడు వికట్టహాసం చేసాడు. హా... హా... హా... నేను తిరిగి చెప్పే లోపల అతడు మాయమయ్యాడు.

(సమాప్తం)

అనుబంధం-1

సాదత్ హసన్ మంటో రచనలు

మొదటి కథా సంకలనం:ఆతిష్ పారె (1936)

కథలు:1) ఖూనీ థూక్ 2) ఇన్‌కలాబ్ పసంద్ 3) జీ ఆయా సాహెబ్ 4) మహాగీర్ 5) తమాషా 6) తాకత్ కా ఇమ్‌తెహాన్ 7) దీవానా షాయర్ 8) చోరీ

రెండో కథా సంకలనం:మంటోకే అఫ్‌సానే (1940)

కథలు:1) నయాకానూన్ 2) షుగల్ 3) టేఢీ లకీర్ 4) పహచాన్ 5) ఘు ఘు 6) ఖుషియాం 7) బాంఝ్ 8) నారా 9) బలాజర్ 10) షహ నషీన్ పర్ 11) ఉస్‌కా పతి 12) మౌసమ్ కీ షరారత్ 13) బేగూ 14) మంత్ర్ 15 మేరా ఔర్ ఉస్‌కా ఇంతకామ్ 16) మొమ్‌బత్తీకే ఆంసూ 17) దివాలీ కే దియే 18) హతక్ 19) డర్‌పోక్ 20) దస్‌రుపయే 21) మిసెస్ డి)కోస్టా

మూడో కథా సంకలనం:ధువాం (1941)

కథలు:1) సజదా 2) కాలీసల్‌వార్ 3) ధువాం 4) కబూతర్ వాలా సాయీ 5)ఉల్లూకా పఠా 6) వే ఖత్ జో పోస్ట్ నకియే గయే 7) మిసిరీ కిడలీ 8) మాతమీ జలసా 9) కబ్జ్ 10) యాక్ట్రెస్ కీ ఆంఖ్ 11) నాముకమ్మల్ తహరీర్ 12) లాల్ టేన్ 13) ఫూలోం కీ బారిష్ 14) గర్మ్‌కోట్ 15) మేరా హమ్‌సఫర్ 16) తరక్కీ పసంద్ 17) నయాసాల్ 18) చూహేదాన్ 19) చోరీ 20) కాసిమ్ 21) పరిషానియే సబల్

నాలుగో కథా సంకలనం:అఫ్‌సానే ఔర్ డ్రామే (1943)

కథలు:1) షేరూ 2) మిస్ ఫరయా 3) ఆమ్ 4) మిసెస్.డి.సిల్వా 5) గుస్తా ఖానా

ఐదో కథా సంకలనం:సియాహ్ హాషియే (1948)

కథలు:1) సా అతే-షిరీం 2) మజుదూరీ 3) త ఆవున్ 4) తక్‌సీమ్ 5) జాయిజ్ ఇస్తేమాల్ 6)బేఖబరీ కాఫాంయదా 7) మునాసిబ్ కారవాయి 8) కరామత్ 9) ఐస్‌లాహ్ 10) జైలీ 11) దావతేఅమల్ 12) పఠానిస్తాన్ 13) ఖబర్‌దార్ 14) హమేషా కీ ఛుట్టీ 15) హలాల్ జార్ ఝుటకా 16) ఘాటే కా సౌదా 17) హైవానియత్ 18) కసరే నఫ్ సీ 19) ఖాద్ 20) ఇస్తక్‌బాల్ 21) నిగరానీ మే 22) జూతా

23) పేష్‌బందీ 24) సారీ 25) రిఆయత్ 26) సఫాయీ పసందీ 27) సద్‌కే ఉస్‌కే 28) ఇష్తిరా కియత్ 29) ఉలాహనా 30) ఆరామ్ కీ జరూరత్ 31) కిస్మత్ 32) ఆంఖోం పర్ చర్‌బీ

ఆరో కథా సంకలనం:చుగద్ (1948)

కథలు:1) ఏక్‌ఖత్ 2) ధాడస్ 3) చుగద్ 4) పఢీయే కలమా 5) మిస్ టీల్ వాలా 6) బాబూ గోపీనాథ్ 7) మేరా నామ్ రాధా హై 8) జానకి 9) పాంచ్ దిన్

ఏడో కథా సంకలనం:ఖాలీ బోత్‌లే ఖాలీ డిబ్బే (1950)

కథలు:1) ఖాలీ బోత్‌లే ఖాలీ డిబ్బే 2) సహాయ్ 3) టూ – టోటో 4) రామ్ ఖిలావన్ 5) బిస్మిల్లాహ్ 6) నంగీ ఆవాజేం 7) శాంతి 8) ఖాలిద్ మియాం 9) దో కామేం 10) మజీద్ కా మాజీ 11) హామిద్ కా బచ్చా 12) లైసెంస్ 13) కితాబ్ కా ఖులాసా

ఎనిమిదో కథా సంకలనం:ఠండా గోష్త్ (1950)

కథలు:1) ఠండా గోష్త్ 2) గోలీ 3) రహమతె ఖుదా వందీ కే ఫూల్ 4) సాఢే తీన్ ఆనె 5) పసేరన్ 6) ఖుద్ న విష్త్ 7) బాస్‌తా 8) షారదా

తొమ్మిదో కథా సంకలనం:బాద్‌షాహత్ కా ఖాత్మా (1951)

కథలు:1) బాద్‌షాహత్ కా ఖాత్మా 2) తకీ కాతిబ్ 3) వాలిద్ సాహెబ్ 4) ఔరత్ జాత్ 5) ఇష్కె హకీకీ 6) కుత్తే కీ దువా 7) పరీ 8) ఖుద్ ఫరేబ్ 9) బురీలడకీ 10) షోభాబాయి 11) ఈహీదూడూ

పదో కథా సంకలనం:యజీద్ (1951)

కథలు:1) యజీద్ 2) గురుముఖ్ సింహ్ కీ వసీయత్ 3) ఆఖరీ బలూన్ 4) ఝూఠీ కహానీ 5) టేట్ వాల్‌కా కుత్తా 6) 1999 కీ ఏక్ రాత్ 7) చోర్ 8) నక్కీ 9) మమ్మీ

పదకొండో కథా సంకలనం:ఊపర్ నీచే ఔర్ దరమ్యాన్ (1954)

కథలు:1) ఊపర్ నీచ్ ఔర్ దర మ్యాన్ 2) లీచియా ఆలూచే ఇలాచి యాం 3) అపనీ – అపనీ డఫ్‌లీ

పన్నెండో కథా సంకలనం:శైతాన్ (1954)

కథలు:1) మోచనా 2) సాంవలీ లడకీ 3) బేగమ్ సాహిబా 4) ముమ్మద్ భాయి 5) పుర్ అసరార్ లడకీ 6) సుర్ఖ్ ఆంఖేం 7) వో ఆంఖేం

పదమూడో కథా సంకలనం:సర్‌కండోం కే పీఛే (1954)

కథలు:1) బలవంత సింహ్ మజీరియా 2) ఆంఖేం 3) ఆవో హనీఫ్ ఆవో 4) షాదీ 5) అల్లాహ్ దత్తా 6) బుచ్‌నీ 7) సర్ కండో కే పీఛే 8) వో లడకీ 9) మహుమూదా 10) ఫఫీ కహానీ 11) భంగన్ 12) హుస్న్ కీ తక్ లీఫ్

పద్నాల్గో కథా సంకలనం:నమ్ సద్ కీ ఖుదాయియా (ప్రచురణ?)

కథలు:1) ఖోల్‌దో 2) స్వరాజ్య కేలియే 3) డార్‌లింగ్ 4) బత్తమీజ్ 5) ఇజ్జత్ కే లియే 6) హోరతా చలా గయా 7) షేర్ ఆయా షేర్ ఆయా 8) షరీఫన్ 9) హర్ నామ్ కౌర్ 10) షహీద్ సాజ్ 11) అమ్మా బేగమ్ 12) దేఖ్ కబీరా రోయా

పదిహేనో కథా సంకలనం:సడక్ కే కినారె (ప్రచురణ?)

కథలు:1) షాదాం 2) లతికా రానీ 3) నఫ్ సేయాతీ 4) ముతాలే ఆ 5) మూతరీ 6) నుత్‌ఫా 7) సడక్ కె కినారే 8) సిరాజ్ 9) ఖుదా కీ కసమ్ 10) మోజేల్ 11) సాహిబే కరామత్

పదహారో కథా సంకలనం:ఫుంద్‌నే (ప్రచురణ?)

కథలు:1) టోబా టేక్ సింహ్ 2) ఫరిష్తా 3) ఫుందనే 4) బద్‌సూరతీ 5) మిస్ వాలా 6) దూదా పల్‌వాన్ 7) మిస్టర్ ముయినుద్దీన్ 8) సౌదా బేచనేవాలీ 9) ఇష్క్ యా కహానీ 10) మంజూర్ 11) మిస్ ఎడనా జాక్సన్

పదిహేడో కథా సంకలనం:బగైర్ ఇజాజత్ (1955)

కథలు:1) సోనే కీ అంగూఠీ 2) తాంగే వాలే కా భాయియా 3) మిస్టర్ హమీద్ 4) బగైర్ ఇజాజత్ 5) కుదరత్ కా ఉసూల్ 6) ఖుష్‌బూదార్‌తేల్ 7) పంచతంత్ర్ 8) జిస్మ్ జార్ రూహ్ 9) అబ్ జౌర్ కహనెకీ జరూరత్ నహీం 10) తపిష్ కశ్మీరీ 11) రిష్వత్ 12) కీక్ కే అజాయ్ బోటియాం

పద్దెనిమిదో కథా సంకలనం:బుర్‌కే (1955)

కథలు:1) పసీనా 2) ధోగా 3) తయ్ కకున్ 4) ఖత్‌ఔర్ ఉస్‌కా జవాబ్ 5) మోతీదీన్ 6) ఏక్ భాయియా ఏక్ బాజ్ 7) చౌదహవీంకా చాంద్ 8) బార్ దహ్ ఎ మాలీ 9) కర్జ్ కీ పీతేధే 10) బుర్‌కే

పంతొమ్మిదో కథా సంకలనం:రత్తీ షాలా (1956) మృత్యువు తరువాత ప్రచురితం అయింది)

కథలు:1) ఝుముకే 2) షల్ జమ్ 3) బర్ఫ్ కా పానీ 4) చంద్ మకాలమే 5) రత్తీ, మాషా, తోలా 6) ములాకాతీ 7) సిగరెట్ ఔర్ ఫౌటెన్ పెన్ 8) తీన్ మే తేరహ్ మే

ఇరవయ్యో కథా సంకలనం:షికారీ ఔరతేం (1956) మృత్యువు తరువాత ప్రచురితం అయింది)

కథలు:1) షికారీ ఔరతేం 2) జెంటల్ మైనోం కా బ్రష్ 3) హజామత్ 5) లానత్ హై ఐసీ దవా పర్ 6) సుబహే అక్‌బర్ 7) ఔలాద్ 8) మోచనా

కథా సంకలాలలో ప్రచురితం కాని కథలు

కథలు:1) బాయి - బాయి 2) భాయీ జానతే 3) జాన్ ముహమ్మద్ 4) బారీష్ 5) అఫ్‌షాయె రాజ్ 6) ఆమేనా 7) తస్‌వీర్ 8) మిలావట్ 9) బస్ స్టాండ్ 10) నయీమా 11) బద్‌తమీజీ 12) కాదిరా కసాయి 13) ఖుద్‌కుషీ 14) పేషావర్ సే లాహెూర్ తక్ 15) ఏక్ జాహిదా ఏక్ ఫాహిషా 16) షైదా 17) బుఢా ఖూసట్ 18) అనార్‌కలీ 19) కమీషన్

సంకలానలలో లేని కథలు:

కథలు:1) షాహ్ దలే కా చూహా 2) కబూతర్ ఔర్ కబూతరీ 3) కాలీ - కలీ 4) సబ్జ్ షైండల్ 5) అకల్ దాఢ్ 6) సోనోరల్ 7) ఫాతో 8) బీమార్ 9) గిల్ గత్ ఖాం 10) అసలీజిన్ 11) మిసెస్ గుల్ 12) సుర్‌మా 13) మహతాబ్ ఖాం

నవల:బగైర్ ఉన్‌వాన్‌కె

:ఆవో 1940

నాటకాల సంకలనం:డ్రామాలు - ఫీచర్ (1940)

1) ఆవో కహానీ లిఖేం 2) ఆవో తాష్ ఖేలేం 3) ఆవో ఖత్ సునో 4) ఆవో ఖోజ్ లగాయేం 5) ఆవో రేడియో సునేం 6) ఆవో బాత్ తో సునో 7) ఆవో బహస్ కరేం 8) ఆవో అఖబార్ పఢేం 9) ఆవో చోరీ కరేం 10) ఆవో ఝూట్ బోలేం

నాటకాల సంకలనం: తీన్ ఔరతేం (1942)

1) తీన్ ఖూబ్ సూరత్ ఔరతేం 2) తీన్ మోటీ ఔరతేం 3) తీన్ సులహ పసంద్ ఔరతేం 4) తీన్ ఖామోష్ ఔరతేం 5) తీన్ భీమా పురస్ ఔరతేం

నాటకాల సంకలనం:జనాజే (1942)

1) చంగేస్ ఖాం కీ మౌత్ 2) తైమూర్ కీ మౌత్ 3) క్లియోపాత్రా కీ మౌత్ 4) నెపోలియన్ కీ మౌత్ 5) బాబర్ కీ మౌత్ 6) షాహ్‌జహాం కీ మౌత్ 7) సుల్తాన్ టిప్పుకీ మౌత్ 8) రాస్‌పుటీన్ కీ మౌత్

నాటకాల సంకలనం:అఫ్‌సానే ఔర్ డ్రామే (1943)

1) కానూన్ కీ హిఫాజత్ 2) ఏక్ ఫర్డ్ 3) తీన్ ఉంగలియాం 4) దోహజార్ సాల్ బాద్ 5) తీన్ తోహఫే

షైతాన్ (1954)

షైతాన్

రత్తీమాషా తోలా (1956)

గాఫ్, గుమ్

కర్‌వట్ (1944)

1) కర్‌వట్ 2) ఖుద్ ఖుషీ 3) రంధీర్ పహల్ వాన్ 4) మాచిస్ కీడిబియా 5) ముహబ్బత్ కీ పైదాయిష్ 6) చూడియాం 7) రూహ్ కా నాటక్ 8) ఉస్‌కా రాము 9) మమతా కీ చోరీ

ఫుందనే (1968)

1) ఇస్ మఝధార్ మే

మంటో కే డ్రామే

1) నీలీ రంగేం 2) కబూతరీ 3) ఇంత్‌జార్ 4) ఇంత్‌జార్ కా దూసరా రుఖ్ 5) కమరా నంబర్ 9

మంటోకే రేఖాచిత్ర్ (సంస్మరణ్) సంగ్రహ్

1) గంజే ఫరిస్తే 2) లౌడ్ స్పకర్ 3) మీనా బజార్ (నోట్) 'షికారీ ఔరతేం'. సంకలనంలో కొన్ని రేఖా చిత్రాలు ఉన్నాయి. ఈ సంకలనంలో ఉన్న కొన్ని ముఖ్యమైన రేఖా చిత్రాలు (వ్యక్తులకు సంబంధించినవి) 1. అఖ్‌తర్ షిరానీ 2) ఆగా హశ్ర్ కాశ్మీరీ 3) అన్‌వర్ కమాల్ పాషా 4) అశోక్ కుమార్ 5) ఇస్మత్ చుగ్‌తాయి 6) కె.కె. (కులదీప్‌కౌర్) 7) కష్త్ ఎ జాఫ్‌రాన్ వి.ఎచ్ దేసాయి 8) చిరాగ్ హసన్ హసరత్ 9) ఛమియాకీ బేటీ, పరీ చెహరా నసీమ్‌బానో 10) బారీ సాహెబ్ 11) బాబూ రావ్ పటేల్ 12) మురళీ కీ ధున్ తాజీ కా శ్యామ్ 13) మేరా సాహెబ్ (ముహమ్మద్ అలీ జిన్నా) 14) తీన్ గోలే (మీ రాజీ) 15) నర్‌గిస్ 16) నూర్ జహాం సరూర్. ఎ.జహాం 17) రఫీక్ గజనవీ 18) రహస్యమయీ నీనా 19) సితారా దేవీ

మంటో - అనువాద సాహిత్యం

1. సర్ గుజరత్ ఎ అసీర్
2. రూసీ అఫ్ సానె
3. వీరా
4. గోర్కీ కే అఫ్ సానే

మంటో కే మజ్మూయే (ఆర్టికల్స్)

1. మంటో కే మజామీన్
2. తల్ఖ్, తుర్ష్ ఔర్ షీరీం
3. ఊపర్, నీచే ఔర్ దర్మియాన్

ఈ వ్యాస సంకనాలలోని కొన్ని ఆర్టికల్స్

1. ఇస్మత్ ఫరోష్ీ
2. అదబే జదీద్
3. అఫసానానిగార్ ఔర్ జింసీ మిసాయిల్
4. ఆగరా మే మిర్జా న్షాకీ జిందగీ
5. కసౌటీ
6. కుచ్ నహీంతో అదావత్ హీ సహీ
7. జిందగీ ఏక్ రెవ్యూ
8. మాక్సిం గోర్కీ
9. దీవార్ పర్ లిఖనా
10. నాక్‌కి కిస్మేం
11. పస్ మంజర్
12. సఫేద్ ఝూఠ్
13. మేరీ షాదీ
14. మై ఆఫ్ సానే క్యోంకర్ లిఖతా హూం
15. యామే ఇక్ బాల్
16. సవేరే జోకల్ అంఖ్ మేరీ ఖులీ
17. లజ్జతే సంగ్

అనుబంధం-2

మంటోపైన వచ్చిన పుస్తకాలు

హిందీ

అల్వీ, వారిస్: మంటో (అనువాదం, 1996) ఢిల్లీ
అష్క్, ఉపేంద్రనాథ్: మంటో మేరా దుష్మన్ (1955) అలహాబాద్
ఇస్సర్, దేవేంద్ర: (సం) మంటోనామా (1991) ఢిల్లీ
ఇస్సర్, దేవేంద్ర: శబ్ద సితారే (1994) ఢిల్లీ
ఇస్సర్, దేవేంద్ర: (సం) మంటోకి శ్రేష్ఠ్ కహానియాం (1999) ఢిల్లీ
ఇస్సర్, దేవేంద్ర: (సం) మంటోకీ రాజనీతిక్ కహానియాం (1988) ఢిల్లీ
కరమాకర్, రాధూ: కైమరా తీసరా ఆంఖ్ (2010) నయీ దిల్లీ
బానో, జిలానీ: కృష్ణ చందర్ (2009) ఢిల్లీ
మెనరా, బలరాజ్, దత్త్, శరద్: దస్తావేజ్; పాంచ్ ఖండ్ (1993) ఢిల్లీ
మోహన్, నరేంద్ర: (సం) సాదత్ హాసన్ మంటోకీ కహానియా (1990) నయీ దిల్లీ
మోహన్, నరేంద్ర: (సం) సాదత్ హాసన్ మంటో కే నాటక్ (1991) ఢిల్లీ
మోహన్, నరేంద్ర: (సం) రోజ్ ఏక్ కహానీ (2002) ఢిల్లీ
మోహన్, నరేంద్ర: విభాజన్ కీత్రాసదీ: భారతీయ కథాదృష్టి
(సం) విభాసన్: భారతీయ భాషావోం కీ కహానియాం ఖండ్ 1,2 (2009) నయీదిల్లీ
నీలాభ్ (సం): మంటోకీ తీస్ కహానియాం 1974) అలహాబాద్
ప్రతాప్ సింహ్: సినెమా కా జాదూయీ సఫర్ (2011) ఢిల్లీ
విక్రమ్, నందకిషోర్: (సం) ఉర్దూ కహానీకార్ ఇస్మత్ చుగ్తాయి (1996) ఢిల్లీ
విక్రమ్, నందకిషోర్: తస్వీరేం (మంటో - సాహిత్య వ్యక్తి చిత్రాల అనువాదం - సంపాదకత్వం (2001) ఢిల్లీ

ఉర్దూ

అసదుల్లా, ముహమ్మద్: మంటో మేరా దోస్త్ (1955)
కురైషీ, అబూ సయీద్: మంటో 1988
కృష్ణ చందర్: సాదత్ హసన్ మంటో నయే అదబ్ కీ మేమార్ (1948)

నాగీ, అనీస్: సాదత్ హసన్ మంటో లాహోరు (1984)
బ్రజప్రేమీ: మంటో కథ (1994)
మిత్తల్, ప్రేమ్ గోపాల్: మంటో, షక్సియత్ జౌర్‌ఫన్
వధావన్, జగదీష్ చంద్ర: మంటోనామా (1989) ఢిల్లీ
షీదీం, ముమ్‌తాజ్: మంటో, నూరీ ననారీ

మంటోపైన ప్రచురితమైన విశేష సంచికలు (ఉర్దూ)

1. షవూర్, ఢిల్లీ (సంచిక-4 మార్చ్ 1980) సం॥ బలరాజ్ మెనరా, శరద్ దత్.
2. దస్తావేజ్, ఢిల్లీ (మంటో నంబరు, 1986) సం॥ బలరాజ్ మెనరా
3. మాసపత్రిక 'ఆఫాక్, కరాచీ' (మంటో నంబరు, 1986) సం॥ సహబా లఖనవీ
4. మాసపత్రిక 'పగడండి' అమృత్‌సర్ (మంటో నంబరు, 1955) సం॥ మహేంద్రబావా, అమరీక్ ఆనంద్
5. మాసపత్రిక 'నుకూష్' లాహోరు (మంటో నంబరు 1955, 1969)
6. దైనిక్ హింద్ సమాచార్ (ఏప్రిల్ 20, 1986)

ఇంగ్లీషు

1. Bhalla, Alok:Life and works of Sadat Hasan Manto (1997)

2. Bhalla, Alok:Stories about the Partition of India-3 Vol. (1994)

3. Caine, Barbara:Biography and History (2010)

4. Khalid, Hasan (Trans):Stars from Another Sky: The Film world of 1940 (1998)

5. Fleming A. Leslie:The Urdu Short Stories of Saadat Hasan Manto (1979)

6. Jalil, Rakhshnda:(Ed.) Naked Voices: Stories and Sketches by Sadat Hasan Manto (2008)

7. Naqvi, Tahira:Another Lonely Voice (1985)

శ్రీ నరేంద్ర మోహన్

జన్మ: 30-7-1935, లాహోరు

1937లో లాహోరులో పుట్టిన డా. నరేంద్ర మోహన్ గారు ప్రతిభా సంపన్నులు. భావుకుడు. మేధావి. 'మంటో' అనే కలం ఒక 'కల్పవృక్షం'. ఈ కల్పవృక్ష బీజాన్ని వారు వివిధ దృష్టి కోణాలతో పరిశీలించారు. 'అక్షరాగ్ని' మంటో మనస్సులోని ఏడు పొరలను, వారి రచనలను లోతుగా పరిశీలించి ఆయన వ్యక్తిత్వాన్ని, కృతిత్వాన్ని పాఠకుల ముందు ఉంచే ప్రయత్నం చేశారు. సారస్వత వనంలో 'వటవృక్ష'మైన నరేంద్ర మోహన్ 'కల్పవృక్షం' సాదత్ హసన్ మంటో ఈనాటి సమాజానికి ఎంత అవసరమో తెలియ చెప్పారు. వారి శ్రమ సౌందర్యం ఈ జీవిత రచిత్రలో మనకు కనిపిస్తుంది. సాదత్ సాహిత్య సాగరాన్ని ఒక కుండలో నింపడం సాధ్యపడుతుందా? పుస్తకం చదవండి. మీరే నిర్ణయించండి.

కవితా సంకలనాలు

- ఇస్‌హాద్ సేమే (1975)
- సామ్ నా హోనే పర్ (1979)
- ఏక్ అగ్ని కాండ్ జగహేం బదల్‌తా (1983)
- హథేలీ పర్ అంగీరోం కీ తరహ్ (1990)
- సంకట్ దృశ్య కా నహీం (1993)
- ఏకీ ఖిడికీ ఖులీ హై అభీ (2006)
- నీలే ఘోడే కా సవార్ (2008)
- రంగ్ ఆకాష్ మే శబ్ద్ (2010)
- షర్మిలా ఇరేమ్ తథా అన్య కవితాయేం (2014)
- రంగ్ దే శబ్ద్ 92015)
- మృత్యు సే కవిత (2016)

నాటకాలు

- కహై కబీర్ సునో భాయీ సాధో (1988)
- సీంగ్‌ధారీ (1988)
- కలందర్ (1991)
- నో మాన్స్ లాండ్ (1994)
- అభంగ్ గాథా (2000)

- మి.జిన్నా (2005)
- హద్ హో గయీ యారో (2009)
- మంచ్ అంధేరీ మే (2010)
- మలిక్ అంబర్ (2012)

డైరీలు

- సాథ్ సాథ్ మేరా సాయా (2002)
- సా యేసే అలగ్ (2010)

సంస్మరణ

- ఫ్రేమ్ సే బాహర్ ఆతీ తస్వీ రేం

జీవిత చరిత్ర

- మంటో జిందాహై (2012)

ఆత్మ కథ

- కమ్ బఖ్త్ నిందర్ (2013)
- క్యా హాల్ సునావాం (2015)

సంపాదకత్వం

- విభాజన్: భారతీయ భాషోవోంకీ కహానియాం
- మంటో కీ కహానియాం
- మంటో కే నాటక్

- నరేంద్ర మోహన్ రచనావలీ 12 భాగాలలో నరేంద్ర మోహన్ రచనలు వివిధ భారతీయ భాషలలో, ఇంగ్లీషులో అనువాదం అయ్యాయి.
- ఎన్నో ప్రతిష్ఠాత్మకమైన రాష్ట్రీయ సన్మానాలు: పురస్కారాలు

శ్రీమతి టి.సి. వసంత

జననం: 1950 హైదరాబాద్

భర్త: శ్రీ టి.కామేశ్వర సోమయాజి

విద్య: ఎమ్.ఎ. ఉస్మానియా, పీహెచ్‌డి 1986,

మరాఠ్‌వాడా విశ్వవిద్యాలయ్, ఔరంగాబాద్, సాహిత్యరత్న-అలహాబాద్

రచనలు

- గీత్‌కార్ నీరజ్ (పరిశోధనాగ్రంథం, హిందీ)
- మృత్యులీల-జీవనహేల
  (హిందీ నవల - మహారాష్ట్రలో వచ్చిన కిలారీ భూకంపం ఆధారంగా)
- రేపటి వసంతం (సైన్స్ ఫిక్షన్ - నవల)
- విముక్త (నవల, దళిత వడ్డర్ల జీవితాల ఆధారంగా)
- 'భూతల స్వర్గంలో గాయపడ్డ వసంతం'
  (నవల, కార్గిల్-సైనికులు, స్త్రీ-స్వేచ్ఛ కేంద్ర బిందువు)
- కీ॥శే॥ గుడిపాటి వెంకటచలం - జీవితచరిత్ర
- 'రమణీసేరమణాశ్రమ్ తక్' (హిందీ)
- 'విద్రోహి వసుంధర' (హిందీ)

అనువాదాలు

హిందీ నుండి తెలుగు:

- ఆడలేనురా గోపాలా (కీ.శే. అమృత్‌లాల్: నాచ్యౌబహత్ గోపాల్)
- అర్ధనారీశ్వరుడు (కీ.శే. విష్ణుప్రభాకర్ అర్ధనారీశ్వర్)
- నయాగరా! జలమూ నీవే, జీవితము నీవే! (శ్రీ ప్రబోధ్‌కుమార్ గోవిల్)
- ఆధునిక అహల్య (శ్రీ పారస్ నాథ్ గోవర్ధన్)
- నీ జీవితం: ఉద్యమాలు-పోరాటులు
  (కీ.శే. రమణికా గుప్తా ఆత్మకథ, హార్‌సే)
- ఎండిపోతున్న కాశ్మీర చినారులు (మధుకాంక్రియా, సుఖతే చినార్)
- హింస: చట్టం పని ప్రదేశాలలో మహిళలపై లైంగిక వేధింపులు
- మరాఠీ నుండి - 'ఉచల్యా'
  (శ్రీ లక్ష్మణ్ గాయక్‌వాడ్ ఆత్మకథ) కొన్ని కథలు

తెలుగు నుండి...

- 'లోహేకీ కమర్ పేటియాం'

- దేవాలయోం పర్ మిథున్ మూర్తియా క్యోం?
- వివాహ సంస్కార్ స్వరూప్ ఏవం వికాస్
- ప్రజనన తంత్ర్ దైవీ భావన (శ్రీతాపీ ధర్మారావు, డా.ఏటుకూరు ప్రసాద్)
- 'పథర్ బోల్ ఉఠేతో', 'లోహర్ కా ఆంగన్' (శ్రీ సి.యస్.రావు)
- 'ఏక్ పరిమళ భరిత్' కాంతిదీప్ (కవితలు, శ్రీ పెరుగు రామకృష్ణ)
- 'రాజనైతిక కహానియాం' (ఓల్గా)
- అమత్ తాస్‌కే ఫూల్ (సమ్మెట ఉమాదేవి)
- 'ఏక్ జార్ మాధవి' (శ్రీ పతంజలి శాస్త్రి)
- 'మా ఖన్ ప్రేమ్' (అత్తలూరి విజయలక్ష్మి)
- 'మీ కలలను కొల్లగొట్టిందెవరు?
  (బర్మహేబెస్) కొన్ని ఆర్టికల్స్, కథలు, కవితలు.

త్వరలో...

- రాణిలక్ష్మీబాయి (మరాఠీ నుండి తెలుగు)
- మోర్ పంఖీ పేడ్ (తెలుగు నుండి)
- దూసరా ఏక్ ఔర్ మహా భారత్: పల్నాటి యుద్ధం
- ప్రథమ మహిళా మంత్రి : నాయిక నాగమ్మ (తెలుగు నుండి)
- మాట-మాటల్లో పనికొచ్చే మాటలు (ఇంగ్లీషు నుండి)
- సమ్రాట్ సముద్రగుప్త (తెలుగు నుండి)

అవార్డులు, సన్మానాలు:

అనువాద పురస్కార్: అంబేడ్కర్ మరాఠ్‌వాడా, విశ్వవిద్యాలయమ్, మరాఠ్‌వాడా; హిందీ పరిషత్ (ఔరంగాబాద్)

ఆచార్య ఆనంద ఋషి సాహిత్య పురస్కార్ (హైదరాబాద్)

ఆచార్య భీమ్‌సేన్ నిర్మల్ రాష్ట్రీయ పురస్కార్ (హైదరాబాద్)

సుగుణ స్మృతి పురస్కార్ (హైదరాబాద్)

కృష్ణా జల్లా రచయితల సంఘం సాహిత్య పురస్కార్ (విజయవాడ)

స్వ.కేశవ ప్రసాద్ పాఠక్ సమ్మాన్, కాదంబరి (జబల్పూర్)

శ్రీ గుత్తి నారాయణ రెడ్డి తెలుగు సాహితీ పీఠం (హైదరాబాద్)

ఉత్తర ప్రదేశ్ హిందీ సంస్థాన్ (లక్నో)

డా. టి.సి. వసంత

స్ట్రీట్ నెం.6, 1-9-709, అడిక్‌మేట్,
హైదరాబాద్ 500044, తెలంగాణ.
ఫోన్. 040-27074545; మొ: 9951484545